தாயைத்தின்னி

தாயைத்தின்னி

தில்லை

தாயதி

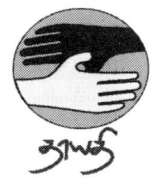

தாயைத்தின்னி – நாவல்
தில்லை

© தில்லை

முதல்பதிப்பு: டிசம்பர் 2024
பக்கங்கள்: 204
வெளியீடு: தாயதி
மின்னஞ்சல்: thayathy12@gmail.com

அட்டை வடிவமைப்பு: றஷ்மி
நூல் வடிவமைப்பு: பா. ஜீவமணி
அச்சகம்: ரமணி பிரிண்ட் சொலுஷன், சென்னை 600 089.

விலை: 280 (INR), 1100 (SLR)

tāyaittinṉi – Fiction
Thillai

© Thillai

First Edition: December 2024
Pages: 204

Published by: Thayathy
Email: thayathy12@gmail.com

Wrapper Design: Rashmy
Book Layout: B. Jeevamani
Printed by Ramani Print Solutions, Chennai 600 089
Price: 280 (INR), 1100 (SLR)
ISBN: 978-93-94189-48-5

Distribution in India:
Bharathi Puthakalayam
No. 7, Elango Salai, Teynampet
Chennai 600 018
Ph: 044 2433 2924

தாயதி வெளியீடு - 32

சமர்ப்பணம்

எனக்குள்ளிருக்கும்
மற்றுமொரு பெண் **'லிலித்'**
அவர்களுக்கு

தாயைத்தின்னி:
கடந்து வந்த வாழ்வு

எழுத்தாளர்கள், கவிஞர்கள் மட்டுமல்ல அனைத்துத் துறைசார்ந்தவர்களும் ஏதோ ஒரு சந்தர்ப்பத்தில் 'எனக்கு ஒரு கனவிருந்தது' என்று சொல்வதற்கு மறப்பதில்லை. அந்தக் கனவை நிகழ்த்தவே நான் வாழ்கிறேன். எனது வாழ்வை அர்ப்பணம் செய்திருக்கிறேன் என்பர். அல்லது அந்தக் கனவை இன்று நனவாக்கிவிட்டேன் என்பர். ஆனால், நான் அப்படிச் சொல்லப் போவதில்லை. அதற்காக எனக்கு கனவு இருக்கவில்லை என்பதுமல்ல. கனவு காண்பவர்களை நான் உதாசீனப்படுத்தவும் விரும்பவில்லை. கனவு காண்பதை ஒரு இலட்சியமாக நான் கருதவில்லை என்பதைத்தான் சொல்கிறேன்.

நான் கடந்துவந்த வாழ்வு கனவா? அல்லது கனவுக்குள்தான் வாழ்ந்தேனா என்று கூட என்னால் பிரித்தறிய முடியாத மர்மங்கள் பலவற்றை எதிர்கொண்டிருக்கிறேன். எனக்கு நினைவு தெரிந்த நாள் தொடங்கி நானாகவேதான் அனைத்தையும் கற்றுக்கொண்டேன். நானாகவேதான் பலவற்றை விலக்கிவைத்துக்கொண்டேன். உண்மையில் எனது வாழ்வு என்பது என்னால் வடிவமைக்கப்பட்ட ஒன்றே தவிர, வேறு எந்த வெளியாட்களின் வழிகாட்டுதலுக்கும் உட்பட்டதல்ல. இது பெருமையான விசயமல்ல என்பது தெரியும். எனக்கு அப்படி துணைக்கு யாரும் இருக்கவில்லை. எனது அனைத்துப் பருவங்களும் என்னால் உணரப்பட்டு, என்னால் புரிந்துகொள்ளப்பட்டு, என்னால் சிந்திக்கப்பட்டு

முடிவுகளாக எஞ்சியவை. அதன் தோல்விகளும் வெற்றிகளும் முழுமையாக எனக்குப் பொறுப்பானதே!

இன்று யோசிக்கும்போது வெற்றிகளை கண்டடைவதற்கு நான் சிந்தித்திருக்கிறேன். என்னை காப்பாற்றவும், என்னை ஒரு முழுமையான வாழ்வில், நான் விரும்பிய சுதந்திரமான வாழ்வில் பயணிக்க முடிந்திருக்கிறது என்பது மகிழ்வாகவே உள்ளது. எதிர்கொள்ள திராணியற்ற பருவங்களில் மிகப் பெரும் சிக்கல்களையும் துயரங்களையும் சவால்களையும் சந்தித்திருக்கிறேன். சந்தித்திருக்கிறேன் என்பதைவிட, அவற்றை எதிர்கொண்டு மீண்டு எனது பாதையை தெளிவாக கண்டடைந்திருக்கிறேன் என்பது அனைத்தையும் விட மகிழ்வானதுதான். இந்த நாவலை எழுதியதைவிட சந்தோசமானது.

எழுத்தோடு எனக்குள்ள உறவு என்பது மற்றவர்களைப் போன்று வாசிப்பினூடாக உருவான ஒன்றல்ல. ஆரம்பத்தில் கதைகளைச் சொல்ல, உறவாட, பேசிக்கொள்ள எவருமற்ற ஒரு அந்தரிப்பான நிலையில் மிக இளவயதிலேயே உருவான ஒரு உணர்வு. அதுவேதான் வாழ்வாகவும் இருந்தது. மெல்ல மெல்ல நானே எனது கதைகளை எழுதி, நானே வாசிப்பது என்பது ஒரு துணையாக மாறிப்போனது. பின்னர் என்ன, அன்றாட மனிதத் தேவைகளைப் போன்ற ஓர் இயல்பான உணர்வாக மாறிப்போய்விட்டது.

தாயைத்தின்னியின் ரங்குப்பெட்டியினுள் இன்னும் எத்தனையோ கதைகள் இருக்கின்றன அல்லது இருந்தன. அனைத்துக் கதைகளையும் சொல்ல வேண்டிய தேவை இல்லை என்பதை உணர்ந்துதான் இருக்கிறேன். தாயைத்தின்னியாக இருந்த பருவங்களிலும், அவள் உள்ளூர உணர்ந்த ஆழமான சம்பவங்கள் என எதைக் கருதினாளோ, எவற்றை எழுத வேண்டுமென்று நினைத்தாளோ அவற்றைத் தவிர, எழுதிவைத்திருந்த பல கதைகளை அழித்தே விட்டிருந்தாள் என்பதுதான் உண்மை.

ஒரு இலக்கியத் தோழரோடு இதிலுள்ள கதைகளில் வரும் ஓரிரு சம்பவங்களைப் பற்றி சொன்னபோது, ஏன் ஈழத்துப் போராட்டம் குறித்த உங்கள் அனுபவங்களை எழுதக்கூடாது

என்று கேட்டார். அவரிடம் சொன்னேன். தாயைத்தின்னியின் வாழ்வைவிட மிகப் பெரிய போராட்டமாக அது இருக்காது என்று. இது ஒரு பதிலுக்காக சொன்னபோதும், உண்மையும் அதுதான் அல்லவா? தாயைத்தின்னி ஒரு தூரத்துக் கிராமத்தில் வதைமுகாமிலிருந்தாள். அதிலிருந்து தப்பிச்செல்ல போராடிக் கொண்டிருந்தாள். நிரந்தரமான ஒரு விடுதலைக்கான போராட்டமாக அது இருந்தது. பின்னர், விடுதியில் சிக்குண்டு அங்கே இருந்து தப்பிச்செல்லப் போராடினாள். சமூகத்திற்குள் நுழைந்தபோது அங்கிருந்தும் விடுதலைக்காகப் போராடத் தொடங்கினாள்.

ஒரு சமூகம் விடுதலைக்காகப் போராடியது, எந்த சமூகம் விடுதலைக்காகப் போராடியதோ, அந்த சமுகத்திடமிருந்து விடுதலைக்காக நான் போராடிக்கொண்டிருந்தேன். ஒரு குழந்தைப் போராளியாக மாறிவிடும்படி அந்தச் சமூகம்தான் என்மீது பலவந்தமாகத் திணித்தது. நான் போராடத் தொடங்கிய வயதில் எவரும் தங்கள் எந்தப் போராட்டத்தையும் ஆரம்பித்திருக்க முடியாது. ஆக, நானும் ஒரு போராளிதான். அனைத்துப் போராளிகளையும் விட, அனுபவம் அதிகம் கொண்ட ஒரு போராளி.

நான் உடைத்துக்கொண்டு வந்த சிறைக்கூடங்கள் இலகுவானவையல்ல. கலாச்சாரம், பண்பாடு, தொடங்கி, கல்வி நிலையம், விடுதி என நீண்டு ஒரு வலிமையான பெரும் எதிரிக் கூட்டங்களோடு கிடந்து சமர் செய்திருக்கிறேன். இப்படிச் சொல்வது, சமூக விடுதலைப் போராட்டத்தை கொச்சைப்படுத்தும் நோக்கத்தை உடையதல்ல. விடுதலைக்காக ஏங்கும் ஒரு சமூகமும் தனக்குள்ளே இத்தனை அடக்குமுறைகளைக் கொண்டிருக்கிறது. இத்தனை அடிமைகளை நிறைத்துவைத்திருக்கிறது. என்னைப் போன்று எத்தனையோ சிறுமிகள், பெண்கள், எந்த ஆதரவுமற்ற மனிதர்கள் இந்தச் சமூகத்தோடு போராடிக்கொண்டுதான் இருக்கிறார்கள். அவர்களை விடுதலை செய்வதற்கான பொறிமுறைகளை முதலில் கண்டுபிடியுங்கள். அதற்காக போராடுங்கள்.

இவை அனைத்தையும் கட்டிக் காத்துக்கொண்டும் பாதுகாத்துக் கொண்டும் சமூக விடுதலையை மட்டும் தூக்கிப்பிடிக்க வேண்டியதில்லை என்பதற்காகத்தான் இதைச் சொல்கிறேன். விடுதலையை கோரும் மக்கள் கூட்டம் ஒருபோதும், அடக்குமுறையாளர்களாக இருக்கக் கூடாது. துயரப்படும் சமூகம் பிறரைத் துயரப்படுத்துவது எந்தவகை தர்மம்? எந்தவகை நியாயம்? ஒரு பெண்ணாக, அந்தப் பெண்ணின் அனைத்துப் பருவங்களிலும் போராடி வெளியே வந்தவள் என்ற வகையில், முதலில் பெண்களுக்கான உரிமையையும் சுதந்திரத்தையும் வழங்கவும் மதிக்கவுமான ஒரு நிலையை சமூகத்திற்குள் உருவாக்குங்கள். அதன் பிறகு போராட்டத்தைக் குறித்து சிந்திக்கலாம் என்றே சொல்ல விரும்புகிறேன்.

இது சற்றுக் கடுமையான விமர்சனமாக தோன்றினாலும், இதிலுள்ள நிதர்சனத்தை என்னைப்போன்று அனுபவமுள்ள எவரும் சொல்வதுதானே நியாயமானது?

இப்படி விவாதித்துக்கொண்டு செல்வதைவிட, உண்மையில் இந்த நாவலில் என்னதான் இருக்கிறது? கொஞ்சம் உள்ளே சென்று வாசித்துப் பார்க்கலாமே! ஒரே உடலில் வசிக்கும் மூன்று பேரைப் பற்றிய கதையாக இருந்தபோதும், அதில் ஒரேயொரு கதாபாத்திரம் மட்டுமே, அந்த உடலை கைப்பற்றி ஆதிக்கம் செலுத்தியது. அந்தக் கதாபாத்திரம் யார்? அவள்தான் தாயைத்தின்னி. அவளே தனது கதையையும், அதோடு இணைத்து புனைவையும் கொண்டு இந்த நாவலை கதையாடலாக மாற்றியிருக்கிறாள். இதைச் சொல்வது தில்லை என்றபோதும் அவளுடைய கதை மிகக் குறைவாகவே உள்ளது.

நீங்கள் வாசிக்குமபோது சந்திக்கும் கதை மனுஷியாக தாயைத்தின்னிதான் இருக்கப்போகிறாள். அவளின் கதையையும் கொஞ்சம் கேட்டுப்பாருங்கள்.

அன்புமிகும்
தில்லை

தாயைத்தின்னி

சின்னச் சிவன்

தேன் துளி ஒன்று நிலத்தில் விழுந்து சிதறுகிறது. இன்னுமொரு துளியை உள்ளங்கையில் இட்டு நக்கிச் சுவைத்துக் கொண்டிருக்கிறாள். அந்தக் கிராமமே மர்மமான ஓர் அமைதியில் திளைத்துப் போயிருக்கிறது. வழமைக்கு மாறான கிராமத்தின் இந்த அமைதி ஏதோவொரு பெரும் அசம்பாவிதம் நடக்கப்போகிறது என்பதை, அந்தக் கிராமத்திலிருந்த எவரும் உணர்ந்திருப்பார்கள் என்று தெரியாது. பறவைகள் கீச்சிடும் ஒலிகள் ஏதுமில்லை. வீட்டின் வேலியோரத்தில் இருக்கும் கேணியிலிருந்து, எழுந்து இரவை ஆக்கிரமிக்கும் தவளைகளின் சத்தங்களும் சிறிதுமில்லை. இந்தக் கிராமத்தின் ஒரு விசித்திரமான இரவு என்பது பின்னர்தான் மக்களால் புரிந்துகொள்ள முடிந்தது. இந்த இரவில் என்னதான் நடக்கப் போகிறது என்பது, அவர்கள் இருவரையும் தவிர வேறு எவருக்கும் இம்மியளவும் தெரிந்திருக்கவில்லை. மிகக் கவனமாகவும் துல்லியமாகவும் கட்டமைக்கப்பட்ட உளவு நிறுவனத்தைப் போன்று இந்தச் செய்தியை மறைத்து வைத்திருந்தனர்.

அவர்களிருவரிடையேயும் ஒரு காதல் ஓடுகிறது என்று அரசல் புரசலாக தெரிந்திருந்தாலும், அதன் விளைவு இதுவரை கிராமத்தில் இல்லாத ஒரு புதுவகையான நடைமுறையாக அமைந்துவிடும் என்று யாரும் நினைத்திருக்க வாய்ப்பில்லை. அவளின் மனம் பதட்டத்தில் அலைந்துகொண்டிருந்தது. ஆனால், உள்ளே ஓர் இனம்புரியாத ஆனந்தம் மலர்ந்துகிடப்பதை அவள் தெளிவாக உணர்ந்திருந்தாள். இதுதான் இந்தக் கிராமத்தில் தான் வசிக்கப்போகும் கடைசி இரவு என்பது மட்டும் அவள் மனதுக்குள் ஆணியடித்ததைப்போன்று பதிந்திருந்தது. இத்தனை நாள் வாழ்ந்த ஊரைப் பிரிவதை நினைத்து ஏற்படும் வலி என்பது, உடலில் ஆணி அடிக்கும்போது ஏற்படும் வலியைத் தந்திருந்தாலும், வாழ்வின் பெரும்பகுதியை தான் நினைத்ததைப்போன்று மகிழ்வாய் வாழ்வது எத்தனை சுகம் என்ற நிலைப்பாடு மறக்கடிக்கச் செய்திருந்தது.

இரவின் கணங்கள் நீண்டுகொண்டிருந்தன. இந்த இரவில் எந்தப் பகுதியில் நிற்கிறேன் என்பதை அவளால் துல்லியமாக அறிய முடியவில்லை. அதைக் கணக்கிட்டுச் சொல்லும் கடிகாரம்கூட அவளிடமில்லை. அவளிடம் மட்டுமல்ல அந்தக் கிராமத்தில் கூட மிகச் சிலரிடமே கடிகாரம் இருந்தது. கடிகாரம் இருந்தும் நேரம் பார்க்கத்தெரியாத ஒரு வசதியான பணக்காரப் பெரியவரும் அந்தக் கிராமத்தில் இருந்தார். கடிகாரம் உள்ளவர்களின் பெயர்களை ஒரு முறை நினைத்துப் பார்த்து பெருமூச்சை அந்த இருளில் எறிந்துவிட்டு காத்திருக்கிறாள்.

ஆடைகளை மூட்டை கட்டி வைத்திருக்கவில்லை. வேறு எந்தப் பொருட்களையும் கையோடு கொண்டு செல்ல எடுத்துவைத்துக் கொள்ளவுமில்லை. அப்படி எடுத்துக்கொள்வதற்கென்று அவளிடம் பொருட்கள் கூட இல்லை. ஒரே ஒரு குட்டிச் சிலை ஒன்று மட்டும் அவளிடம் இருந்தது. அது சிவனின் சிலை. அந்தச் சிலை ஒரு செல்லப் பிராணியைப்போன்று அவளது கைகளுக்கு வந்து சில மாதங்களே ஆகின்றது. அந்த சிவனின் குட்டிச் சிலைதான் தனது வாழ்வையே புரட்டிப்போடப்போகிறது என்று அவள் நினைத்துக்கூடப் பார்க்கவில்லை. குட்டிச் சிலை இருந்துமென்ன அதை எடுத்துவைத்து ரசிப்பதற்கு அவளால் முடியவில்லை. கிராமத்திலிருந்த அந்தச் சூழல் அதற்கான இடத்தை வழங்கவில்லை. வீட்டின் பின்புறத்திலுள்ள ஒட்டுத்திண்ணையிலோ, கோடிக்குள் சிறுநீர் கழிக்கும்போதோ அல்லது மலம் கழிக்கும்போதோ மட்டும்தான் மறைத்து எடுத்துச் சென்று தடவிப் பார்த்துச் சிலிர்த்துக்கொள்வாள். இனி அப்படி ஒளித்து வைத்துக்கொண்டு ரசிக்க வேண்டிய தேவை இல்லை என்பதை நினைக்கும்போது அவளைச் சூழ்ந்திருந்த இருட்டுக்கூட வெளிச்சமாகி மனதில் பரவியது.

வேலியில் நின்ற 'கிளசறியா' மரத்தின் கிளைகள் சலசலப்பதைப் போன்று ஒரு சத்தம் அவளின் காதுகளில் ஒலித்து சட்டென்று மறைந்தது. காற்று அசைத்ததைப் போன்ற ஒரு இயல்பான தன்மை அதிலில்லை. எனவே, அது அவனுடைய சமிக்ஞையாகத்தான் இருக்க வேண்டும் என்ற பூரிப்பில், இரட்டைக் கதவின் இடுக்கால் எட்டிப்பார்க்கிறாள். சில்லென்று அவளுக்கு சிரிப்பு வந்துவிட்டது. அது மரத்தில் கட்டிப்போட்டிருந்த கன்றுக்குட்டி

இலைகுழைகளை கடித்து இழுத்த சத்தம். தன்னைக் கூட்டிப்போவதற்கு அவன் வருவதாகச் சொல்லியிருந்தான். வரும்போது அவன் என்ன வகையான சமிக்ஞையைத் தருவான் என்பதை இருவரும் முடிவு செய்திருக்கவில்லை என்பது அவளுக்கு நினைவு வந்தது. இன்றிரவு வருவதாகச் சொன்னது உண்மைதான். ஆனால், எந்த நேரத்தில் வருவேன், எந்தவகை சமிக்ஞையை செய்வேன் என்று தெளிவாகச் சொல்லியிருக்கவில்லை. அதனாலென்ன, வருவேன் என்றால் வந்தே தீருவான் என்ற நம்பிக்கை அவளுக்கிருந்தது. காதல் ஒரு சோக்கான உணர்வு. அனைத்தையும் கொள்ளையாக நம்பும் மனநிலையை உருவாக்கிவிடுகிறது. இதுவரை அவன் தனது வாக்குறுதிகள் எவற்றையும் மீறியதில்லை என்பதை அவளுடைய மனம் மீண்டுமொருமுறை நினைத்துக்கொண்டது.

குட்டிச் சிவனை எடுத்து மடியில் வைத்துக்கொண்டு தடவிக்கொடுத்தாள். அதன் கண்களை உற்றுக் கவனித்தாள். அந்தச் சிலையின் கண்கள் எதிர்பாராத கணமொன்றில் இமைத்ததைக் கண்டு ஆச்சரியத்தில் திடுக்கிட்டாள். திரும்பவும் உற்றுப் பார்த்தாள். அது பின்னொருபோதும் இமைக்கவேயில்லை. ஏன் இமைக்கவில்லை? சிலையின் கண்களையே உற்றுப் பார்த்துக்கொண்டிருந்தாள். அவளுடைய கவனம் முழுவதுமாக சிலையின் கண்களிலே குவிந்திருந்தமையால், கதவருகே நின்று அவளை அவன் அழைத்துக்கொண்டிருந்ததை அவள் கவனிக்கவே இல்லை. அவள் தூங்கிவிட்டாளோ என்று அவன் பதட்டத்திலிருந்தான். சிலையின் கண்களில் அவனுடைய கண்கள் அவளுக்குத் தெரிந்தன. அதன் கிளர்ச்சியில் அவள் மூழ்கியிருந்தாள். வாசலில் பரவிக்கிடந்த மணலில் இருந்து குறுமணிக் கற்கள் சிலவற்றை எடுத்து கதவின் இடுக்கால், அவள்மீது வீசிக்கொண்டிருந்தான். எத்தனையாவது கல் என்று தெரியவில்லை, அவன் வீசிய கற்களில் ஒன்று சிவனின் கண்களிலிருந்து பார்வையை திருப்பி அவனிடம் கொண்டு சேர்த்தது. காகம், தனது குஞ்சைக் கொத்தவரும்போது கோழி சிலிர்த்துக்கொள்ளுமே அப்படி, உடல் முழுவதும் சிலிர்த்தவளாக எழுந்தாள். கட்டியிருந்த தாழம்பூச் சீலையின் முந்தானை தரையிலேயே கிடந்ததை அவள் பொருட்படுத்தவே இல்லை.

தாயைத்தின்னி | 15

அந்த அடர்ந்த இருளின் நடுவே, பிரகாசமாக அவனுடைய முகம் இருந்ததை அவள் எப்போதும் மறந்துபோகவேயில்லை என்பதை அவள் மரணிக்கும் வரை நினைவில் வைத்துக்கொண்டிருந்தாள் என்று அவளுக்கு நெருக்கமானவர்கள் சொன்னார்கள்.

காலில் செருப்புக்கூட போட மறந்து அவசர அவசரமாக அவனோடு புறப்படத் தயாரானாள். அதுவரை மர்மமான மௌனத்தை நிரப்பிவைத்திருந்த அந்தக் கிராமம் மெல்ல மெல்ல இயல்பு நிலைக்குத் திரும்பத் தொடங்கியது. அவனும் அவளும் சந்தித்துக்கொள்ளும் வரை அந்த இரவு ஏன் இப்படியானதொரு அசாதாரணமான நிலையை உருவாக்கியது? இயற்கைகூட இவர்களின் காதலுக்கு ஆதரவாக இருந்தது என்று எடுத்துக்கொள்வதா? இல்லை வாழ்வின் மிகப் பெருந்துயரை சந்திக்கப் போகிறாய் என எச்சரித்ததாக எடுத்துக்கொள்வதா? இவை எவற்றையும் சிந்திப்பதற்கோ புரிந்துகொள்வதற்கோ அவளுடைய மனநிலை அன்றிரவு தயாராக இருக்கவில்லை. எதிர்காலத்தில் ஒரு மகிழ்வான, தான் விரும்பிய வாழ்வை பற்றிய கற்பனைகள் மட்டுமே அவளை நிரப்பியிருந்தது. ஒரு பெண், அதுவும் மிகப்பழமையான ஆசாரங்களால் வழிநடத்தப்படும் ஒரு கிராமத்திலிருந்து இத்தனை துணிச்சலோடு அவற்றை முறியடித்து, தான் விரும்பிய வாழ்வை சுதந்திரமாக அமைத்துக்கொள்வதற்காக எதையும் மீறும் மனநிலையை அவளுக்கு யார் கொடுத்தது? அந்த மனநிலை அவளுக்குள்ளே தானே உருவானதா? இந்தக் கேள்விகள் வாழ்வின் புதிரான பாதைகளில் உள்ளவை. இந்தப் புதிர்களைத் தீர்ப்பதற்கு நாம் முயற்சிக்க வேண்டியதில்லை. ஏனெனில், நாம் ஒரு கதையை விபரித்துக்கொண்டிருக்கிறோம் என்பது மட்டுமே இங்கு அவசியமானது.

ஒரு குட்டி சிவன் சிலையும், அணிந்திருந்த ஆடைகளையும் தவிர வேறு எதுவும் அவளிடமிருக்கவில்லை. காலில் கறணைகூட இல்லை. காதுகளில் தொங்கவிடப்பட்ட தொங்கட்டானைக் கூட கழற்றி, மண்பானை அடுக்குகளில் ஏதோவொரு பானைக்குள் போட்டுவிட்டாள். அவளைப் பொறுத்தவரை, இவற்றால் எழும் சத்தங்கள் கூட அவளின் இந்தப் பயணத்திற்கு இடைஞ்சலாக வந்துவிடக்கூடாது என்பதுதான். மூச்சுவிடும்

சத்தம் கூட தனது பயணத்தைக் காட்டிக்கொடுத்துவிடும் என நினைத்திருந்தாள், அதைக் கூட இழப்பதற்கு அவள் தயாராகவே இருந்தாள் என்பதுதான் உண்மை. ஆனால், அவனிடம் பெரும் மூட்டையே இருந்தது. சுமக்க முடியாத மூட்டை அது என்று அவள் நினைத்தாள். இருந்தும் அவனிடம் இதை அவள் சொல்லவில்லை. கால்களை தனது கல்லூட்டிலிருந்து மெதுவாக எட்டிவைத்தாள். ஒரு முறை கல்லூட்டு வளவைத் திரும்பிப் பார்த்தாள். அவனுடைய இடது கையை தனது வலது கையால் இறுக்கிப் பிடித்தாள். அந்தப் பிடியின் இறுக்கத்தில் அவன் மெதுவாக நெளிந்தான். அணுகுண்டை வீசிக்கூட அந்தப் பிடியை உடைத்து விலக்க முடியாது என நம்பிக்கொண்டாள். கேணியிலிருந்து தவளைகள் தாறுமாறாக கத்தத் தொடங்கின. மௌனமாக இருந்த காற்று மரங்களில் ஒருமுறை சுழன்றடித்து ஓய்ந்தது. ஆனால், நாய்கள் மட்டும் குரைக்கவேயில்லை. அவனிடம் மெதுவாக கிசுகிசுத்துக் கேட்டாள். ஏன் நாய்கள் மட்டும் நம்மைக் கண்டும் குரைக்காமல் போகின்றன என்று? தெரியாது என அவன் தலையசைத்தான். அவளுடைய வாழ்வின் பெருந்துயரங்கள் வரும் போதெல்லாம் நாய்கள் மட்டுமே குரைக்கப்போகிறது என்று அவளுக்கு தெரியாது. அது அவளையும் கடந்து, அவளின் தலைமுறைக்கும் துயரங்கள் நிகழும் தருணமெல்லாம் நாய்கள் மட்டுமே குரைக்கப்போகிறது என்பதும் அவளுக்குத் தெரியாது. மணல் தெருக்களில் அவன் புதைந்து புதைந்து நடந்துகொண்டிருக்கையில், அவளோ மிதப்பதைப் போன்று லாவகமாக நடந்துகொண்டிருந்தாள்.

கிராமத்தைக் கடந்த தருணத்தில் அவள் புதியதொரு பெண்ணாக மெல்ல மெல்ல மாறத் தொடங்கினாள். அவனுடைய கைகளை இழுத்துப்பிடித்து அவனை சற்று நிறுத்தினாள். ஒரு பெரும் பெருமூச்சோடு தனது கிராமத்தை சிறிது நேரம் உற்றுப்பார்த்தாள். விடைகொடுக்க முடியாத ஒரு துயரம் நெஞ்சை அடைத்தது. எனது வாழ்நாளில் இனி எப்போதும் இந்தக் கிராமத்திற்கு வரவேமாட்டேன் என்பதைப்போன்று மனம் ஆழமாக நம்பியது. ஆனால், தனது வாழ்நாளும், தனது வாழ்க்கையும் இந்தக் கிராமத்திலேதான் முடிந்துவிடப் போகிறது என்பது அப்போது அவளுக்கு தெரியாது.

மழை மெதுவாகத் தூறத் தொடங்கியது. தூறிக்கொண்டே இருந்தது. எவ்வளவு நாட்கள் வரை இந்த மழை தூறியது தெரியுமா? தோளிலிருந்து மூட்டையை இறக்கிவைத்துவிட்டு காலாற அமர்ந்து அவளைப் பார்த்துக்கொண்டிருந்தான். என்னை நம்புகிறாயா என்று ஒரே ஒரு கேள்வியை மட்டும் அவளிடம் கேட்டான். இப்படி ஒரு கேள்விக்கே அவசியமில்லை என்பதுபோல் அவளுடைய பார்வை அலட்சியமாக அவன் மீது எரிந்து விழுந்தது.

அவன் யார்?

அவன் இந்தக் கிராமத்தைச் சேர்ந்தவனல்ல. அவளுக்கும் அவனுக்கும் என்னதான் உறவு? இவற்றைச் சொல்லாமல், நான் கதையை ஆரம்பித்துவிட்டேன் என நினைக்கிறேன். வாருங்கள் அந்தக் கதைக்குப் போகலாம்.

○○○

“**அ**வன்” என்று சொல்கிறேனே அந்த அவன் இந்தக் கதையில் நெடுந்தூரம் பயணிக்கப் போகிறவனல்ல. கொஞ்சக் காலம்தான் பயணிக்கப் போகிறான். ஆனால், அவனுடைய வரவுக்குப் பின்னர்தான், என்றும் நடந்தேறாத ஒரு சம்பவம் அந்தக் கிராமத்தில் நடக்கப்போகிறது. ஏன் நடந்தது? ஏன் நடக்க வேண்டிவந்தது என்பதெல்லாம் பதிலற்ற அமானுஷ்யங்கள்.

அவன் அந்தக் கிராமத்தைச் சேர்ந்தவனல்ல. இந்த நாட்டிலுள்ள வேறு எந்தக் கிராமங்களிலிருந்தும் வந்தவனல்ல. ஆனால், அவன் ஏஞ்சலைப்போன்று அழகானவன்தான். வேறொரு நாட்டிலிருந்துவந்தவன். இந்தியாவின் தென்பகுதியிலிருந்து வந்தவன். இந்தியாவின் தென்பகுதியில் கறுப்பு நிறத்தில்தானே மனிதர்கள் இருப்பார்கள் என்று நீங்கள் நினைக்கலாம். அது உண்மைதான். இந்தக் கிராமத்திற்கென்றே ஒரு ஏஞ்சலாக இந்த அழகானவன் வர வேண்டியிருந்தது என்பது அது அவளுக்காகவேதான் இருக்க வேண்டும்.

இந்தக் கிராமத்திற்கும் நகரத்திற்கும் அத்தனை நெருக்கமான உறவேதுமிருந்ததில்லை. மாடு வாங்க வருபவர்கள்,

தின்பண்டங்கள் விற்பதற்கு வருபவர்கள், ஆடைகளை கொண்டு வந்து விற்பனை செய்பவர்கள் என மிகச் சிறிய கூட்டத்தினரே அடிக்கடி கிராமத்திற்கு வந்துபோவர். சிறு வியாபார நோக்கத்திற்காக வருபவர்களைத் தவிர வேறு யாரும் வருவதற்கு இந்தக் கிராமம் ஒன்றும் உல்லாசப் பயணிகளுக்கான கவர்ச்சியை தன்னிடம் வைத்திருக்கவுமில்லை. இந்தக் கிராமத்திலுள்ளவர்களுக்கும் வேறு கிராமங்களுக்குச் செல்வதற்கான தேவைகளும் இருக்கவில்லை. தாங்கள் வாழ்வதற்கான அனைத்து வசதிகளும், தங்கள் தேவைகளை நிறைவேற்றுவதற்குப் போதுமான அனைத்தும் இந்தக் கிராமத்திற்குள்ளே இருப்பதாக நினைத்துக்கொண்டனர். அல்லது, இந்தக் கிராமத்திலுள்ளவற்றை கடந்து அவர்களின் வாழ்வை நிறைவேற்ற வேறு எந்த மேலதிகத் தேவைகளும் இருக்கவில்லை.

அப்படியென்றால், அவன் எப்படி இந்தக் கிராமத்திற்குள் வந்தான்? அது மாபெரும் கதையுமல்ல. ஏதோ சாகசங்களை நிகழ்த்தி அவன் இந்தக் கிராமத்திற்குள் நுழையவுமில்லை. ஒரு கோவில் கோபுர புனரமைப்புத்தான் அவனை இழுத்துவந்தது. இதுநாள் வரை கோவிலின் சட்டதிட்டங்களுக்குட்பட்டு வாழ்ந்த வாழ்க்கை முறையில், அந்தக் கிராமமே எதிர்பாராத ஓர் உடைப்பைச் செய்வதற்கு அந்தக் கோவிலின் புனரமைப்பு ஒன்றுக்கான தேவையே காரணமாகிப்போனது. அந்தக் கிராமத்திலுள்ள கோவில்களில் பெண் தெய்வங்களே அதிகமிருந்தன. அங்கு மேலும் சிலைகளை அதிகமாக்குவதற்கு கோவில் தலைமைகள் முடிவு செய்தன. எனவே, சிலைகளைச் செதுக்கும் சிற்பிகளை இந்தியாவிலிருந்து வரவழைப்பது என்று முடிவு செய்யப்பட்டு அழைத்து வந்த சிற்பிகளின் கூட்டத்தில்தான் இந்த "அவன்" என்ற ஏஞ்சலும் இருந்தான். வந்த சிற்பிகளில் மிக இளவயது கொண்டவன். அவனே ஓர் அழகுச் சிற்பத்தைப்போன்றே இருந்தான். அந்தச் சிற்பிகள் வந்த முதல்நாளே, கோவில் தலைவர் எங்களுக்கு எப்படி அழகான சிற்பங்கள் வேண்டும் என சொல்லும் போது அவனைக் காட்டியே சொன்னார். அங்கு குவிந்திருந்த மக்கள் அதைக் கேட்டு சலார் எனச் சிரித்தனர். அவனுக்கு அது ஒருவகையான

கூச்சத்தை ஏற்படுத்தியதை அனைவராலும் உணர முடிந்தது. அன்றிலிருந்து அவனைச் சிற்ப அழகன் என்றே பலரும் செல்லமாக அழைப்பது வழக்கமாகிவிட்டது.

அவன் இளமையாக இருந்த போதும் சிற்பம் வடிப்பதில் மிகத் திறமையானவனாக இருந்தான். யார் சிற்பத்தைச் செதுக்கினாலும், சரிபார்த்து கடைசியில் தேர்வு செய்பவனும் அவனாகவே இருந்தான். உண்மையைச் சொல்லப்போனால் அந்தச் சிற்பிகள் குழுவுக்கு அவன்தான் தளபதி. இந்த இளவயதில் இத்தனை ஆற்றலுள்ளவனாக இருப்பதற்கு அவனது பரம்பரையே சிற்பங்களை வடிவமைப்பதில் தேர்ச்சிபெற்ற வல்லுனர்களாக இருந்ததே காரணம் என அந்தக் குழுவிலிருந்த ஒரு ஓட்டைவாயன் அடிக்கடி பீத்திக்கொண்டிருப்பதை அந்த ஊரே அறியும். அந்தக் குழுவிலுள்ள அனைவருக்கும் கிராமத்து மக்கள், "வாயை" மையப்படுத்தியே பட்டப்பெயர்களை சூட்டியிருந்தனர். சப்பட்டைவாயன், இழிச்சவாயன், பக்கட்வாயன், பிதுக்குவாயன், பிரிந்த நெல்மூட்டையை விரித்ததைப்போல இருக்கும் விரிஞ்சவாயன், அடுக்குவாயன் என அனைவருக்கும் பெயருண்டு. அவனுக்கு மட்டும் முதல்நாள் வைத்த பெயரே நிலைத்துப் போய்விட்டது.

அந்தக் கிராமத்திலுள்ள பெண்கள், குழந்தைகள், என அனைவருக்கும் இரண்டுபேர் மீதுதான் அதிக அக்கறை இருந்தது. ஒன்று பிதுக்கவாயன். இவனைப் பார்த்தால் எல்லோருக்கும் அச்சம். கண்ட இடத்திலேயே கதறிக்கொண்டு ஓடிவிடுவர். ஆனால், சிற்ப அழகனை இலேசாக கடைக்கண்ணால் "சைட்" அடிப்பதுபோல் பார்ப்பதும், அவனைப் பற்றிப் பேசுவதும் பொழுபோக்காக மாறிவிட்டது.

சிலை செதுக்கும் சிற்பிகள் தங்கவைக்கப்பட்டிருந்த வீட்டுக்கு அருகிலிருந்த வீடுகளிலிருந்து சில பொம்புளப் பிள்ளைகளைத்தான் அவர்களுக்கு உணவு வழங்கும் வேலையில் ஈடுபடுத்தியிருந்தனர். அந்தப் பொம்புளப் பிள்ளைகளில் ஒருத்திதான் "அவள்". ஆரம்பத்தில் இந்த வேலையை அவள் விரும்பவே இல்லை. அவளுக்கு என்னமோ ஒருவகை ஒவ்வாமையாக இருந்தது. உணவு வழங்கச் செல்லும்

ஒவ்வொரு முறையும் சலித்துக்கொண்டுதான் போவாள். மத்தப் பிள்ளைகளெல்லாம் காட்டும் ஆர்வம் இவளிடம் கிஞ்சித்தும் இருக்கவில்லை. அவளிடம் மூன்றோ நான்கோ தான் பாவாடை சட்டை இருந்தது. அவற்றைத்தான் மாறி மாறி உடுத்துக்கொண்டு போவாள். சிற்பத்தைபோன்று இருக்கும் இளம் சிற்பியைப் பற்றி மத்தப் பொம்புளப் பிள்ளைகள் பேசும் நையாண்டிகளோ, கிசுகிசுப்புகளோ அவளிடமில்லை. அவனைப்பற்றி சிறு கடுகளவும் அவள் யோசித்ததும் இல்லை. ஆனால், அவன் அப்படி இருக்கவில்லை. அவளைப் பற்றியே யோசிக்கத் தொடங்கியிருந்தான். இடைக்கிடை அவளை "தனகி"க்கொண்டிருப்பான். இளமைக்கே உரிய சொற்களால் அவனுடைய தனகுதல் இருக்கும். அந்தத் தனகல்களில் சினிமா நடிகைகளின் பெயர்கள் நிறைந்திருக்கும். சினிமாவில் பெண்களை ரகசியக் காதல் வார்த்தைகளால் அழைப்பதைப் போன்றே அழைத்தும் பார்த்திருக்கிறான். அவளிடமிருந்து எந்த பதிலும் அவனுக்குக் கிடைப்பதே இல்லை. ஒரு புன்னகை, கைகளால் சில அசைவுகள் என மட்டுப்படுத்தப்பட்ட சமிக்ஞைகளே அவனுக்குக் கிடைக்கும். அவளின் சமிக்ஞைகள் அவனுக்குப் புரிவதுமில்லை. அவனின் சமிக்ஞைகள் அவளுக்குப் புரிவதுமில்லை. ஏனெனில், இந்தக் கிராமத்து பழக்க வழக்கங்களை இன்னும் அவன் முழுமையாக அறிந்துகொள்ளவில்லை. அதேபோன்று, சினிமா எதுவும் அவள் பார்த்திராததால் அவன் என்ன சொல்கிறான் என்பதும் அவளுக்கு புரியவில்லை. எனினும், ஏதோவொரு இனம்புரியாத இணைப்பு அவர்கள் இருவருக்குமிடையே இழையோடத் தொடங்கிவிட்டிருந்தது என்பது மட்டுமே உண்மையாக இருந்தது.

இதுவரை அந்தக் கிராமத்திற்கே பழக்கமற்ற சில செயற்பாடுகள் அவளுடைய உடலிலும், உடையிலும் ஏற்படத் தொடங்கியிருந்தது. எந்த நேரமும் சிற்பக் கலைஞர்களுக்கு உணவு கொண்டுபோவதைப் பற்றியேதான் நினைத்துக்கொண்டிருந்தாள். ஒரு நாளைக்கு ஐந்துமுறை உணவு கொடுத்தால் என்ன என்று கிராமத்திலுள்ள கிழவிகள் பலரிடமும் வாய்விட்டுக் கேட்டிருக்கிறாள்.

மூக்குத்தி போடத்தொடங்கினாள். பாவாடை சட்டையை ரங்குப் பெட்டிக்குள் வைத்துவிட்டு சீலை கட்டத் தொடங்கினாள். கிணற்றடியில் நட்டிருந்த மரமஞ்சள் கிழங்கு முழுவதும் பிடுங்கப்பட்டு அரைத்து அவள் உடலிலேயே அப்பிக்கொண்டு திரியத்தொடங்கினாள். கிணற்றில் நீரள்ளும்போதுகூட ஒருவகை நளினத்தோடு துலாந்தை அசைத்தசைத்து இறக்குவதும், மேலே தூக்குவதுமாக அவளின் செயற்பாடுகள் இருந்தன. அவளின் செயற்பாடுகளைக் கவனிப்பதற்கு அவளுக்கு அருகில் தாயுமில்லை. தந்தையுமில்லை என்பது முக்கியம். துலாந்தில் கட்டியிருக்கும் வாளியிலிருந்து ஒழுகும் தண்ணீரை, உள்ளங்கையில் ஏந்திக் குடிப்பதே அவளுக்கு வழக்கம். அப்படிக் குடிக்கும்போது சிற்ப அழகனுடைய நினைவுகள் மனதிலும், உடலிலும் இருந்து சுர்ரென்று ஏறிவந்து தலையிலடிக்கும். ஏனென்றால், அவன் தண்ணி குடிப்பதும் அப்படித்தான். வெங்கலச் செம்பிலுள்ள தண்ணீரை உள்ளங்கையில் ஊற்றித்தான் அவன் குடிப்பான். அவளுக்குள் ஏதோவோரு புதியமாற்றம் நடந்திருப்பதை உணர்ந்துகொண்டாள்.

இதே மாற்றம் அவனுக்குள்ளும் ஒரே நேரத்தில் நடந்திருக்க வேண்டும். அதனால்தான் அடுத்த நாளே அந்தச் சம்பவம் நடந்தது. அடுத்த நாள் உணவுகொண்டு போனபோது, அவளுடைய கண்களை வெகுநேரம் பார்த்துக்கொண்டிருந்தவன் இலேசாக சிமிட்டினான். தாமதிக்கச் சொல்கிறான் என்பதை அவளுக்குள் ஆழத்திலிருந்த ஒரு குரல் அடித்துச் சொன்னது. கூடவந்திருந்த பிள்ளைகளை எத்தி எத்தி, அவர்கள் போகும்வரை சிக்கிக்கொண்டு அந்த வீட்டில் நின்றாள். சாப்பிட்ட கைகளை கழுவுதற்காக வெளியே வந்தவன், வேட்டிக்குள் மறைத்து வைத்திருந்த ஒரு பொருளை எடுத்து அவளிடம் கொடுத்துவிட்டு, "உன்னைக் கல்யாணம் கட்ட விரும்புறன்" என்று தடாலடியாகச் சொல்லிவிட்டான். அவளோ வெட்கப்படவில்லை. சினிமாவில் வரும் பெண்களைப் போன்று அதிர்ச்சியுமடையவில்லை. அவனுடைய கண்களை கொஞ்சம் அதிகமாகவே உற்றுப்பார்த்துவிட்டு வீட்டுக்குச் சென்றுவிட்டாள். அவளின் சமிக்ஞைகளை பற்றி அறியாத அவன் அச்சத்தில் சுருண்டுபோய்விட்டான். அறையில் மல்லாக்க

படுத்துக்கொண்டு விட்டத்தை பார்த்தபடி நாளையோடு நம்மட வேலை முடியப்போகுது என நடுங்கிக்கொண்டிருந்தான்.

அவளும் படுத்துக்கொண்டு விட்டத்தை பார்த்தபடி இருந்தாள். ஒரு புதிய உலகம். புதிய உணர்வுகள் அவளை ஆட்கொண்டிருந்தது. முதன் முதலாக தனது வாழ்வை எப்படி அமைத்துக்கொள்ள வேண்டும் என்ற நினைவில் திட்டமிட்டுக்கொண்டிருந்தாள். நாளையே அவனுக்குப் பதில்சொல்ல வேண்டும். அதுவும் இரவு உணவுக்கான நேரத்தில் என உறுதிப்படுத்திக்கொண்டாள். விடிந்ததும் கிழவிகள் கூடியிருக்கும் மரத்தடிக்குச்சென்று வெத்திலபாக்கு வட்டாவை அவர்களுக்கு கொடுத்துவிட்டு, அவளும் கொழுந்தாண்டு ஒன்றைக் கிள்ளி தனது வாய்க்குள் போட்டுக்கொண்டாள். முன்பு சில நேரங்களில் வெத்திலாக்கு போட்டிருக்கிறாள். இப்போது போடும்போது லேசாக கிறுகிறுக்கத் தொடங்கியது. பொக்கைவாய் பெத்தாச்சியிடம் "கிறுகிறுக்குது என்னகா" எனக் கேட்டாள். அப்புடித்தான். கொசக்கமசக்க இருக்கும். நேரம் போனதும் உடம்ப அசைத்து நடக்கிறதே தெரியாது. மிதக்கிற மாதிரி இருக்கும் என்றாள் பெத்தாச்சி. "வேறென்ன செய்யுங்கா பெத்தாச்சி?" என்றாள்... ஆ... உன்ட புருசனுக்கு புடிச்சமாதிரி உன்ட ஒதடு சிவந்துபோகும் என்று கிண்டலாகச் சொன்னாள். அப்ப இன்னுமொரு மடிப்புத்தாகா... என்று கேட்டெடுத்து வாய்க்குள் போட்டுக்கொண்டாள்.

இஞ்சேகா... பெத்தாச்சி... இன்டைக்கு இரவைக்கு சிலை செய்யிர ஆக்களுக்கு நம்மட கிராமத்து தின்பண்டங்கள் செஞ்சு கொடுப்போமாகா... என்று கதையோடு கதையாக இழுத்துவிட்டாள். பெத்தாச்சிமாருக்கு குசி ஏறி பலகாரங்களைச் செய்யத்தொடங்கிவிட்டனர். அவள் கிறுகி வீட்டுக்கு வந்துவிட்டாள். காலை உணவும் கொடுக்கப்பட்டுவிட்டது. பகலுணவும் கொடுக்கப்பட்டுவிட்டது. அவளிடமிருந்து எந்தப் பதிலும் இல்லை. சிற்ப அழகன் சுருங்கிப்போய் நசிஞ்ச தகட்டுப் பீங்கான் போல பேச்சற்று இருந்தான். அவளின் முகத்தை முன்புபோல் நிமிர்ந்து பார்க்கவேயில்லை. பார்த்த ஓரிரண்டு தடவையும் அவளின் கண்கள் முறைத்துப்

பார்த்தன. நடுங்கிக்கொண்டிருந்தான். அவளின் திட்டம் எதுவும் அவனுக்குத் தெரியாதுதானே அல்லவா?

அவள் திட்டமிட்டபடியே இரவுணவு அந்தக் கிராமத்தின் கைவேலைப்பாடுகள் நிறைந்த தின்பண்டங்களால் ஆக்கப்படுகின்றன. உணவைக் கொண்டு செல்லும் அனைத்துப் பொம்புளப் பிள்ளைகளின் தட்டுகளிலும், எல்லாப் பலகாரங்களும் கலந்துதான் இருக்கின்றன. ஆனால், அவளுடைய தட்டில் இரண்டே இரண்டு தின்பண்டங்கள் மாத்திரமே இருக்கின்றன. அவன் சொன்ன செய்திக்குப் பதிலை இந்தத் தின்பண்டங்களின் ஊடாகவே பரிமாறிக்கொள்ள நினைத்திருந்தாள். அதையே தற்போது செய்துகொண்டிருக்கிறாள். தனது பதில் அவனுக்குப் புரியுமா புரியாதா என்பதை மண்துகள் அளவும் அவள் யோசிக்கவில்லை. தான் விரும்பியபடிதான் தனது உள்ளுணர்வின் பரிமாற்றம் இருக்க வேண்டுமென்று அவளுக்குள் தீர்மானித்துவிட்டாள். அவனுக்கு அவள் என்னதான் சொல்கிறாள் என்பது புரியாமலே இருந்தது. அதை அறிந்துகொள்ள ஒரு மாதம் எடுத்திருந்தது. அதுவும் இந்தக் கிராமத்தில் வைத்து அவனுக்குப் புரியாமலேதான் இருந்தது என்பது வேறு விசயம்.

தயக்கம் எதுவுமின்றி நேராகவே அவனிடம் சென்றாள். தனது தட்டை அவனிடம் நீட்டி, நீ தந்த சிவன் சிலைக்கு பதில் இதுதான் என்று கூறிவிட்டு திரும்பி வந்து கதவு நிலையில் சாய்ந்துகொண்டு, வீறாப்போடு அவனைப் பார்த்துக்கொண்டிருந்தாள். பெண்கள் மென்மையானவர்கள், அதுவும் காதல் வந்தால் தொட்டாச்சிணுங்கியைப் போன்று பார்வைகளுக்கே சுருங்கிவிடுவார்கள் என்று நினைத்திருந்த அவனுடைய எண்ணம் உடைந்து தவிடுபொடியாகிப்போனது. நகரங்களின் தொடர்பு ஏதுமில்லாத இந்தக் கிராமத்தில் கூட, இத்தனை விறைப்பான ஒரு பெண்ணா என மனதுக்குள் நினைத்துக்கொண்டு அவளைப் பார்த்தும் பார்க்காமலும் தட்டிலுள்ள புதிய பொருட்களை சாப்பிடத்தொடங்கினான்.

இரண்டு மோதகமும், ஒரு எண்ணெய்ப் பணியாரமும் இருந்தது. அவற்றின் பெயர்களைக்கூட கூடவந்த பெண்களிடம் கேட்டுத்தான்

தெரிந்துகொண்டான். அவன் சாப்பிட்டு முடித்ததும் ஒரு மெல்லிய புன்னகையை அந்தத்தட்டின் மீது வீசி எறிந்துவிட்டு அவள் வீட்டுக்குச் சென்றுவிட்டாள். விறைப்பான முகம், நெஞ்சை உதைத்துத் தள்ளும் பார்வை இவற்றுக்கிடையே தட்டில் சிறகுவிரித்து வந்து மெதுவாக அமர்ந்த புன்னகைதான், நேற்று முட்டியிருந்த மூச்சை தளர்த்தி மூக்கின் வழியே பரவவிட்டது. அவளும் தன்னை விரும்புகிறாள் என்பதை ஓரளவு புரிந்துகொண்டான். ஆனாலும், அவள் பலகாரத்தட்டை நீட்டி குறியீடாகச் சொன்ன பதில் என்னவாக இருக்கும் என்று அடிக்கடி யோசிக்காமலில்லை. அவள் வீட்டுக்குச் சென்று ரங்குப் பெட்டியைத் திறந்து சிவனின் குட்டி சிலை இருக்கிறதா என தடவிப் பார்த்து உறுதி செய்துவிட்டு தூங்கிவிட்டாள்.

அன்றிலிருந்து, சின்னச் சின்ன சொற்களாலும், பார்வைகளாலும், கைகளின் சைகைகளாலும் அவர்கள் உரையாடத் தொடங்கினர். அது கிராமமாக இருந்தால் என்ன? அவர்களின் தொழில்நுட்பம் மிகவும் ஆற்றல் வாய்ந்தது. காதுகளும், கண்களும், நடப்புகளும் என மிகக் குறைந்த தொழில் நுட்பங்களைப் பயன்படுத்தினாலும், அவற்றினூடாக அறிந்து, அவற்றை சல்லடைசெய்து தெளிந்து அந்தக் கிராமத்து மக்கள் கண்டுபிடிக்கும் உண்மைகளை நாசா விஞ்ஞான கூடம் கூட அத்தனை வேகமாக கண்டுபிடிக்காது. அவளுக்கும், அவனுக்கும் மட்டுமல்ல, அவனோடு இருக்கும் சிற்பக் கலைஞர்களுக்கும், ஊர்ப்பெரியவர்களுக்கும் தெரியாமல் கிழவிகளும் பெண்களும் கண்டுபிடித்து வைத்திருக்கும் ரகசியங்கள் ஏராளம். அந்த ரகசியங்களில் மிக முக்கியமான ஒன்றாக அவர்களின் காதல் பற்றிய சங்கதிகள் முதலிடத்திற்கு வந்துவிட்டன. ஏதோ சின்னப் புள்ளயள் விளையாட்டாகச் செய்கிறார்கள். சிற்பக் கலைஞர்கள் ஊரைவிட்டுப் போனதும், அந்தக் காதலும் வேப்பமரத்திலிருந்து பேய் தப்பியோடுவதைப்போன்று போய்விடும் என்றுதான் நம்பியிருந்தனர். அவர்களின் விஞ்ஞானக் கண்டுபிடிப்பு பொய்த்துப்போய்விடும் என்று ஒருபோதும் கிழவிகள் நம்பியிருக்கவில்லை. இந்தக் கிராமத்து கிழவிகளின் விஞ்ஞானக் கண்டுபிடிப்புகள் இதுவரை அந்தக் கிராமத்தில் பொய்த்துப் போனதே இல்லை. அதற்குக் காரணம், இதுவரை கிராமத்தில்

இப்படி பல காதல்கள் முளைவிட்டு ஊருக்கு வந்தவர்கள் வெளியேறியவுடன் காதலும் வெளியேறியிருந்ததுதான்.

அந்தக் கிராமத்தின் இறுக்கமான சட்டதிட்டங்களும் அப்படியானதுதான். மிகச் சில குடும்பங்களே உள்ள கிராமம் என்பதால் அந்த மக்களை தமது கண்காணிப்பிற்குள் வைத்திருப்பதில் கோவில் தலைமைகளுக்கும், ஊர்ப்பெரியவர்களுக்கும் எந்தச் சிரமங்களும் இருக்கவில்லை. வெளியூர்களில் படித்துவிட்டு வந்த தலைமுறையினரும் அங்கில்லை. இதுவரை மீறப்படாமல் இருந்த கட்டிறுக்கமான வரைமுறைகளை ஒரு சின்னப்பெண் உடைத்துவீசி புறங்காலால் ஒத்திவிட்டுப் போகப்போகிறாள் என்பதை கிராமத்து விஞ்ஞானக் கிழவிகள் யாரும் ஊகித்திருக்கவில்லை.

அவன் மெல்ல மாறத் தொடங்கியிருந்தான். கூடவே இருக்கும் சிற்பக் கலைஞர்களுக்கு ஒன்றுமே புரியவில்லை. பார்வதி என்று கூறி அடிக்கடி கதைகளை சொல்லத் தொடங்கியிருந்தான். கூடவே இருந்த, ஊரின் பிள்ளைகள் பயந்த அந்த பீத்தவாயன், மூக்குத்தூளைத் போட்டுக்கொண்டு என்ன புதிதுபுதிதாக கதைகள் வருது? திடீரென்று பார்வதியெல்லாம் வாறாங்க என்ன விசயம் எனக் கேட்டுவிட்டார். அதுவா அதெல்லாம் ஒன்டுமில்ல, சிவன் பார்வதி கதைதான் என்று சமாளித்துவிட்டான்.

அவள் கொஞ்சம் அதீத துணிச்சல் நிறைந்தவள். அவளுக்குள் இந்தத் துணிச்சல் எப்படி உருவானது என்று தெரியாது. ஆனாலென்ன, இத்தனை துணிச்சல் நிறைந்த அவள், தனது முழு வாழ்க்கையையும் வாழ்ந்து முடிக்க தைரியமற்றுப்போன முக்கியமான சம்பவங்களும் உண்டு. அவற்றை நீங்கள் பிறிதொரு அத்தியாயத்தில் சந்திக்கலாம்.

கிராமம் முழுவதுமாக, அவர்களின் காதல் கதை காத்தடிக்கிற பக்கம் எல்லாம் பறக்கும் தூசி துகள்களைப்போன்று அதன்பாட்டிலேயே பரவிக்கொண்டிருந்தது. அப்படி காற்றில் மிதந்து செல்லும் குப்பை கூழங்களிலிருந்து அவளும் தெரிந்துகொண்டுவிட்டாள். நமக்கு ஏதோ ஆபத்து வரப்போகிறது என்பதை முன்கூட்டியே ஊகித்துக்கொண்டாள். கிராமத்தின் இறுக்கமான கட்டுப்பாடுகள் அவளுக்கும் தெரியும்.

பெருங்கதையாக இதுமாற்றமடைந்து தனது கால்களை சுற்றிவளைத்து நகரமுடியாமல் முடக்கிப் போடுவதற்கு முன்பே, இதிலிருந்து தப்பித்துவிட வேண்டுமென்று யோசித்தாள். இதை அவனுக்கு எப்படி அறியச் செய்வது? இதுவரை அவனோடு அதிகம் பேசியதில்லையே என்ற எண்ணவோட்டம் அவளைச் சுற்றிக்கொண்டே இருந்தது. முன்பிருந்ததைப்போன்ற ஒரு மலர்ச்சி அவளிடமிருக்கவில்லை.

சிந்தனை என்பது மனிதனை உயர்த்தும் என்பார்கள் ஆனால், அது ஒரு மனிதனை உருக்குலைத்தும்விடும் என்பதை அவளைப் பார்த்திருந்தால் உணர்வீர்கள்.

காதலின் ஆழமும், அதன்மீதான நம்பிக்கையும்தான் அவளுக்கு இத்தத் துணிச்சலையும் தைரியத்தையும் தந்ததா? இல்லை இயல்பிலேயே அவளுக்குள் இவை இருந்தனவா? இயல்பிலே அவளுக்குள் இருந்திருக்க வேண்டும். ஒரு கட்டத்தில் அந்த அபார துணிச்சலை அவளுக்குள்ளேயே போட்டு புதைத்து மூடிவிட்டதால் தான் பின்நாட்களில் அவளால் வாழ்வை எதிர்கொள்ள முடியாது போயிருக்கலாம்.

அவளிடம் ஏற்பட்டிருந்த மாற்றத்தை துல்லியமாக அவன் கவனித்திருந்தான். அழகர் மலையில் பளபளத்துக்கொண்டிருந்த சிலை, கைதவறி கீழேவிழுந்து உடைந்து சிதறிவிட்டதைப் போன்றிருந்ததை அவளிடம் உணர்ந்தான். இப்போதெல்லாம் சிலைக் கலைஞர்களுக்கு உணவு கொண்டுவரும் பிள்ளைகளில் அவளிருப்பதில்லை. எப்போதாவதொருதரம் அவன் குடியிருந்த வீட்டுவாசல் வழியே, தனது கண்களை அவனுடைய பக்கம் குண்டை உருட்டிவிடுவதைப்போன்று உருட்டிவிட்டு கடந்து சென்றுவிடுவாள். குண்டு விளையாடுவதில் இருந்த தேர்ச்சி கண்களை உருட்டிவிடுவதிலும் தீர்க்கமாக இருந்தது. ஆனாலும், அவனுடைய நினைவுப் பிரதேசமெங்கும் அவள் மட்டுமே நடமாடிக்கொண்டிருந்தாள். அவளுக்கு என்ன நடந்துவிட்டது என்று அறியாமல் சிற்ப அழகனின் உளி, சிலைகளின் நாலாபுறமும் தவறித்தவறி விழுந்துகொண்டிருந்தது.

எப்படியாவது அவனைச் சந்திக்கத் தூண்ட வேண்டும் என்பதற்காகவே அவள் இப்படி நடந்துகொள்கிறாள் என்பதும்

பின்னரே அவனுக்கு தெரிந்தது. கிராமத்திலுள்ள எவரோடும் அவள், அவர்களுக்கிடையில் கரையில் கிடந்து துடிக்கும் பொட்டியான் மீனைப் போன்ற காதலை சொல்லியிருக்கவில்லை. சொல்ல விரும்பியதுமில்லை. அவளைப் பொறுத்தமட்டில் காதல் என்பது தனிப்பட்ட உள்ளுணர்வுகளின் வற்றிவிடாத ஆற்றல். அதற்கு நிறையுண்டு. மாபெரும் நிறை. அவற்றைச் சுமக்க துணிச்சலுள்ளவர்கள் மட்டுமே காதலைத் தேர்ந்தெடுக்க வேண்டும். இப்படித்தான் தனக்குள் பொத்திவைத்துக்கொண்டாள்.

பறவைகள் வீடுதிரும்பும் கருக்கல் நேரம். இப்படித்தான் சொல்ல வேண்டும். ஆனால் அந்தக் கிராமத்திற்கு மட்டும் அது எப்போதும் பொருந்தாது. பறவைகளின் இருப்பிடமே அதுதான். பிற ஊர்களில் இருந்துதான் பறவைகள் அந்தக் கிராமத்திற்கு இரைதேடி வரும். அதனால், இரைகளைச் சேமித்துக்கொண்டு கிராமத்தைவிட்டு பறவைகள் வெளியேறிக்கொண்டிருக்கும் நேரம் என்று இந்த இடத்தில் சொல்லவேண்டி வருகிறது. வெளியூர்ப் பறவைகள் வெளியேறும் நேரம், அவன் எதற்காகவோ வேட்டியை சிறகடித்துக்கொண்டு புதையும் மணற்பாதையால் வருகிறான். அந்த மணல்பாதைகளில் முட்களும், நத்தையோடுகளும், கரடுமுரடான கற்களும் நிறைந்து கிடக்கிறதே!. அவனுக்கு அது தெரியாது. காலில் செருப்புகளற்று நடந்துவருகிறான். தெத்தித் தெத்தி நடப்பதைப்போல், அடிக்கொருதரம் கால்பாதங்களை தடவுவதும், முட்களைப் பிடுங்கி எறிவதுமாக அவன், அவளின் வீட்டைத் தேடித்தான் வரவேண்டும். கிடுகுகள் பிய்ந்து கிடக்கும் வேலியில் நின்ற கோழிகளைப்பிடித்து கூட்டில் அடைக்க வந்தவள், தூரத்தில் அவன் வருவதைக் கண்டுவிட்டாள். அவசர அவசரமாக கோழியை அடைத்துவிட்டு வேலியோரம் வந்து, சுத்தும் பித்தும் கண்களை எறிந்து துளாவிப் பார்க்கிறாள். கிழவிகெட்டைகளைக் கூடக்காணவில்லை. இதுதான் நல்ல சகுனம் என்று தனது கைகளை அசைத்து அவனுக்கு அடையாளம் காட்டுகிறாள். மின்னல் வேகத்தில் அவன் வந்து நிற்கிறான். கால்பாதங்களில் எத்தனை முட்கள் ஏறியிருக்கும்? எத்தனை நத்தையோடுகள் தைத்திருக்கும்? அவற்றைக் கணக்குப் பார்க்கவா நேரம். ஆட்கள்

வருவதற்குள் கதைத்துவிட்டு திரும்பிவிட வேண்டும். அவன் ஏதும்பேசாது திகைத்துப்போய் நின்றான்.

“நாளெய்க்கு நாம ஊர உட்டுப்போகணும். இரவு முழுக்க காத்திருப்பன். ஏதாவதொரு நேரத்தில நீ வா, இப்ப கவனமா திரும்பிப்போ. மிச்சத்த ஊரஉட்டு போகக்குள சொல்லுரன்” என்றாள் அவள். வேலியோரத்தில் நின்ற அன்னமின்னா மரத்திலிருந்து ஒரு பழத்தை ஆய்ந்து கைகளில் திணித்து வழியனுப்பிவைத்தாள். அவன் எதுவும் பேசவில்லை. அவர்களுடைய இந்த காதல் உறவில் அவர்களுக்கிடையில் பேசப்பட்ட மிக நீண்ட உரையாடல் இந்த வாக்கியம்தான். மற்ற எல்லா உரையாடல்களும் மனதும் மனதும் பேசிக்கொண்டவைதான். அவனை அவள் ஒருபோதும் பன்மையில் மரியாதை வார்த்தைகளால் அழைத்ததே இல்லை. “நீ” போன்ற ஒருமையில்தான் அழைத்திருக்கிறாள். அதீதமான காதல், ஆழமான காதல், நேர்மையான காதல் ஒருமையில்தான் இருக்கிறதல்லவா?

கால்கள் புதையப் புதைய முட்களும், சிராய்களும் பாதங்களில் குத்திக்கொள்ள அவன் திரும்பி நடக்கத்தொடங்கினான். மின்னல் வேகத்தில் வந்தவன் ஆமை வேகத்தில் திரும்பிக்கொண்டிருந்தான். அவனுடைய தலை தெறித்துக்கொண்டிருந்தது. இந்தத் திடீர்க் கட்டளையை அவன் எதிர்பார்த்திருக்கவில்லை. கிராமத்திற்கு வந்த வேலை பாதியில் கிடக்கிறது. அவள் சும்மா சொல்லப் போதுமில்லை. ஊரில் ஏதோ நடந்துகொண்டிருக்கலாம். அதனால்தான், இந்த முடிவை அவள் எடுத்திருக்கலாம் என ஊகித்துக்கொண்டான்.

உறங்கச் சென்றான் உறங்கவே முடியாதிருந்தது. கையை வேகமாகச் சுழற்றுவதைப்போல, மிக வேகமாக விடிந்துவிட்டது. எழுந்து காலைக்கடன்களை முடித்துவிட்டு வந்து வேலையைத் தொடங்கினான் இருட்டிவிட்டது. அவள் வரச்சொன்ன இரவு இதுதான். கூடவே இருந்த யாருக்கும் தெரியாமல், எதுக்கு எண்டு எதுவும் சொல்லாமல் மூட்டை இரண்டைக் கட்டி வைத்துவிட்டு யோசித்துக்கொண்டிருக்கிறான். குளத்திற்குள் போட்ட தூண்டில்போல மப்புலி மிதந்துகொண்டே இருந்தது.

மனம் அதைக் கொத்தி மப்புலி இன்னும் அனுக்கவில்லை. மப்புலி அனுக்கினால்தானே மீன்கொத்தியிருக்கிறதென்று அர்த்தம். நேரம் போவது தெரியவில்லை. சில நிமிடங்களில் மனதிற்குள் ஏதோ அசைவதைப் போன்றிருந்தது. தூக்கத்தில் நடப்பவனைப்போல மூட்டை இரண்டையும் தோளில் போட்டுக்கொண்டு நடக்கத் தொடங்கினான். அவளுடைய வீடு வந்துவிட்டது. இதைப்பற்றி எந்த யோசனையுமில்லாமல் சிவன் சிலையைப் உற்றுப் பார்த்துக்கொண்டே இருந்தாள். குறுமணிக் கற்களை பொறுக்கி எறிந்தும் அவள் திரும்பிப் பார்க்கவில்லை.

○○○

இப்போது ஊரைக்கடந்து அந்த அவனும், அவளும் போய்க்கொண்டிருந்தனர். மங்கி கண்களின் வீச்செல்லையை ஊர் கடந்துவிட்டிருந்தது. மௌனமாகவே இருவரும் சென்றுகொண்டிருந்தனர். அவன், “உன்னை திரும்பச் செய்வதற்கு நான் எறிந்த குறுமணிக் கற்களை சேகரித்திருந்தால், ஒரு ஊடே கட்டியிருக்கலாம்” என்றான். சுதந்திரமாக சத்தமிட்டு அவள் சிரித்தாள். எத்தனை அழகு. என்னவோர் அழகான பற்கள். எத்தனை ஆத்மார்த்தமான விடுதலை உணர்வு. அவள் உடலாலும் மனதாலும் விடுதலை பெற்று மலர்ந்து கிடந்தாள். சுதந்திரம் என்ற ஆழமான உணர்வை ஒரு உருவமாக கைகளில் பிடித்துக்கொண்டு நடப்பதைப் போன்று அவன் உள்ளூர சிலிர்த்துக்கொண்டான். இந்த விடுதலை உணர்வுக்கு பெயர்தான் காதலா என்று நினைத்துக்கொண்டான். அவள் எதுவும் பேசவில்லை. அவனைப் பார்ப்பதும் புன்னகைப்பதுமாக மட்டுமே இருந்தாள். லட்சம் ஆண்டுகளை சுருக்கி வைத்ததைப்போன்ற கணங்கள் அவர்கள் இருவரிடையேயும் தோள்களில் ஏறிக்கொண்டன. அனைத்துக் கணங்களும் சுதந்திரத்தால் நிரம்பிய பாரம்.

கிராமத்தைவிட்டு வெகுதொலைவுக்கு வந்துவிட்டார்கள். நாளை விடிந்தால் ஊரில் என்ன நடக்கப்போகிறது? தனது சக கலைஞர்களுக்கு ஏதாவது பாதிப்பு நடந்துவிடுமா என்ற அச்சம் அவனுக்குள் இடையிடையே தலைகாட்டி மறைந்தது. அவனால் முழுமையான சுதந்திர உணர்வை தரிசிக்க முடியாமல் இருந்தது. அவளுக்கு அப்படியில்லை. கொத்தடிமைச் சிறையிலிருந்து

சுதந்திரமான பூமிக்கு தப்பிவந்ததைப் போன்ற ஓர் உள்ளுணர்வு. மனமும் உடலும் ஒன்றை ஒன்று தழுவிக்கொண்டு முயங்கிப்போகும் ஆழ்ந்த பரவசத்தை சந்தித்துக்கொண்டிருந்தாள். அப்போதுதான், நெடுநேர அமைதியை துரத்திவிட அவன் பேசத் தொடங்கினான்.

“மழை இன்னும் தூறிக்கொண்டிருக்கிறது. எனக்குள்ளும் அதே ஒரு உணர்வு. உனக்கு எப்படி”

“எனக்குள் நரிக்கும் புலிக்கும் கல்யாணம்” என்றாள்.

அவனுக்கு ஒன்றுமே புரியவில்லை. அவளின் பேச்சாகட்டும், அவளின் செயல்களாகட்டும் அவனுக்கு புரிவதேயில்லை. புதிராகவே இருந்தது. ஆயினும், அவள் வெளிப்படுத்தும்முறை கடுமையான ஈர்ப்பாக இருக்கும். புரியாத போதும் அழகாகவும், பரவசமாகவும் எத்தனையோ விசயங்கள் இந்த உலகத்தில் இருக்கின்றன. அவற்றைப்போன்றுதான் அவளும். அவளின் பேச்சும் செயலும். அவனை ஈர்த்துக்கொண்டே இருந்தது. “அதுசரி, நரிக்கும் புலிக்கும் கலியாணம் என்டால் என்ன?” என்று கேட்டான். அவள் முதன் முதலாக அதிகமாக பேசத் தொடங்கினாள். “மழையும் வெயிலும் ஒரே நேரத்தில் செயல்படுவதைத்தான்” எங்கட ஊருல இப்படிச் சொல்லுவார்கள் என்றாள். அதை துண்டுதுணுக்காக விபரித்துக்கொண்டே இருந்தாள். இந்தச் சிறியதொரு சம்பவத்தை அவள் விபரித்து முடிப்பதற்குள் எவ்வளவோ தூரம் வந்துவிட்டனர். இந்தியாவுக்கு கப்பலேறிச் செல்லும் கிராமத்திற்கே வந்துவிட்டனர். இன்னும் அவள் விபரித்து முடியவில்லை.

இந்தியாவுக்கு கப்பலேறிச் செல்லும் கிராமத்தின் பெயர் என்ன என்று அவள் கேட்கவேயில்லை. அவளைப் பொறுத்தவரை, ஊர்களின் பெயர்கள் முக்கியமே அல்ல. அதை அறியும் ஆவல் அவளுக்கு இருந்ததே இல்லை. ஒரே ஒரு ஊருக்குள், அதுவும் ஒரே ஒரு வீட்டுக்குள் தனித்து வாழச் சபிக்கப்பட்ட காலம் ஒன்று வரப்போகிறது என்று அவளுக்கு தெரியாது. அப்படி வந்தபோது மட்டும்தான், வாழ்வதற்கு ஏற்ற ஊர் எதுவாக இருக்கும் என்று ஊருக்குள் வரும் வியாபாரிகள், வெளியூர்காரர்கள் என அனைவரிடமும் ஆவலாகவும் ஏக்கத்தோடும் விசாரிப்பதையே

அவளின் ஒரே ஒரு செயலாக மாற்றிக்கொண்டிருந்தாள் என்பது வேறு விசயம்.

தெருக்களெங்கும் மீன்வாடை வீசியது. ஒவ்வொரு வீட்டிலும் மீன் கழிவுகளின் வாசம். காற்றில் கூட அந்த வாடை இழைந்தோடிக் கொண்டிருந்தது. சில மணிநேரங்கள் அவளுக்கு அந்தச் சூழல் ஒரு ஒவ்வாமையை ஏற்படுத்தியபோதும், மிக வேகமாக அதை அனுசரித்துக்கொள்ளும் மனநிலை மாற்றத்தை, இரசாயன மாற்றத்தைப்போல் ஏற்படுத்திக்கொண்டாள். சூழலுக்கு மிகவேகமாக மாறிக்கொள்ளும் ஆற்றலும் மனப்பக்குவமும் அவளுக்கு இயற்கையாகவே இருந்திருக்க வேண்டும். உண்மையில், ஒரு விசித்திரமான பெண்தான் அவள். தற்போது வந்திருக்கும் கிராமம் ஒரு மீனவக் கிராமம் என அறிந்துகொண்டாள். அங்குள்ள மக்கள் தனது கிராமத்திலிருப்பவர்களைப் போன்றில்லை. தமிழைத்தான் பேசினாலும், பிறிதொரு கலாச்சாரத்தையும் பண்பாட்டையும் கொண்டவர்களாக இருப்பதை அறிந்துகொண்டாள். அவர்களின் இரக்க குணமும், அன்பும் இவளுக்குள் இருக்கும் உணர்வுகளோடு மிக நெருக்கமாக ஒரே அலைவரிசையில் பின்னிப் பிணைந்துகொண்டன. கப்பல் வரும்வரை இந்தக் கிராமத்தில்தான் இருக்கப் போகிறோம் என்பதை அவன் சொல்லி, இவள் அறிந்துவைத்திருந்தாள். அந்தக் கிராமத்திலுள்ள ஒரு வீட்டில்தான் அவனும் அவளும் தங்கியிருந்தனர். ஒன்பது நாட்களின் பின் ஒரு பகலில்தான் அவர்களின் முதலிரவு நடந்தது. முதலிரவு என பெயரிட்டிருப்பதே அது இரவில் நடக்க வேண்டும் என்பதனால்தான். அவளுக்கான எல்லாம் விசித்திரமாகவே இருந்ததைப்போல, முதலிரவும் பகலிலே நடந்தது.

○○○

அவளுடைய கிராமத்தில் மழை இன்னும் தூறிக்கொண்டிருந்தது. கூட்டில் அடைக்கப்படாமல் இருந்த மான்புள்ளிச்சாவல் அவளுடைய வீட்டு வேலியில் நின்றபடி கூவிக்கொண்டிருந்தது. விடிந்து எவ்வளவோ நேரமாகியும் அது கூவுவதை நிறுத்தவில்லை. ஒருவேளை அவளைத் தேடுகிறதோ என்னவோ?

சிற்பக் கலைஞர்கள் காலைக் கடன்களை முடித்துக்கொண்டு சிலைகளை செதுக்கும் வேலையில் மும்முரமாக இருந்தனர். ஊரில் ஒரே பதட்டம். அங்குமிங்குமாக மக்கள் கூடிக்கொண்டு ஏதோ எளவு விழுந்துவிட்டதைப் போன்று முகங்களில் துயரம் நிரம்பியிருக்க தெருக்களில் நடந்துகொண்டிருந்தனர். சிலர், கிராமத்திற்கு அருகிலுள்ள பற்றைக்காடுகளுக்கு அனுப்பப்பட்டுக் கொண்டிருந்தனர். வழக்கத்திற்கு மாறான இந்தச் சஞ்சலம் ஊரெங்கும் பரவி, சிற்பக் கலைஞர்களின் வீட்டுக்குள்ளும் நுழைந்தது. அப்போதுதான், “அவளை”க் காணவில்லை என்ற செய்தி இவர்களுக்குத் தெரியவந்தது. அடைத்திருந்த சிற்ப அழகனின் அறையைத் திறந்து அவனுக்கும் சொல்லிவிடுவோம் எனப் பார்த்தபோதுதான் பீத்தவாயன் பேயறைந்ததைப் போன்று உறைந்துபோய் நின்றான். என்னடா என பலமுறை கேட்டும் அவன் வாய்திறக்கவோ அசையவோ இல்லை. எடுத்ததற்கெல்லாம் ஓயாமல் உழறிக்கொண்டிருக்கும் பீத்தவாயனின் வாய்க்கு என்னாச்சி என்று பார்த்தால், சிற்ப அழகனையும் காணவில்லை. அதிகம்பேசாத அடுப்புவாயன் ஓயாமல் ஒரு வாக்கியத்தையே மந்திரம்போல் உச்சாடனம் செய்யத்தொடங்கிவிட்டான். “நம்மள என்ன செய்யப் போறாங்களோ...? என் புள்ளகுட்டிகளோட நான் போய்ச் சேரனும்” இதைத்தவிர வேறு எந்த வாக்கியங்களும் அவனுடைய வாயிலிருந்து வரவில்லை. சிற்ப அழகனையும் காணவில்லை என்ற செய்தி, எருமைமாட்டு மூத்திரம்போல ஊரின் தொங்கல்வரை ஒரே கணத்தில் மணக்கத் தொடங்கிவிட்டது. என்ன நடந்திருக்கிறது என்ற விபரீதத்தை அந்த ஊர் புரிந்துகொண்டுவிட்டது. நிதானமாக காய்களை கோவில் தலைவர் நகர்த்தத் தொடங்கிவிட்டார்.

அவரைப் பொறுத்தவரை கோவிலுக்கான சிற்பங்களையும் செதுக்கி எடுத்துக்கொள்ள வேண்டும். ஊரின் வரலாற்று கட்டமைப்பை உடைத்த அவளையும் திரும்ப எடுத்து, அவளுக்கு கொடுக்கும் தண்டனையைப் பார்த்து இனி ஒருபோதும் வேறு எவரும் அவளைப் போன்று நடக்கக்கூடாது. இதற்கு என்ன செய்யவேண்டுமோ அதை மொசாட் உளவமைப்பைவிட வேகமாக திட்டம் தீட்டிக்கொண்டார். அந்தத்

திட்டத்தை ஊரிலுள்ள எவருக்கும் சொல்லாமல் ரகசியமாக வைத்துக்கொண்டார். சிற்பக் கலைஞர்களுக்கு கட்டளை பறந்தது. யாரும் அச்சப்பட வேண்டாம். சிற்பங்களை செதுக்கி முடித்துவிடுங்கள். அதன் பிறகு கப்பலேறச் செல்லும் ஊருக்குச் சென்று சிற்ப அழகனையும் அவளையும் அழைத்துவாருங்கள். இருவருக்கும் திருமணம் செய்து கொடுப்போம் என்று ஊர்மக்கள் மத்தியில் சொல்லிவைத்துவிட்டார். ஏதோ கொலை நடக்கப்போகிறது என்ற தோரணையில் ஒன்றுகூடியிருந்த கிராமத்து மக்கள், கல்லெறிந்தால் மரத்திலுள்ள பறவைகள் பறந்துவிடுவதைப்போல இருந்த இடம்தெரியாமல் கலைந்து சென்றுவிட்டனர். அவரவர் வேலைகளில் மூழ்கிவிட்டனர். அன்று பகலுணவுக்கு முன்பே ஊர் வழமைக்குத் திரும்பிவிட்டிருந்தது.

கோவில் தலைவர், சிற்பக் கலைஞர்களில் ஒருவரை கப்பலேறும் ஊருக்குச் சென்று அவனிடமும், அவளிடமும் இந்தச் செய்தியைச் சொல்லும்படி பணித்துவிட்டார். கட்டளைப்படி பீத்தவாயன்தான் பயணத்தை தொடர்ந்தான். அடுத்த நாளே அவன்சென்று அவனிடமும், அவளிடமும் செய்தி சொல்லப்பட்டுவிட்டது. ஆனால், அவளுக்கு இந்த யோசனை உள்ளூர ஏதோவொரு தொந்தரவைத் தந்துகொண்டே இருந்தது. கப்பலேறிப் போவதுதான் சரியானது என்று அவள் பிடிவாதமாக இருந்தாள். அதன் காரணமாகத்தான் அவர்களிடையேயான முதலிரவுக்கு பதினொரு நாட்கள் தேவைப்பட்டன. மரத்தடியில் கூடும் விஞ்ஞானக் கிழவிகளின் ஆராய்ச்சியில் கோவில் தலைவரின் பஞ்சாயத்து சரியானதாகப் படவில்லை. ஒரு கிழவி விஞ்ஞானி மட்டும் இதற்குப் பின்னால் ஏதோ சூழ்ச்சியிருப்பதாக புறுபுறுத்துக்கொண்டே இருந்தாள். அந்தக் கிழவி விஞ்ஞானி உண்மையில் ஒரு தீர்க்கதரிசிதான் போலும்.

அவனுக்கும் அவளுக்கும் திருமணம் நடந்தது. ஆனால், அந்தத் திருமணம் சடங்கு சம்பிரதாயப்படி நிகழ்ந்தது அல்ல. திருமணம் நடந்த அறையில், சாமிகள் மரச்சட்டகங்களுக்குள் சிக்கியதைப்போன்று சுவரில் தொங்கிக்கொண்டிருந்தனர். அவள் குட்டி சிவனின் சிலையை சாட்சிக்குவைத்து அந்தத் திருமணத்தை செய்துகொண்டாள். அப்போதே, டுகதர் (*living together*) போன்று ஒரு திருமணம். என்னவொரு ஆச்சரியம்.

அவள் உண்மையில் பிறந்திருக்க வேண்டிய காலம் இதுதான். தவறுதலாக ஐம்பது வருடத்திற்கு முன்பு அதுவும், ஒரு குக்கிராமத்தில் பிறந்துவிட்டாள்.

எந்த நம்பிக்கையுமற்று தனது உடலை யாருக்கும் பகிர்ந்துகொடுக்கும் இடத்தில் அவள் இருக்கவில்லை. கோவில் தலைவரின் செய்தி கிடைத்த பின்புதான் ஏதோவொரு நம்பிக்கையில் திருமணம் முடித்துக்கொண்டாள். தனது உடலையும் பகிர்ந்துகொள்ள முடிவுசெய்துகொண்டாள். அன்று பகலே அவளுக்கும், அவனுக்கும் உடலைப் பகிரும் காதல் நிகழ்வு நடக்கத் தொடங்கியது. அந்தக் கிராமத்தில் தொலைவில் இரைச்சல்கள் கேட்டாலும் மிகக் குறைவாகவே இருந்தது. பிலால்வாடை கதவிடுக்காலும், ஜன்னல் வழியாலும் உள்ளே நுழைந்தபோதும் சாம்புராணிப் புகையின் கலப்பில் ஒரு புதிய வாசனை அறையெங்கும் பரவிக்கொண்டிருந்தது. காதலின் அதீத உணர்வும், உடலின் ஆழத்தில் கிடந்து கிளர்ந்தெழுந்துவந்த வேட்கையும் அவர்களைச் சுற்றியுள்ள சூழலை கவனிப்பதற்கு இடந்தரவில்லை. ஆடைகள் அதனதன்பாட்டில், ஒழுங்கு முறையற்று உடலிலிருந்து விலகிக்கொண்டிருந்தன. முத்தங்களும், தழுவல்களும் பரஸ்பரம் மேலெழுந்து அவர்களை ஆக்கிரமித்துக்கொண்டிருந்தன. அவனுடைய கைகள் இரண்டு முலைகளின் மலைச் சரிவிலிருந்து சிலோவ்மோஷனில் வழிந்தோடும் அருவியைப்போன்று இரண்டு கால்களும் கிளை பிரிந்துசெல்லும் ஒற்றைச் சந்தியை நோக்கி பயணித்துக்கொண்டிருந்தது. அந்தச் சந்தியில் ஏதோ விபத்து நடந்துவிட்டதைப் போன்றும், அந்த விபத்தில் காணாமல் போன பொருட்களைத் தேடுவதைப்போன்றும் அவனுடைய கைகள் சந்தியிலேயே துப்பறிந்துகொண்டிருந்தன. அந்த மயக்கமான பொழுதில் அவன் இதை எதிர்பார்க்கவே இல்லை. சட்டென்று அவனுடைய காதுகளில் அழுத்தமாக உதடுகளைப் புதைத்து "எனது பணியாரத்தை தொட வேண்டாம்" என்றாள். அவனுக்கோ எதுவும் புரியவில்லை. திடுக்கிட்டு கைகளை எடுத்துக்கொண்டு தலைமுடியைப் பிடித்து கண்களை நேராகப் பார்த்து, என்ன சொன்னாய் எனக் கேட்டான். மீண்டும் அதையே அவள் சொன்னாள். முலைகளை நோக்கி உதடுகளை

கொண்டு சென்றபோது மீண்டும் அவள், "எனது மோதகங்களில் வாய்வைக்க வேண்டாம்" என்றாள். உடல்களும் உணர்வுகளும் வெளியேறித் ததும்பிக்கொண்டிருக்கும் இந்தத் தருணத்தில் அவள் சொல்லும் எதுவும் அவனுக்குப் புரியவில்லை. ஆனால், இந்தச் சொற்களை முன்பு ஒருமுறை கேட்டிருப்பது நினைவுக்கு வந்தது. தனது காதலை அவளுக்குச் சொன்னபோது, அதற்கு அவள் பதிலாக தந்த தின்பண்டங்களின் பெயர்கள்தான் இவை. சில கணங்கள் திகைத்துப்போனான். புதையல் எடுக்கும் வேலையை நிறுத்திவிட்டு அவளிடம் அது குறித்து வினவினான். அந்தத் தின்பண்டங்களின் பெயர்கள் பெண்களின் உடலுறுப்புக்களிலிருந்தே எடுக்கப்பட்டு சூட்டப்பட்டவை என்றாள். "இது தெரிந்திருந்தால் அன்றும் இன்றுபோல் சுவைத்திருப்பேனே" என்றான் செல்லமாக. தலையில் சற்று பாரமாக ஒரு குட்டைப் போட்டாள். அந்தக் குட்டின் விசையில் போய் அவளின் மார்பில்தான் விழுந்தான். அடுத்து அவன் என்ன செய்ய வேண்டும் என்ற அவளின் "கொமாண்ட்" தானோ இது?

உடல்கள் தீவிரமாக தங்களை வெளிப்படுத்தி பகிர்ந்து கொண்டன. உணர்வுகள் கிளர்ந்து கிளர்ந்து உடலையும் மீறி பரவிக்கொண்டிருந்தன. உளியை தடவித்தடவி அதற்கு உயிர்கொடுத்தாள். உளியும் சிற்பமும் இத்தனை லாவகமாக இயைந்தும், பிணைந்தும் ஒரு கலைச் செயலில் ஈடுபட்டதில்லை என்றான். உன்னால் செதுக்க முடியாத சிற்பங்கள் எல்லாம் இந்த உடலுக்குள் மறைவில் ஆழ்ந்து கிடக்கிறது என்றாள். நீண்ட நேரத்திற்குப் பிறகு புகையின் வாசம் மூக்கைப் பிசைந்துகொண்டு வந்தது. இப்போதுதான் புகையின் உண்மையான மணத்தை அவனும் அவளும் உணர்ந்துகொண்டனர். இதுவரையும் அந்த அறையில்தான் அந்தப் புகை சுழன்றடித்துக்கொண்டிருந்தாலும் அவனும் அவளும் அவர்களாகவே இருக்கவில்லை. வேறொரு கிரகத்திலிருந்து தற்போதுதான் அந்த அறைக்குள் கால் வைத்ததைப்போன்று உணர்ந்தனர். வேற்றுக்கிரகத்திற்கு சென்றுவரும் இந்த அரிய விளையாட்டும் பயணமும் வாழ்நாள் முழுக்க இருக்கும் என்றுதான் அப்போது அவனும் அவளும் நம்பியிருக்க வேண்டும்.

அவளுடைய கிராமத்திலிருந்து ஓட்டவாயன் கப்பலேறும் கிராமத்திற்கு வந்து, தான் கொண்டு வந்த சேதியை மீண்டும் வலியுறுத்திச் சொன்னான். சிற்பங்கள் அனைத்தும் செதுக்கப்பட்டுவிட்டன. செப்பனிட்டு அழகுபடுத்தும் வேலைமட்டும்தான் மிச்சமுள்ளது. உன்னை அழைத்துவரச் சொன்னார்கள். அவளையும் கையோடு கூட்டிவரச் சொன்னார்கள். உங்கள் இருவரினதும் திருமணத்திற்கும் கிராமமே தயாராக இருக்கிறது என்ற செய்தியைச் சொன்னான். அவளுடைய கிராமத்திற்குப் போகும் வேலைகளை அடுப்புவாயனும், ஓட்டவாயனும் மும்முரமாக செய்துகொண்டிருந்தனர். அவளுக்கு மனமில்லை. அந்தக் கிராமத்திற்கு திரும்பிச் செல்லுவதில் மனதிற்குள் ஏதோவொன்று குடைந்துகொண்டிருந்தது. கப்பலேறிப் போவதுதான் அவளின் தெரிவாக இருந்தபோதும், அனைவரின் பிடிவாதத்தினாலும் கிராமத்திற்கு திரும்பிச் செல்ல முடிவெடுத்தாள்.

பாதுகாப்பாக இருந்த சின்னச் சிவனின் சிலையைத் தேடிப்பார்த்தாள் அதைக் காணவே இல்லை. வெளியே வந்து தேடிக்கொண்டிருந்தாள் அதை எங்கும் காணோம். அது போனாலென்ன வேறொரு சிலையைச் செதுக்கித் தருகிறேன் என்று கூறியும் அவளுக்கு ஏதோ ஒரு அச்சம் உடலெங்கும் பரவத்தொடங்கியது. அவளுக்கு மட்டுமே தெரிந்த மனதின் தோல்வியை, அந்தச் சின்னச் சிவன் சிலை உருவேறியதைப் போன்று நடனமாடத் தொடங்கியது. கண்களை மூடி அந்த ஆட்டத்தை மட்டுமே பார்த்துக்கொண்டு வந்தாள். ஒவ்வொரு அடியையும் எட்டி வைக்கும் போதும் பாதி உயிரில் நடமாடும் உடலைப் போன்று சவங்கிச் சவங்கி விழுவதுபோல் நடந்துகொண்டிருந்தாள். கண்களைத் திறந்தால் ஓராயிரம் சாட்டைகள் சுழன்று சுழன்று உடலில் அடிவிழுவது போலிருந்தது. கண்களை இறுக மூடினால் சின்னச் சிவன் சிலை நடனத்தை பேயாட்டம் ஆடுகிறது. ஊரைவிட்டு வெளியேறும் போதிருந்த சுதந்திரத்தை காணவில்லை. அடிமைகளை சங்கிலியில் கட்டி தெருத்தெருவாக இழுத்துவருவதைப் போன்று அவள் மனது அவளை இழுத்துக்கொண்டு கிராமத்திற்கு வந்தது. கிராமத்தை அண்மித்துவிட்டோம் என ஓட்டவாயன் சொன்னதுதான் அவள்

தாயைத்தின்னி | 37

காதில் கேட்டது. அந்தச் சொல் ஒன்றுதான் அவள் வாழ்நாள் முழுதும் மற்றவரிடமிருந்து பிரக்ஞையோடு அவள் கேட்ட சொல்லாக மாறிவிட்டது.

கிராமத்தில் இன்னும் மழை தூறிக்கொண்டிருந்தது. கிராமத்திற்குள் நுழையமுடியாதபடி பெரும் வெள்ளம். இந்த வெள்ளத்தை எப்படிக் கடக்கப்போகிறோம் என ஓட்டைவாயன் கேட்டபோது, அவள் தனது வாழ்வு முழுக்கவே வெள்ளம்தான் எப்படி அதைக் கடக்கப்போகிறாய் எனக் கேட்பதைப் போன்றே அவளுக்கிருந்தது. கிராமத்திற்குள் நுழைகின்றனர். வேற்றுக்கிரகவாசிகள் பூமிக்கு வந்துவிட்டதைப்போன்று புதினம் பார்ப்பதற்கு அந்தக் கிராமமே ஒன்று கூடிவிட்டது. அந்தக் கிராமத்தின் விஞ்ஞானக் கிழவிகளில் ஒருத்தி நடந்துவந்து அவளின் கைகளைப் பிடித்துக்கொண்டு போய் வீட்டுக்குள் இருத்திவிட்டாள். ஆனாலும், அவள் தலையணையை எடுத்துப்போட்டு உறங்கத் தொடங்கினாள். மனதின் அத்தனை கதவுகளையும் இழுத்து மூடிவிட்டு ஆழ்ந்து உறங்கினாள். அவள் சரியான பிடிவாதக்காரி இந்த நிலையிலும் அவளுக்குத் தூக்கம் வந்தது. அதற்குக் காரணம் அவளின் மனது சரியான மாற்றமுடியாத தீர்மானத்தை எடுத்திருக்கிறது என்று யோசிக்கலாம்.

அவன் வடித்திருந்த சிற்பங்களை செப்பனிட்டு வேலைகள் அனைத்தும் ஒன்றிரண்டு நாட்களில் முடிந்துவிட்டன. அவனுக்கும் அவளுக்குமிடையிலான தொடர்புகள் அனைத்தும் துண்டிக்கப்பட்டுவிட்டன. சிற்பக் கலைஞர்கள் கிராமத்தைவிட்டு வெளியேற்றப்பட்டுவிட்டனர். மரத்தடியில் கூடும் விஞ்ஞானக் கிழவிகளில் ஒருத்தி ஊகித்தது சரியாகிவிட்டது. கோவில் தலைவரின் திட்டங்கள் மிகக் கச்சிதமாக நிறைவேற்றப்பட்டுவிட்டன. திருமணம் என்ற விசயம் பற்றிய பேச்சே அந்தக் கிராமத்தில் எழவில்லை. ஒரேயொரு விஞ்ஞானக் கிழவி மட்டுமே இது அநியாயம், நம்பிக்கை வார்த்தைகளைக் கொடுத்து அநீதியிழைக்கப்பட்டிருக்கிறது என தைரியமாக மக்கள் மத்தியில் கதைக்கத் தொடங்கினாள். அந்தக் கிராமத்தில் ஒரே ஒருவரிடமாவது நீதி எஞ்சியிருந்தது.

ஊரைவிட்டு அவனும், அவனுடன் வந்த சிற்பக் கலைஞர்களும் வெளியேற்றப்படும்போது கூட அவள் கதறி அழவில்லை. யாரின் கால்களிலும் போய்விழவில்லை. பிடிவாதமாக இருந்தாள். காதல் என்பது துணிச்சல்மிக்கவர்களிடம் மட்டுமே பகிர்ந்துகொள்ளும் ஒரு மனித உறவு என்பது அவளது பிடிவாதம். இந்தப் பிடிவாதமான காதல் பற்றிய உணர்வும் தீர்க்கதரிசனமும் அவளுக்குப் பிறக்கப் போகும் ஒரு குழந்தைக்குள் ஆவியாகப்போய் இறங்கி வாழப்போகிறது என்பது அவளுக்கும் தெரியாது. அந்தக் கிராமத்திற்கும் தெரியாது. தான் கற்பமாக இருப்பதை யாருக்கும் அவள் சொல்லவில்லை. அதை அழித்துவிடவுமில்லை. அது ஊருக்கு தெரியவந்ததும் அவள் விலக்கிவைக்கப்படுகிறாள். அவளை விலக்கிவைத்ததாக அந்த ஊர் நினைத்துக்கொள்கிறது. உண்மையில் அவள்தான் அந்த ஊரிலிருந்து விலகியிருந்தாள். அன்றைய நாளிலிருந்து அவனைப் பற்றி அவள் எப்போதும் யோசித்ததுமில்லை. அவனைப் பற்றி யாரிடமும் பேசியதுமில்லை. அவளுக்கு நினைவுகள் இருந்திருக்கலாம். ஆனால், அவளுக்குள் கொதித்துக்கொண்டிருக்கும் மாபெரும் அணுவாற்றலில் இந்த நினைவுகள் எம்மாத்திரம்?

வீடுகளில் கூலிவேலை செய்து பசியாற்றிக் கொள்கிறாள். தனிமையின் தீராத வேட்கையில் அவள் மட்டுமாக வாழத் தொடங்குகிறாள். காலங்கள் யாருக்காவும் நின்றுவிடுமா என்ன? சுழன்று கடக்கிறது. வயிற்றுக்காக உழைக்கும் அவளின் தொழிலில் கோவில்களை சுத்தம் செய்வதும் ஒன்று. அந்தக் கிராமத்திலே ஒரு விஞ்ஞானக் கிழவியோடு மட்டும்தான் அவளுக்கு உறவும் பேச்சும் இருந்தது. இப்படித்தான் ஒருநாள் கோவிலை சுத்தம் செய்துகொண்டு வரும் காலங்களில் ஒரு பூசாரியோடும் மன ஆறுதலுக்காக பேச்சு ஏற்படுகிறது. அந்தப் பூசாரியிடம் இந்தக் கதையைச் சொல்லி முடிக்கும்போது, தேன் துள்ளி நிலத்தில் சிதறி விழுந்துகொண்டே இருந்தது. உள்ளங்கைகளில் ஒரு துளியையேனும் ஏந்தி அவளின் நாக்குளால் நக்கவே முடியாது போயிற்று என முடித்துக்கொண்டாள். அன்றுதான் மிக நீண்ட நாட்களுக்குப் பின் வெடித்துச் சிதறி அழுதாள். மனதால் இதற்குமேல் எதையும் தாங்கமுடியாது

என நினைத்தபோது அவளை வெடித்து அழச்செய்திருக்கலாம். அந்த அழுகையோடு அனைத்தையும் வெளியேற்றிய அவள் மனதிற்குள் வேறு ஏதாவது வந்து குடியேற வாய்ப்பாக இருந்திருக்கலாம். நிலத்தில் சிதறிக் கிடக்கும் தேன் துளிகளில் கால்களைவைத்து நடந்துகொண்டிருக்கிறாள். உறுப்புகள் வரிசையாக அவளைத் தொடர்ந்து கொண்டிருக்கின்றன. இறுகி மூடப்பட்ட தனிமையின் ஏதோவொரு இடத்திலிருந்து மெல்ல ஓட்டைவிழத் தொடங்கியது.

000

பாதகத்தி

"மனித வரலாறு என்பது சிந்தனைகளாலும், அறிவியலாலும் மட்டும் உருவான ஒன்றல்ல."

@ தாயைத்தின்னியின் ரங்குப் பெட்டியிலிருந்து.

தாயைத்தின்னி என்று லேபல் ஒட்டப்பட்ட ரங்குப் பெட்டி, எனக்குக் கிடைத்து பல ஆண்டுகளாகிறது. எனினும் இன்றுதான் அதைத் திறந்து உள்ளே என்ன இருக்கிறது எனப் பார்க்கும் தைரியம் வந்தது. ரங்குப் பெட்டியைத் திறந்து எழுமாறாக கைபோன போக்கில் உள்ளே இருக்கும் ஆவணங்களை எடுக்கிறேன். எது கையில் முதலில் அகப்படுகிறதோ அதன் ஒழுங்கில் வாசிக்கத் தொடங்குகிறேன். அதைத்தான் நீங்களும் இப்போது வாசித்துக்கொண்டிருக்கிறீர்கள். ஒவ்வொரு ஆவணமும் கவனமாக பகுதி பிரிக்கப்பட்டு அடுக்கிவைக்கப்பட்டுள்ளன. இந்த ஆணவங்களை ஒழுங்கு முறையாகவோ, அல்லது நீங்கள் விரும்பும் ஒழுங்கிலோ வாசிக்க முடியும்.

தனித்தனி ஆவணங்களாக வாசித்தபோதும் ஒரு ஒழுங்கை நமது எண்ணங்களில் தானாகவே அது வடிவமைக்கிறது. பாதரசத்தைப் போன்று தனித்தனியாக சிதறும்போதும் அதற்கு ஒரு முழு வடிவம் கிடைப்பதைப்போன்று, அனைத்து ஆவணங்களையும் ஒன்றாக கலக்கும்போதும் ஒரு முழுமையான வடிவம் கிடைக்கிறது.

ஓரான் பாமுக் சொல்வார், ஒவ்வொரு மனிதனும் முழுமையான இரண்டு வடிவங்களிலும் சிந்தனைகளிலும் உருவாகியிருக்கிறார் என்று. தனித்த ஒரு மனிதக் கதாபாத்திரமில்லை. எதிரே நமக்குத் தெரியாமல் நம்முடனே இன்னுமொரு 'நான்' வாழ்கிறது என்பார். ஆனால், தாயைத்தின்னியின் ஆவணங்களை படித்து முடிக்கும்போது என்னைத் தூக்கிவாரிப்போட்டது. ஒரே மனிதக் கதாபாத்திரத்தினுள்ளே அறிய முடியாத வகையில் அவருடனேயே மூன்று பேர் வாழ்கிறார்கள். ஒரே வாழ்வும்

அனுபவங்களும் கலந்த மூன்று கதாபாத்திரமாக ஒருவர் வாழ்ந்து கடப்பதுதான் இந்த ஆவணங்களின் ஊடாக நமக்குக் கிடைக்கும் சிக்கலான அனுபவம்.

எழுமாறாக எனது கைகள் ரங்குப் பெட்டியிலிருந்து எடுத்த இரண்டாவது ஆவணத்தைத்தான் இனி நீங்கள் படிக்கப் போகிறீர்கள். 'அச்சங்களில் இருந்துதான் மனித வரலாறே உருவானது' என்ற குறிப்போடு தொடங்கும் இந்த ஆவணத்திலுள்ள எழுத்துக்கள் உருமாறிக் காட்சிகளாக விரியத் தொடங்குகின்றன.

○○○

உச்சிய நேரம், நாலாபுறத்திலிருந்தும் சிறுவர்கள் திடலை நோக்கி வந்துகொண்டிருக்கின்றனர். விளையாட்டு மைதானத்தை "திடல்" என்றுதான் இங்கு அழைப்பார்கள். கிராமங்களில் விளையாடுவதற்கென்று வரையறுக்கப்பட்ட நேர அட்டவணை ஏதுமிருப்பதில்லை. இந்த விளையாட்டுத்தான் பிரதானமானது என்ற திட்மிடப்பட்ட எண்ணங்களும் அவர்களுக்கில்லை. நாலுபேர் ஒன்று கூடினால், கிடைக்கும் பொருட்களை வைத்து விளையாடத் தொடங்குவதுதான். இப்படி தன்நேர்ச்சியாக உருவான விளையாட்டுக்கள் பின்னர் தவிர்க்க முடியாத விளையாட்டாக மாறுவதுமுண்டு. இப்படி உருவான பல விளையாட்டுகள் அந்தக் கிராமத்தில் உள்ளது.

இன்று "எறிபந்து" விளையாடுவதென்று முடிவானது. எண்ணிக்கை நினைவில்லை. பத்துப் பன்னிரெண்டு சிறுவர்கள் இருக்கும். உரப்பையை எடுத்துக்கொண்டுபோய் குவியலில் இருந்த உமியில் கொஞ்சத்தை நிரப்பி சணலினால் இறுகக் கட்டிக்கொண்டு வந்தான் ஒரு சிறுவன். நசிந்த சிறு குடுவைப் பானையைப் போன்று இருந்தது. அத்தனை சிறுவர்களிலும் ஒருவன் மட்டும் புதியவனாக இருந்தான். அவனை இன்னொரு சிறுவன் கூட்டி வந்திருந்தான். அவனுக்கு விளையாட்டின் விதிகள் சொல்லிக்கொடுக்கப்பட்டன. முதலில் வானை நோக்கி உச்சிக்கு உமிநிரப்பிய பந்தை எறிவது, அதைப் பிடிப்பவர் யாரோ அவர், அங்கிருக்கும் சிறுவர்களில் ஒருவருக்கு ஓங்கி எறிவது. அதைப் பிடித்தவர் மற்றவர்களில் ஒருவருக்கு எறிவது.

இவ்வளவுதான். அதிக எறிவாங்கியவர் தோற்றவராகவும், அதிக எறிகொடுத்தவர் வென்றவராகவும் மாறிவிடுவார். இந்த விளையாட்டுக்கு நேர அளவு இல்லை. எப்போது அனைவரும் போதும் என்கிறார்களோ அதுவரை நீளும்.

உச்சிவெயில் கருக்கிக்கொண்டிருக்கிறது. எதையும் சட்டை பண்ணாமல் ஆட்டம் தொடங்கி சூடுபிடித்துக்கொண்டிருக்கிறது. சேட்டு அணியாத ஒருவனின் முதுகில் வளமாக விழுந்தது ஒரு எறி. வண்டில் மாட்டுக்கு கேட்டிக் கம்பால் வெளுத்தால் எப்படி செய்யுமோ அப்படி அவன் நெளிந்து வளைந்து சுருண்டான். அந்த நேரம்தான் காற்றைக் கிழித்துக்கொண்டு அந்த மரண ஓலம் எழுந்து வந்தது. அந்த மரண ஓலம் திடலில் விளையாடிக்கொண்டிருந்த எந்தச் சிறுவர்களையும் அசைக்கவில்லை. புதிதாக இன்று விளையாட வந்த சிறுவனை மட்டும் சுண்டி இழுத்து நிறுத்தியது. ஒரு விபரீதமான மரண ஓலம் அது. மூச்சை தம்பிடித்து ஒருவர் கத்தினால் கூட சில நிமிடங்கள்தான் நீடிக்கும். ஆனால், இந்த ஓலத்தின் அளவு அதிசயிக்கத்தக்க அளவில் நீளமானது. வெடில் பட்ட பறவை காற்றில் உருண்டு பிரண்டு நிலத்தை நோக்கி வீழ்ந்துகொண்டிருப்பதைப் போன்று... நெடுநேரம் காற்றில் துடித்துச் சிறகடித்துக்கொண்டே இருந்தது அந்த ஓலம். அந்தப் புதிய சிறுவனுக்குள் மின்னல் நுழைந்ததைப் போன்று நரம்புகளிலும் தசைகளிலும் ஊடுருவிவிட்டது. அவனுக்கும் அந்த மரண ஓலத்திற்கும் ஏதோவொரு நெருக்கம் இருப்பதுபோன்று தோன்றியது. விளையாட்டிலிருந்து சட்டென்று வெளியேறிவன் மற்றச் சிறுவர்கைளைப் பார்த்து...

“இன்னா கேக்குற ஓலச்சத்தம் என்னடா” என்றான்.

“அதுவா, வளப்புண்ணிக்கு அடி உளுகுது” என்றனர் கோரசாக...

“எங்கட ஊருல இதுவொண்டும் புதிசில்ல. ராப்பகலா ஏதாவதொரு நேரத்துல இந்த ஓலம் கேட்டுக்கிட்டுத்தான் இருக்கும். எங்களுக்குப் பழகிட்டு” என்றனர். சுதாகரித்துக்கொண்டு விளையாட்டுக்குள் இறங்கப் பார்க்கிறான் புதிய சிறுவனால் இயலவில்லை. அவனுக்கும் இந்த ஓலத்திற்கும் ஏதோவொரு பிணைப்பு இருப்பதாக உள்ளுணர்வு தொணதொணத்துக்கொண்டே

இருந்தது. திடலைவிட்டு வெளியேறி உமிக் குவியலின் மேலேறிப் பார்த்தான். தெரியவில்லை. சற்று தூரம் நடந்துவந்து வோக்குக்கு மேலே கட்டப்பட்டிருக்கும் கானில் ஏறி நின்டு பார்த்தான். மிகத்தொலைவில் ஏதோ ஊசலாடுவதைப் போன்று தெரிந்தது. ஒரு வீடு, பெரிய மரங்கள் என கண்ணுக்குத் தெரிந்தாலும், ஆட்களை அடையாளம் காணும் அளவு கிட்ட இருக்கவில்லை. அந்த வீட்டின் அடையாளங்கள் தனது தங்கை வசிக்கும் இடம் என்பதை மனதுக்குள்ளிருந்து வெளியே நினைவுகள் எடுத்துவந்தன. அவனுடைய வயதும் அதன் இயலாமையும் அவனைக் கசக்கிப் பிழிந்தது.

அந்த மரண ஓலம் தனது தங்கையினதுதான் என்பதை உள்ளுணர்வு தீக்கங்குலாக உடலெங்கும் உருண்டோடத் தொடங்கியது. முதுகில் வாங்கிய எறிகள், அதன் வலிகள் அனைத்தும் சிறுபுள்ளியாய் மறைந்தே போயின. காத்துப்போன பலூனைப்போன்று தொப்பென்று தரையில் விழுந்தான். அவர்கள் இருவரையும் வெவ்வேறு திசைகளில் காலம் தூக்கி எறிந்திருந்தது. அவனின் தங்கையை ஒரு பிசாசின் குகைக்குள் சிக்கவைத்திருந்தது. தரையில் விழுந்தவன் எப்படி ஊருக்குத் திரும்பியிருந்தான் என்பது தெரியவில்லை. அன்றிலிருந்து எதிர்பாராத கணங்களில் அவனுக்கு மட்டும் கேட்கும் மரண ஓலமாக அது மாறிப்போனது. தங்கையோடு வாழும் உணர்வை அந்த மரண ஓலம் எப்போதும் அவனுக்குக் கொடுத்தது.

○○○

வெட தெரிச்ச கோழிக் குஞ்சின் ஒற்றைச் சிறகைப் பிடித்து அந்தரத்தில் தூக்கிவைத்துக் கொள்வதைப் போன்று, வளப்புண்ணியின் இடதுகையை பிடித்து தூக்கி மரக்கிளையில் மாட்டிவைத்துக்கொண்டு கதறக்கதற துவரங் கேட்டிக்கம்பால் பாதகத்தி அடித்துக்கொண்டிருந்தாள். ஒரு கதறலுக்கும் மறு கதறலுக்கும் இடையே மூச்சுவிடும் இடைவெளியே இல்லை. அத்தனை நீளமான கதறல் அது. கால்களை அடித்தடித்து கதறிக் கொண்டிருந்தாள். இடது கை மரக்கிளையில் மாட்டிக்கிடந்தது. வளப்புண்ணியின் கால்கள் மர இடுக்கில் தொங்கிக் கொண்டிருந்தாலும் அந்தரத்தில், கழுத்தறுபடும்

மாட்டின் கால்களைப் போன்று கடைசித் துடிப்புக்களை உதறிக்கொண்டிருந்தது. அந்தக் கிராமத்தில் உள்ள யாரும் இந்தக் கொடூரமான சித்திரவதையை கண்டுகொண்டதாகத் தெரியவில்லை. வதை முகாம்களில் கூட இத்தனை நேர்த்தியானதும் கொடூரமானதுமான சித்திரவதைகள் நடந்திருக்குமா என்று தெரியவில்லை. ஏன் அந்தக் கிராமமே இத்தனை மௌனமாக இருந்தது? அங்குள்ள மக்கள் ஏன் இந்தச் சித்திரவதை கூடத்திலிருந்து வளப்புண்ணியைக் காப்பாற்றவில்லை என்பது ஆச்சரியமானதுதான். மனித நேயம் என்பது உலகில் என்றும் இருந்ததில்லை. அப்படி ஒன்று இருந்தாலும் அதனால் அதிகாரத்தை வென்றுவிடக்கூடிய சக்தி அதற்கிருக்கவில்லை. இன்றும் இல்லை. இந்த உலகில் எப்போதும் மனித நேயத்திற்கு அதிகாரத்தை வெல்லும் ஆற்றல் வரப்போவதுமில்லை.

இந்த சித்திரவதை கூடத்தின் அருகால் செல்லும் ஒழுங்கை வழியாக தனது பேத்தியைக் கூட்டிக்கொண்டு ஒரு ஆச்சி ஊர்ந்து கொண்டிருந்தாள். அவளின் வாய் சும்மா இருக்கவில்லை.

“உனக்கு கோதாரியா புடிச்சிட்டு, ஏன் இந்தத் தாயத்தின்னியைப் போட்டு இந்த ஆக்கினை செய்யுறாய்? போதும் உடன்” என வாய்க்குள் இருந்த பெறுமதியான வெத்திலைத் துப்புணியை தியாகம் செய்துவிட்டு குரல் எழுப்பினாள். பாதகத்திக்கு ஆத்திரம் பேயெழும்புற மாதிரி வந்துவிட்டது. மரக்கிளையில் தொங்கப் போட்டிருந்த வளப்புண்ணியின் கையைவிட்டதும், தொப்பென்று விழுந்த காகக் குஞ்சைப்போன்று நிலத்தில் விழுந்தாள் வளப்புண்ணி. அடியின் அகோரத்தில் மணலில் உடலைபோட்டு புரட்டி எடுத்தாள். சுருண்டு நிமிர்ந்து உடலெங்கும் மண் அப்ப துடித்துக் கொண்டிருந்தாள். ஆனால், அவள் கதறும் கத்தலுக்கு மட்டும் இடைவெளியிருக்கவில்லை.

சீலையையும் பாவாடையையும் இழுத்து எக்கில் செருகிக் கொண்டு, வெத்திலாக்குக் கிழவியை நோக்கிப் பாய்ந்தாள். அடிக்கக் கிடிக்கவில்லை.

“ஒழுங்கையால் போறெண்டா சூத்தையும் வாயையும் பொத்திட்டுப் போறானே, உனக்கு என்ன கெழட்டுப் புண்ட

நோவுதா? நீ ஆடாத ஆட்டமா... உன்ட காலிரண்டையும் அகட்டினாத் தெரியும் ஆயிரம் சுண்ணி அடுக்கடுக்கா கொட்டுண்ணும்” என்று பாதகத்தியின் கவித்துவமான நாகரிக வார்த்தைகள் கொட்டத் தொடங்கின... வெத்திலைக் கிழவி மூச்சுப் பேச்சற்று, சூத்தாமட்டியை புறங்கையால் ஒன்றுக்கு இரண்டுமுறை தட்டிவிட்டுக்கொண்டு காத்தும் அடிக்காதவள் போல் நடந்துகொண்டிருந்தாள்.

வெத்திலைக் கிழவி மீதான விசரும், பாதகத்தியின் பழைய கோபத்தோடு பின்னிப் பிணைந்து கொண்டது. மணலில் புரண்டு கதறும் வளப்புண்ணியில் தான் அனைத்தும்போய் விடியப்போகிறது. “தெருவால போற வாற மாப்புள ஓழியெல்லாம் எனக்கு ஏசுற உன்னாலதாண்டி” உறுமிக்கொண்டும், தனுப்போட்டுக்கொண்டும் பாதகத்தி வளப்புண்ணியை வெளுக்கத் தொடங்கினாள். மண்ணை வாரி அள்ளி எறிந்துகொண்டு வளப்புண்ணியின் கதறல் கீலங்கீலமாக தொண்டையைக் கிழித்துக்கொண்டு பீறிட்டது. பாதகத்தியின் ஆட்டம் உச்சத்தைத்தொட்டது. ஒரு கட்டத்திற்கு மேல் ஆடவும் அசையவும் சக்தியற்று வளப்புண்ணி நிலத்தில் துவண்டு கிடந்தாள். கத்திக் கதறும் ஓலம் உருமாறி அனுங்கிக் கொண்டிருந்தாள். தொண்டையிலிருந்து சத்தம் பொறுத்துப் பொறுத்து இடைவெளிவிட்டு வெளியேறிக்கொண்டிருந்தது. அந்த முனகல் அடுத்தநாள் பாடசாலைக்குப் போகும்போது கூட வளப்புண்ணியின் தொண்டையிலிருந்து வெளியேறிக்கொண்டே இருந்தது.

அந்தக் கிராமத்தில் தாயத்தின்னிக்கு இரண்டு பெயர்கள் சூட்டப்பட்டிருந்தன. கோபம் வரும்போது அந்தக் கிராமமே அவளை “வளப்புண்ணி” என அழைக்கத் தவறுவதில்லை. மற்ற நேரங்களில் “தாயத்தின்னி” என்றுதான் ஊரிலுள்ள பெரியவர்கள் அழைப்பார்கள். தாயத்தின்னி என்றால் அத்தனை நல்லபெயரல்ல. அதுதான் அந்தச் சிறுமியை மிகக் கேவலமாக அழைக்கப் பயன்படுத்தப்படும் பெயர். அவள் பிறந்ததனால்தான் தாய் இறந்தாள் என்ற பொருளில் உலாவும் பெயர். அதாவது தாயைக் கொன்றவள். தாயைத் தின்றவள். அந்தக் கிராமத்தில் பாரம்பரியமாக நிலவிவரும் நம்பிக்கைகளில் ஒன்று. குழந்தை

பிறக்கும் போதோ அல்லது சில நாட்களுக்குள்ளோ அதன் தாய் இறந்தால், அந்தக் குழந்தை ஆபத்தானது என்பதுதான் அந்த நம்பிக்கை. ஆபத்தானவள் என்ற இந்த அச்சம்தான் அவளின் வாழ்வை சித்திரவதை கூடத்திற்குள் கொண்டுபோய்ச் சேர்த்தது. ஆனால், அவளுக்கு ஒரு பெயருண்டு. அந்தப் பெயரைச் சொல்லி அந்தக் கிராமத்திலுள்ள எவரும் அவளை அழைத்ததே இல்லை.

வளப்புண்ணி, தாயத்தின்னி என்ற இரண்டு பெயர்களும் அந்தக் கிராமத்தில் பிரபலம். இந்தப் பெயர்களால்தான் அவள் அறியப்படுவாள். பாதகத்தியைப் பொறுத்தமட்டில் ஏராளம் பெயர்கள் அவளுக்குண்டு. வாய்க்கு வந்தாப் போலெல்லாம் பெயர்சொல்லி தாயத்தின்னியை அழைப்பாள். அந்தப் பெயர்கள் கவித்துவம் நிறைந்த நாகரிகமான பெயர்களாக இருக்கும். எனினும், அதை உங்கள் செவிகளால் கேட்க முடியாது. உங்கள் காதுகள் வாந்தி எடுத்துவிடும். உங்கள் காதுகள் கூசும். இந்த ஆவணத்தில் ஆங்காங்கே அந்தப் பெயர்களில் சில உண்டு.

பாதகத்தி என்பது வேறுயாருமல்ல. அது தாயத்தின்னியின் அம்மாவின் தங்கை. அவளை "ஆத்தை" என்றுதான் தாயத்தின்னி வெளிப்படையாக அழைப்பாள். ஆனால், மனதிற்குள் ஆத்தைக்கு ஒரு பெயர் வைத்திருந்தாள். அந்தப் பெயரை இந்த ஆவணங்களில்தான் முதன்முதலாக வெளிப்படுத்துகிறாள். மனதிற்குள் மறைத்துவைத்திருந்த ஆத்தைக்கு தாயத்தின்னி சூட்டிய பெயர்தான் "பாதகத்தி". ஏன் சூட்டினேன், எதற்காகச் சூட்டினேன் என்பதை இந்த ஆவணங்கள் எதிலும் தாயத்தின்னி பதிவு செய்யவில்லை.

பாதகத்தி இந்தக் கொடூரமான தண்டனையை தாயத்தின்னிக்கு ஏன் வழங்கினாள் என்பது தெரியுமா? பாதகத்திக்கு தண்டனை வழங்குவதற்கு காரணங்களே தேவையில்லை. ஒரு சைக்கோ மாதிரி திடீர் திடீரென மாறி சித்திரவதை செய்வாள் என்று இதற்கு அர்த்தமில்லை. தாயத்தின்னியைக் கண்டால் பாதகத்திக்கு தலைக்குள் கிறுக்குப் பிடித்துவிடும். மற்ற நேரங்களில் ஒரு பதுமைபோன்று ஊரெங்கும் நடந்துகொள்வாள். அதற்கான காரணங்கள் இதுவரை அறியாத புதிராகவே இருக்கிறது.

தாயைத்தின்னி | 47

பாடசாலை முடிந்துவிட்டது. எல்லாப் பிள்ளைகளோடும் தாயத்தின்னியும் வீட்டுக்கு வந்துகொண்டிருக்கிறாள். தெருவோரமெங்கும், அந்தக் குழந்தைகளின் பெற்றோர்களோ அல்லது குடும்பத்தின் ஏதோவொரு அங்கத்தவர் புன்னகையோடு காத்திருந்து அரைவணைப்பதைப் பார்க்கிறாள். செல்லங்கொஞ்சி அள்ளி எடுத்துக்கொள்வதைப் பார்க்கிறாள். புன்னகையோடு முட்டாசுகளை கொடுப்பதைப் பார்க்கிறாள். எந்நாளும் நடக்கும் காட்சிதான் இவை. எனினும், தாயத்தின்னிக்கு இவை போன்ற ஏதாவதொரு அரவணைப்பு இன்று தேவைப்படுகிறது. மனம் அதைநோக்கி இழுக்கிறது. என்ன செய்யலாம் என யோசிக்கிறாள். தனது தாயின் சகோதரிகள் அந்தக் கிராமத்தில்தான் இருக்கிறார்கள். அவர்களில் யாராவதொருவர் இந்த அரவணைப்பைத் தருவார்கள் என ஒரு நப்பாசை மனதிற்குள் ஓடுகிறது. தன்பாட்டிலே நடக்கத் தொடங்குகிறாள்.

செருப்பணியாத கால்களால் சுடுமணில், காலை பதித்தும் பதிக்காமலும் தெத்தித் தெத்தி சின்னம்மாவின் வீட்டுக்குப் போகிறாள். தயங்கித் தயங்கி வாசலில் நிற்கிறாள். சாப்பிட்டுக் கொண்டிருந்த சின்னம்மா நிமிர்ந்து பார்த்து,

“என்ன வளப்புண்ணி இஞ்ச வந்திருக்காய், என்ன வேணும். பள்ளி உட்டா ஊட்ட போகத் தெரியாதா? உன்ட அம்மையப் போல உனக்கும் வழி மறந்துட்டுதா, இல்ல உன்ட அப்பனப் போல கால்போன போக்குல போகப் போறியா?” என வினவினாள். அடுத்த நிமிடமே ‘அதோகதிதான்’ என மனதுக்குள்ள நெனச்சிக்கொண்ட தாயத்தின்னியின் கால்கள் பெரியம்மாட ஊட்டுப் பக்கம் நடக்கத் தொடங்குது. சாப்பிட்டாயா என்டு கூடக் கேக்கல்ல சின்னம்மா.

மனசு வெப்புசாரத்தால் பாரிக்கத்தொடங்குது. தேம்பித் தேம்பி ஒழுங்கையால் நடந்துகொண்டு வருகிறாள். அந்த ஒழுங்கையால் ஏதோ அவசர வேலையாக செல்வதுபோல் நடந்துவந்த வீச்சுமூவான் நின்டு, என்ன புள்ள இது சட்டையில பூச்சி அப்பியிருக்கு என்டு சொல்லி, குறிபார்த்து மொண்ணி இருக்கும் இடத்தைக் கிள்ளிவிட்டுப்போகிறான். அவளுக்கு வீச்சுமூவான் என்ன செய்தான் என்பதை புரிந்துகொள்ளக் கூட

தெரிந்திருக்கவில்லை. பெரியம்மாவின் ஊடு வந்துவிட்டது. பெரியம்மாவின் ஊடு ஒழுங்கையை ஒட்டினாப்போலதான் இருக்கு. வேலிகள் எல்லாம் பிஞ்சு கிடுகுகள் கட்டுப்பறந்து காத்துல இடைக்கிடை ஆடிக்கொண்டிருக்கிறது. நெடுநேரம் சாப்புக் கதவுப்பக்கம் தாயத்தின்னி நிற்கிறாள்.

தாயத்தின்னி வந்து நிற்பதை யாரும் கவனிக்கவில்லை. அந்தப் பக்கம் பறந்துகொண்டிருந்த காகம் ஒன்டு வேலியில் வந்து நின்டு கத்திக் கொண்டிருக்கிறது. காகம் கத்துற சத்தம் கேட்டிருக்கணும்.

“யாரோ விருந்தாளி வரப்போறாங்க என்டு கத்திக் காட்டுது காகம்” என்டு சொல்லிக்கொண்டு பெரியம்மா வெளியே வருகிறாள். அங்கு தாயத்தின்னிதான் நிற்கிறாள்.

“சனியன், சனியன் இந்தத் தேவாங்கு வரத்தான் நீ கத்திக் காட்டினயா” என காகத்தை எரிச்சலோடு விரட்டிவிட்டு, என்னடி இங்க வந்திருக்கிறாய் என கோவமும், கோவம் இல்லாமலும் தொனிக்கும் குரலில் கேட்டாள் பெரியம்மா. ‘ஒன்டும் சொல்லாம, ஒன்டும் சொல்லத் தெரியாம பாத்துக்கிட்டே நின்றாள் தாயத்தின்னி.

“பள்ளிக்குப் போற உடுப்பையெல்லாம் போட்டுக்கிட்டு இந்த நேரத்துல இஞ்சயெல்லாம் வரப்போடா நீ. ஊட்டபோய் இத உரிஞ்சி போட்டு வேற சட்டைய மாட்டிக்கிட்டு, என்னத்தையாலும் அவிச்சி வெச்சிருப்பாள் தின்டுபோட்டு வெளயாடு” என கட்டளையிடுவதைப் போல் சொன்னாள். அன்பையும் அரவணைப்பையும் தேடிவந்த தாயத்தின்னிக்கு அதைச் சொல்லவும் தெரியாது. அதற்கான தைரியமும் இல்லை. வீட்டுக்கு வந்துவிட்டாள். சட்டையைக் கழற்றி உரபேக்குக்குள் பூத்திவிட்டு, அதற்குள்ளிருந்து மாத்து சட்டையை எடுத்துக்கொண்டாள். மூன்றே மூன்று சட்டைகள்தான் இவளின் சொத்து என்பது இதை வாசித்துக் கொண்டிருக்கும் உங்களுக்குத் தெரியாது.

பசி வயிற்றுக்குள் சத்தமிடத் தொடங்கியது. வயிற்றுக்கு என்ன தெரியும்? தண்ணி முட்டியும், உடுப்பு வைக்கிற உரபேக்கும்தான்

தாயத்தின்னியின் கைகளுக்கு எட்டும் உயரத்தில் இருக்கும். அப்படித்தான் அந்த வீடு என்கின்ற வதை முகாம் தனது அமைப்பை மாற்றிக்கொண்டது. பானை சட்டி, கொழுக்கு, பீங்கான் தொடங்கி அத்தனை பொருட்களும் தாயத்தின்னிக்கு எட்டாத உயரத்தில் பரணில்தான் வைக்கப்பட்டிருக்கும். பாதகத்தி ஊர் சுற்றி, ஊரா ஊட்டுக் கதை கதைச்சித் திரிஞ்சிபோட்டு எப்ப ஊட்ட வருகிறதோ அப்போதுதான் தாயத்தின்னிக்கு உணவும் கிடைக்கும். பாதகத்திக்குப் பசிக்கும் நேரம்தான் தாயத்தின்னிக்கும் பசிக்கவேண்டும். அதுதான் அந்த வதை முகாமின் சட்டமாக மாறிவிட்டிருந்தது. பசிதாங்காட்டி, ஊருக்கு அருகிலுள்ள பற்றைக் காடுகளுக்குள் போய், மரங்களில் பழங்களை ஆய்ந்து சாப்பிடுவதும் உண்டு. வாசலில் நிற்கிற மரங்களில் உள்ள பழங்களையும், காய் பிஞ்சுகளையும் பிய்த்து சாப்பிடுவதும் உண்டு. இப்படித்தான் தாயத்தின்னி தேர்ந்த மரமேறியாக மாறினாள். அவள் மரமேறிய கதைகள் ஏராளமுண்டு. அந்த வதை முகாமின் கட்டுப்பாடுகளையும் சட்டதிட்டங்களையும் மீறி, அல்லது உடைத்து தனக்கான தேவைகளையும் வாழ்வையும் வடிவமைக்கும் ஆற்றலை இப்படித்தான் வளர்த்துக்கொண்டாள். அதுதான் தாயத்தின்னியின் வாழ்நாளில் தனியாகவே தைரியமாக வாழ்வதற்கான துணிச்சலை உருவாக்கியது. ‘அவளை மட்டும் அவள் நம்பும் ஒரு நபராக இப்படித்தான் வளர்ந்தாள்.’ ஒரு பெண் எப்படி இத்தனை நெருக்கடிகளும், சிக்கல்களும், சவால்களும் நிறைந்த உலகில் தனியாகவும், சுதந்திரமாகவும் வாழ முடியும் என்பதை அவளாகவே உருவாக்கவும் திட்டமிடவும் முடிந்தது.

தனது இளம் வயதில், தான் எதிர்கொண்ட நெருக்கடிகளை சமாளித்து அதிலிருந்து வெளியேற அவள் உருவாக்கிய தந்திரங்கள்தான் இன்றும் அவளுக்கு கைகொடுக்கிறது.

மண் முட்டியில் இருந்த குளிர்ந்த தண்ணியை சிரட்டையில் ஊத்தி ஊத்தி வயிறு முட்டக் குடித்துவிட்டு, வாசலில் நின்ற மரத்தின் கீழே கற்களை கொத்தி விளையாடத் தொடங்கினாள். முட்டியிலிருந்து தண்ணியை வார்க்கும் போது, நிலத்தில் ஊத்துப்பட்டால் பாதகத்தி முதுக வெளயவச்சிரும் என்று தெரியும். இருந்தாலும், இதுவரை தாயத்தின்னியால் தண்ணி

ஊத்துப்படாமல் சிரட்டைடையில் வார்க்கவே தெரியாமலிருந்தது. அன்றும் அப்படித்தான், ஊத்துப்பட்ட தண்ணியின் மேல் ஊத்தை மண்ணை அள்ளி போட்டு கால்களால் வெளியே ஒத்தித் தொடச்சிப் போட்டுத்தான் வந்து வெளையாடிக்கொண்டிருந்தாள். கொஞ்ச நேரத்தால் பாதகத்தி ஒழுங்கையால் வரும் அசுப்புத் தெரிந்தது. இதயம் படபடக்கத் தொடங்கிவிட்டது. சட்டை அரைக்காமல் அதை ஒதுக்கிவிட்டு, சூத்து மண்ணில் அரைக்க இழுகி இழுகிச் சென்று, வேலிச்செத்தை இடுக்கால் எட்டிப் பார்க்கிறாள் தாயத்தின்னி. ஓம்... அது பாதகத்திதான். அதுட நாத்தத்தை வைத்து வருவதை தாயத்தின்னி ஊகித்துவிடுவாள். சரியான வெடுக்கு நாத்தம்.

அரைத்த சூத்து முழுக்க மண் அப்பியிருந்தது. ஒருவகை நமைச்சல். பிசுபிசுப்பு. சட்டையை ஒதுக்கினால் சூத்துத் தெரியும். ஏனென்றால், தாயத்தின்னிக்கு "நிக்கரே" இல்லை. அந்தக் கிராமத்தில் வாழ்ந்த கடைசி நாள்வரை தாயத்தின்னிக்கு நிக்கர் இல்லை என்பது மர்மமான ரகசியமல்ல. அந்தக் கிராமத்திலுள்ள அவளோடு ஒத்த அனைத்து பிள்ளைகளுக்கும் அது தெரியும்.

பாதகத்தி வளவுக்குள் நுழையும் போதே வெறிபிடித்தவள் போல முகம் மாறிவிட்டது. வளவின் அனைத்துப் பக்கமும் கண்களை எறிந்து தேடிப் பார்த்துவிட்டு. கோடிப் பக்கம் வருகிறாள். பாதகத்திக்குத் தெரியும், தாயத்தின்னி அநேகமாக கோடித்திண்ணைப் பக்கம்தான் ஒளிஞ்சிருப்பாள் என்டு. கண்டுவிட்டாள். சாப்பிட்டாயா? என்றோ வா சாப்பிடுவம் என்றோ ஒரு வார்த்த கூட கேக்கல்ல. கோடிக்க உள்ள இசங்கம் பத்தைக்குள் மறைந்திருந்த தாயத்தின்னியை ஒரு கையைப் பிடித்து தறதற என இழுத்துக்கொண்டு, மரத்தடிக்கு வந்தாள். கல்லு, சிப்பியோடு, கொள்ளிச்சிராய், புழுதி, என அனைத்திற்குள்ளாலும் இழுபட்டுக்கொண்டு தாயத்தின்னி போனாள். அப்போகூட அழாமல் விறைப்பாகவே தாயத்தின்னி இருந்தாள். பாதகத்தியின் ஒரு கையில் துவரங் கேட்டி. அதுவும் நல்லாத் துவைஞ்ச கெப்புக் கேட்டி. அந்தக் கெப்பிலும் நேற்று அடித்தபோது வெடித்து சிராய்ப்புகள் வெளியே நீட்டியிருந்தன. இதைப் பற்றி எல்லாம் பாதகத்திக்கு ஒரு பிரச்சினையுமில்லை.

அதற்குப் பிறகென்ன, வழமையான அடையான்வெளஞ்சான் தான். அப்போது எழும்பிய மரண ஓலம்தான், திடலில் விளாடிக்கொண்டிருந்த தாயத்தின்னியின் அண்ணனின் உள்ளுணர்வை தொட்டு இழுத்தது. இன்டைக்கு எதற்கு அடிக்கிறாள் என்று தாயத்தின்னிக்கு புரியவில்லை. முட்டியிலிருந்து தண்ணி ஊத்துட்ட தடயத்தைதானே அழித்துவிட்டோம். சின்னம்மா, பெரியம்மாட்ட போனதை அவர்கள் கோள்மூட்டிக் கொடுத்திருப்பாங்களோ என்றும் அத்தனை கதறலின் நடுவேயும் தாயத்தின்னி யோசிக்காமலில்லை.

பாதிநாள் சித்திரவதைக்குப் பிறகு, சுடுமணலில் துவண்டு கிடந்து தாயத்தின்னி முனகிக் கொண்டிருக்கும்போதுதான், அன்றைய சித்திரவதைக்கான காரணங்களை தனது நாத்த வாயால் சொல்லிக் கொம்பத் தொடங்கினாள்.

"தட்டுப் பறந்தவளுக்குப் பொறந்தவளே, என்னடி நீ புழூத்திட்டிருந்தாய். துணியப் புழுஞ்சி காயப்போடாம, புண்டையில மசிர் இணுங்கிக்கிருந்தயாடி" பீச்சூத்து வளப்புண்ணி" என்று தனக்கே உரிய கவித்துவ நாகரிக வார்த்தைகள் பறக்கத் தொடங்கின. இனி அடிப்பதற்கு தாயத்தின்னியின் உடலில் இடமில்லை என்பதற்காக பாதகத்தி கொம்பத் தொடங்கவில்லை. பாதகத்தியால் இதற்கு மேலும் அடிக்க முடியாது களைத்துப் போனதால்தான், தாயத்தின்னியின் மனதை சித்திரவதை செய்யத் தொடங்கினாள் பாதகத்தி. இது பாதகத்தியின் ராஜதந்திரம். உடலையும், மனதையும் ஒருசேர சித்திரவதை செய்யும் வித்தை. நல்லவேளை இப்படி ஒரு ராஜதந்திரி இருப்பது தெரிந்தால், உலகிலுள்ள இராணுவ கட்டமைப்புக்கள் உட்டிருக்கவே மாட்டாது. நல்ல பெரிய பட்டம் பதவியோடு பாதகத்தி வலம் வந்திருப்பாள். அப்படி அவள் ஏதாவதொரு இராணுவத்தில் இணைந்திருந்தால், பாதகத்தி பெட்டாலியன் என்ற தனி வகையினமே உருவாகியிருக்கும். தப்பித்தவறி இராணுவத்தில் பாதகத்தி இருந்திருந்தால் அவளால் சித்திரவதைக்குள்ளாகி இருக்க வேண்டிய அனைத்து மனிதர்களின் வதைகளையும் தாயத்தின்னி தனியொரு சிறுமியாக அனுபவித்து அவர்களைக் காப்பாற்றியிருக்கிறாள் என்றுதான் எடுத்துக்கொள்ள வேண்டியிருக்கும்.

ஒரு துண்டுத்துணியை புழுஞ்சி காயப்போடாததற்கு இத்தனை பெரிய சித்திரவதையா என யோசிக்கலாம். காரணமே இல்லாமல் வதைப்பவளுக்கு காரணம் ஒன்று கிடைத்தால் எப்படி இருக்கும்?

அந்த வதை முகாம் விசித்திரமானது. இந்த உலகில் இப்படி இதுமட்டுமேதான் இருந்தது. தண்டனை முறைகளாகட்டும், வேலைகளாகட்டும். அந்த வதை முகாமில் ஒரே ஒரு அதிகாரிதான். ஒரேயொரு கைதிதான்.

அந்த வதை முகாமில் ஏகப்பட்ட வேலைகளைச் செய்வதற்கு தயாத்தின்னி பணிக்கப்பட்டிருந்தாள். ஆனால், இந்தத் துணி துவைக்கும் பணி சில மாதங்களுக்கு முன்பு கட்டாயமாக்கப்பட்ட ஒன்று. ஒருவகையில் பார்த்தால் அதற்குக் காரணம் தாயத்தின்னிதான் என்று கூட சொல்லலாம். உடுப்புக்களை எடுத்துச் சென்று சலவை செய்துதரும், ‘புண்டமகன்’ ஒருவன் இருந்தான். உண்மையில் அவனுடைய பெயர் வெள்ளைத்தம்பி. கடும் கறுப்பாக இருந்தாலும் அவன்பெயர் இதுதான். பாதகத்திக்கு அந்தப்பெயர் பிடிக்கவில்லையோ என்னவோ, அவருடைய கவித்துவமான பெயரைச் சொல்லி அவனை அழைப்பாள். அதற்கு புண்டமகனும் தலையசைத்து சிரித்துவிட்டு உடுப்புக்களை எடுத்துப் போய்விடுவான்.

இப்படித்தான் ‘புண்டமகன்’ ஒருநாள் ஊத்தை உடுப்புக்களை எடுப்பதற்கு வீட்டுக்கு வந்திருந்தான். அனைத்து உடுப்புக்களையும் கொடுத்துவிட்டு, ‘தூமைச்’ சீலைகளை மட்டும் கொடுக்காமல் எடுத்துக்கொண்டுபோய் கேணிப்பக்கம் எறிந்துவிட்டு வந்துவிட்டாள் தாயத்தின்னி. உடுப்புக்களை எண்ணி எடுக்கும்போது, புண்டமகனிடம் இதைத் துவைப்பதற்கு கொண்டுபோக வேணாம் வெடுக்குநாத்தம் என்று பிடிவாதமாக சொல்லிவிட்டாள் தாயத்தின்னி. இந்தச் செயல்பாட்டின் விபரீதம் எப்படி இருக்கப்போகிறது என்பதை அப்போது தாயத்தின்னி அறிந்திருக்கவில்லை.

இரண்டு நாள்களுக்குப்பின், ‘புண்டமகன்’ துவைத்த உடுப்புக்களைக் கொண்டுவந்தான். ஒவ்வொன்றாக எண்ணிக் கொண்டு நின்ற பாதகத்திக்கு சட்டென்று தலைக்கிறுக்கு

வந்துவிட்டது. அந்தக் கோரமான முகத்தையும் விரிந்து உருண்ட கண்களையும் எறும்பு, புற்றிலிருந்து வெளிவருவதைப்போன்று வாயிலிருந்து துப்பிய கவித்துவ வார்த்தைகளை கண்டும் கேட்டும் ‘புண்டமகன்’ அஞ்சும் கெட்டு அறிவும் கெட்டு உறைந்துபோனான். செய்வதறியாது கலங்கி நின்றான்.

“உனக்கு என்ட புண்டச் சீலை தேவைப்படுகிறதாக்குமா?”

“அதை வச்சிக்கு என்ன நக்கித் தின்னப் போறயா?”

“உன்ட சுண்ணிய முறிச்சி அடுப்புக்க வெச்சிருவன், சொல்லுடா பேயோத்தவனே என்ட புண்டச்சீலை எங்கடா”

பாதகத்தியின் காட்டுக்கத்தல் புண்டமகனை வெலவெலத்துப் போகச்செய்துவிட்டது. பல்லுல பல் அடிக்கத் தொடங்கிட்டு. கைகால் உதறத் தொடங்கிட்டு. மூத்திரம் மட்டும் வேட்டிக்க போகல. மத்த அனைத்து அறிகுறிகளும் உடலில் வெளிப்பட்டுவிட்டது. கிணத்துக்க விழுந்த அணில்பிள்ளைகள் நடுங்குவதைப்போன்று நடுங்கத் தொடங்கிவிட்டான். அப்படியே வாசலில் இருந்த தூணில் சரிந்துவிட்டான். வேறு வழிகளுமில்லை. வேறு தெரிவுகளுமில்லை. கொஞ்ச நேரம் தாயத்தின்னியைப் பார்த்துவிட்டு, அவளை நோக்கி கைகளைக்காட்டி ஏதோ சொன்னான். சொற்கள் நாக்கை வந்து சேரவேயில்லை. பற்களைத் தாண்டி அவை வெளியேறவே இல்லை. பாதகத்தி ஆவேசமாக புண்டமகனை முறைத்துப் பார்த்தாள்.

தட்டுத்தடுமாறி, அதையெல்லாம் நீ துவைக்கத் தேவையில்லை என்டு தாயத்தின்னிதான் தராமல் எடுத்துவிட்டாள் என ‘புண்டமகன்’ பாதகத்தியின் புண்டச் சீலையின் ரகசியத்தை சொல்லிவிட்டான். சொன்ன மறுகணமே வேட்டி வழுகி கச்சைச் சீலை தெரிய, புடிச்சி சரிசெய்ய கைகள் வராமல் திரும்பிப் பார்க்காமலே ஓடிவிட்டான்.

பாதகத்திக்கு எப்படி இருக்கும்? கவித்துவ வார்த்தைகள் ஒரு புறம், துவரங் கேட்டிக்கம்பு ஆட்டம் மறுபுறம் என முதன் முதலாக பேயாட்டம் தொடங்கியது. அன்றிலிருந்து

பாதகத்தியின் ஊறவச்ச தூமச் சீலைகளை கழுவிப்புழிஞ்சி காயப்போடும் வேலையும் அந்த வதை முகாமில் கட்டாயமான ஒன்றாக மாற்றப்பட்டது. அந்த வதை முகாமில் தாயத்தின்னி தான் செய்த வேலைகளில் மிகக்கொடூரமான சிலவேலைகளை தனியாகக் குறித்து வைத்திருந்தாள். அதில் தூமச்சீலை புழிஞ்சி காயப்போடுவதுதான் முதலாவதாக இருந்தது. அந்த வேலையைச் செய்ய மறந்த நாள்களில், கண்கட்டி விளையாட்டைப்போன்று மூக்கில் படும்படி தலையில் கட்டிக்கொண்டு கொஞ்ச நேரம் இருக்க வேண்டும் என்ற விசேடமான புதிய சட்டமும் அமுலுக்கு வந்தது. சில நாட்கள் அதை அனுபவித்துமிருக்கிறாள். இத்தனை இளவயதில் இந்தக் கொடூரங்களை அனுபவித்த எவரும் இந்த உலகில் இருப்பார்கள் என்று நான் நினைக்கவில்லை என்ற ஒரு குறிப்பையும் தனது ஆவணங்களில் தாயத்தின்னி பதிவு செய்து வைத்திருக்கிறாள்.

தாயத்தின்னி எங்கிருந்து இந்த வதை முகாமிற்கு வந்தாள்? எப்போது வந்தாள்? அவளுடைய பெற்றோர்கள் எங்கே போனார்கள்? போன்ற கேள்விகள் இதை வாசிக்கும் எவருக்கும் எழாமல் இருக்காது. கைக் குழந்தையாக இருக்கும்போதே இந்த வதை முகாமிற்கு எடுத்துவரப்பட்டவள் தாயத்தின்னி. உணர்வுபூர்வமாக தன்னைத் சுற்றியும், தனக்கும் என்ன நடக்கிறதென்று அறியும் வரை இந்த வதை முகாமில் எந்தக் கொடுமைகளையெல்லாம் அனுபவித்தாள் என்று அவளுக்குத் தெரியாது. கடவுள் இருந்தால் அவருக்குத்தான் வெளிச்சம். ஆனால், பிரக்ஞைபூர்வமாக அவள் உணர்ந்த முதற் சொற்கள் பாதகத்தியின் கவித்துவமான சொற்கள்தான். அவளுடைய உடல் உணர்ந்த முதல் உணர்வே வலிகள்தான். கிள்ளுகளும், அறைகளும், அடிகளும் என நீண்ட அனுபவத்திலிருந்தே அவளுடைய மனமும், உடலும் வளரத் தொடங்குகிறது. அச்சம் ஒன்றே அவளின் நரம்புகளில் ஓடிக்கொண்டிருக்கிறது. அந்த அச்சத்திலிருந்து எப்படி மனதை காப்பாற்றுவது என்பதுதான் அவளின் சிந்தனையாக இருக்கிறது. வதைகளிலிருந்து எப்படி உடலை தற்காத்துக்கொள்வது என்பதுதான் அவளின் அச்சமாகவும் இருந்தது. மரணத்திற்குள் வாழ்ந்தவர்கள் இருக்கலாம். ஆனால், அச்சத்திற்குள் கையடித்துத் தவழ்ந்து, கால்களை எட்டிவைத்து

நடந்து, விளையாடி, உறங்கி, உண்டு அனைத்தும் அச்சங்களால் சூழ்ந்திருந்த ஒரு வதை முகாமை வாழ்வாக தனது குழந்தைப் பருவத்திலேயே சந்தித்து கடந்துவந்தவள் தாயத்தின்னி மட்டும்தான்.

பாதகத்தி, தாயத்தின்னியின் தாயின் தங்கைதான். அவளின் கைகளுக்கு தாயத்தின்னி போக வேண்டியிருந்தது என்பது காலம் செய்த மாபெரும் தவறு என்பதை தாயத்தின்னி பதிவு செய்துவைத்திருக்கிறாள்

ஒருநாள் ஊரே கதிகலங்கிப்போய் நிற்கிறது. ஒவ்வொருவராக கோயில் கிணற்றைப் போய் எட்டிப்பார்த்துவிட்டு வாயில் விரலை வைத்துக்கொண்டு அழுதபடி திரும்பிக் கொண்டிருக்கின்றனர். சிலர் மாரிலடித்து அழுதுகொண்டிருக்கின்றனர். என்னவாயிருந்தாலும் இந்தக் கைக்குழந்தையை விட்டுவிட்டு இவள் தற்கொலை செய்திருக்கக்கூடாது என்று சிலரும், இந்தக் குழந்தையை என்னசெய்வது எனச் சிலரும் கிசுகிசுத்துக்கொண்டிருந்தனர். கிணற்றிலிருந்து உடலை மீட்பதும், அதனை இறுதிக்கிரியை செய்வதும் தாமதமாகிக்கொண்டே இருக்கிறது. அனைவரின் முகத்திலும், பேச்சிலும், மனதிலும் இந்தக் கைக்குழந்தையைப் பற்றிய பேச்சுத்தான் உலவிக்கொண்டிருந்தது. சிலர் அவளின் தற்கொலைக்கான காரணங்களுக்கு கைகால்வைத்து கதைக்கத் தொடங்கியிருந்தனர். கோயில் திண்ணையில் கடவுளுக்கு முன்னிருந்த தரையில், மடித்து பதப்படுத்தப்பட்ட சீலையின் மீது கால்களை அடித்தடித்து சிரித்தபடி அந்தக் குழந்தை பிராக்குப் பார்த்துக்கொண்டிருந்தது. அதற்கு இங்கு நடப்பதெதுவும் தெரியாது. கொஞ்ச நேரத்தின் பின் சில பெண்கள் வருகிறார்கள். கிணற்றில் விழுந்து தற்கொலை செய்தது கடவுளின் முன்னிலையில் தரையில் சிரித்துக்கொண்டு கைகளையும் கால்களையும் அடித்துக் கிடக்கும் குழந்தையின் தாய்தான். அந்தக் குழந்தைதான் தாயத்தின்னி. அவள் சிறு குழந்தையாகவே இருக்கும்போது அவளுடைய தாய் இறந்துவிட்டதால், அன்றுதான் முதன்முதலாக தாயத்தின்னி என்ற பெயரால் அவள் அழைக்கப்படுகிறாள். அவளின் உண்மையான பெயர் அனைவரின் மனதையும் விட்டு மறைந்துவிட்டிருந்தது.

அங்கு வந்திருந்த பெண்களில் சிலர் தாயத்தின்னியின் அம்மாவின் சகோதரிகள். அதில் இரண்டுபேர் திருமணம் முடித்திருந்தவர்கள். பாதகத்தி மட்டும் திருமணம் முடிக்கவில்லை. மூன்றுபேரும் சேர்ந்து தாயத்தின்னியை தமது கைகளில் அள்ளி எடுத்துக்கொள்கின்றனர். பசியில் அழும்போது தடவிக் கொடுக்கின்றனர். பாலூட்டுகின்றனர். அருந்திவிட்டு திரும்பவும் கைகால்களை அடித்து கெக்களமிட்டு சிரிக்கிறது. தாயத்தின்னியை தூக்கிக்கொண்டு தங்கள் கிராமத்திற்கு புறப்படுகின்றனர். தாயின் மூன்று சகோதரிகளில் பாதகத்தி திருமணம் முடிக்காதமையினால் அவளிடமே தாயத்தின்னி போய்ச் சேரவேண்டிய கட்டாயம் ஏற்படுகிறது. தனக்குத் தாயத்தின்னி என்ற பெயர் அன்றுதான் புதிதாக உருவானது என்று அவளுக்குத் தெரிவதற்கு வெகுகாலம் எடுத்திருந்தது. அத்தனை காலம் வரையும் தனது பெயர் தாயத்தின்னிதான் என்று அவளே நம்பியிருந்தாள். தனது சொந்தப் பெயரே தனக்குத் தெரிவதற்கு பல ஆண்டுகள் எடுத்தது என்பது எத்தனை பெரும் துயரம்?

பாதகத்தியின் கிராமத்திற்கு வரும்வரை தாயத்தின்னி கெக்களம்கொட்டி சிரித்தும், கைகால்களை அடித்தும் மகிழ்வாகவே இருந்தாள். இந்த மகிழ்ச்சிதான் அவளுடைய வாழ்நாளில் அவள் சந்திக்கப்போகும் கடைசி மகிழ்ச்சி என்பதை அந்தச் சின்னஞ்சிறிய குழந்தை எப்படி அறியும்? காலம் ஆடிய இந்த ஆட்டத்தில் அவள் வதை முகாமிற்குள் சிறைப்படுத்தப்பட்டாள். அதற்கு அவள் அனுபவித்த துயரங்கள் என்ன? அதிலிருந்து எப்படி வெளியேறினாள்? இதுவரை கால வாழ்விலும் அவள் எப்போதாவது மகிழ்வாக இருந்தாளா? இதற்கான பதில்களையும் கதைகளையும், தனது ரங்குப் பெட்டிக்குள்ளிருக்கும் ஆவணங்களில் பதிவு செய்து வைத்திருக்கிறாள். மனித வரலாற்றை உருவாக்கியது தாயத்தின்னி சொல்வதைப்போல் அச்சம்தான் என்பதே உண்மையாக இருக்குமா?

ooo

ஒத்தக்கொட்ட

"நீயாவது என்ட அம்மாவைக் காப்பாத்தியிருக்கலாமே" அந்த மெல்லிய ஏக்கம் நிறைந்த குரல், எதிரொலியைப் போன்று கேட்டுக்கொண்டே இருந்தது. துக்கத்தை நிறைத்திருந்த பாரமான அந்தக் குரல் நடுங்கச் செய்யும் குளிரின் நடுவே ஒரு பனிக்கட்டியாகி மனதில் விழுந்துகொண்டே இருந்தது. இந்தச் சம்பவம் நடக்கும்போது சூரியன் அவளுடைய கிராமத்திற்கு வந்துவிடவில்லை. தனது ஒளியை அந்தக் கிராமத்திற்கு அனுப்புவதற்கு இன்னும் அதிக நேரமிருந்தது. ஆயினும், மரத்தின் கிளைகள் அசைவதைப் புரிந்துகொள்ளுமளவு மிகக் குறைவான இருளே அனைத்து இடங்களிலும் பரவியிருந்தது.

அந்தக் குரல் தாயத்தின்னியினுடையது. ஏன் இந்த நேரத்தில் கிராமத்திற்கு வெளியே உள்ள இந்த பெரிய மரத்தடியில் தனது ஏக்கத்தை முணுமுணுத்துக் கொண்டிருந்தாள்? அங்கு யாருமே இருக்கவில்லை. அப்படியெனில் அவள் யாரோடுதான் பேசிக்கொண்டிருந்தாள்? மனம் கனத்து வெடித்துவிடுவதைப் போல் உணரும் தருணங்களில் அவளுக்கு பேசுவதற்கு இருந்த ஒரேஒரு துணை அந்த மரம் மட்டும்தான். அந்த மரத்தோடுதான் தனது மகிழ்வு, துயரம், கனத்த இதயத்தின் வலிகள், தனது கோரிக்கைகள், தனது ஏக்கங்கள் அனைத்தையும் பகிர்ந்துகொள்வாள். அதற்குக் காரணமும் இருந்தது. தன்னோடு நெருங்கி உறவாடும் ஒன்றாக அந்த மரத்தை அவள் என்றும் நம்பியிருந்தாள். ஒரு நாள் அந்த மரமும் அவளோடு பேசியிருக்கிறது.

சரி, இன்னும் விடியாத இந்த பின்னிரவில் எந்த அச்சமுமற்று வீட்டிலிருந்து கிளம்பிவந்து மரத்தோடு உரையாட என்ன தேவை ஏற்பட்டது? பாதகத்தி, தாயத்தின்னிக்கு அடிக்கடி சொல்லும் எத்தனையோ வசைகளும், ஏச்சுக்களும் உண்டு. அவற்றில் ஒரேயொரு வசைமட்டும் அவளின் முழுமையாடையாத, பிரக்ஞையை முற்றாக உள்வாங்கிக்கொள்ளாத மனதில்

சுங்கான் மீனின் விசமுள்ளுத் தைத்ததைப் போன்று சுள்ளென்று குத்திக்கொண்டது. மீன் முள்ளுக் குத்திய கடுப்பை மனதிலும் நினைவுகளிலும் அடிக்கடி உணர்ந்துகொண்டே இருந்தாள். இருந்தாலும் அந்த வசையை சுமந்தபடியே அவளின் நாட்கள் நகர்ந்தன.

நேற்று மட்டும் ஆயிரத்தெட்டு முறை அந்த வசை, பாதகத்தியின் வாயிலிருந்து பொந்துகளிலிருந்து வெளியேறும் பூரான்களைப்போன்று எல்லையற்று வெளியேறி தாயத்தின்னியின் செவிவழியே நுழைந்து தீண்டிக்கொண்டிருந்தது. பூரான் தீண்டிய விசம் உடல், மனம், உணர்வுகள் என அவளுடைய குழந்தைப் பிரபஞ்சமெங்கும் பரவி, அவளைச் சாகடித்துக்கொண்டிருந்தது. பாதகத்தியின் அந்த வாக்கியத்தை எடுத்துக்கொண்டு, தனக்குத் தெரிந்த கிராமத்து சனங்கள் ஒவ்வொருவராக விசாரித்துக்கொண்டிருந்தாள். யாரும் அதற்கு தெளிவாக பதில்சொல்லவேயில்லை. ஏன் இவர்கள் பதில் சொல்லாமல் தட்டிக் கழிக்கின்றனர் என்று அவளுக்குப் புரியாமல் தவித்து நின்றாள். அப்போதுதான் வெத்திலைக் கிழவியின் ஞாபகம் வந்தது. இந்த வெத்திலைக் கிழவி மட்டும்தான் தனக்கு ஏதாவது அநியாயம் நடப்பதைக் கண்டால், அதை எதிர்த்து ஒரு சொல்லாவது பேசுவாள். அதனால்தான் கடைசியில் வெத்திலைக் கிழவியின் வீட்டுக்குச் சென்றிருந்தாள்.

வெத்திலைக் கிழவியின் வீட்டுக்குச் சென்றதும், பதட்டத்தோடு அவசரமாக தாயத்தின்னியை வீட்டினுள்ளே இழுத்து எடுத்துக்கொண்டு, செத்தைப் படலையை அவிழ்த்து மூடிக்கொண்டாள். கோழி தனது குஞ்சுகளை இறக்கைகளுக்குள் மறைப்பதைப் போன்றிருந்தது. பாதகத்திக்குத் தெரிந்தால், எனது வீட்டியிலேயே ஒரு கெழமைக்கு வண்டிலை அவிழ்துப்போட்டு வசைகளால் ஊழையிடத் தொடங்கிவிடும் என்று தாயத்தின்னியிடம் கிசுகிசுத்தாள். ஏதும் தின்டயா மெனெ என கேட்ட வெத்திலைக் கிழவி, இடுப்புச் சீலையில் செருகிவைத்திருந்த ஒரு முடிச்சை அவிழ்த்து,

“என்ர பேரப் புள்ளையளுக்கு பத்திரப்படுத்தி வச்சிருந்த “உடமை”கா இது இந்தா தின்னு” என்று ஒரு புள்டோ

டொபியை (முட்டாசு) எடுத்துக்கொடுத்தாள். இடுப்பிலிருந்த வியர்வை ஈரம்பட்டு கசிந்து சருகையை உரிக்க முடியாமல் இருந்தது. சிரமப்பட்டு எல்லாம் உரிக்கவில்லை. தொட்டவுடன் புண்டு பிதுங்கி வெளியேறியது. சருகையிலேயே முக்கால்வாசி அப்பியிருந்தது. அதை நாக்கால் நக்கிக்கொண்டே வெத்திலக் கிழவியோடு தாயத்தின்னி பேசத் தொடங்கினாள். தாயத்தின்னிக்கு கடுமையாக புடிச்ச ஒரு சாமான்தான் இந்த புள்டோ முட்டாசு.

புள்டோ முட்டாசி கசிந்து அதைச் சுற்றியிருந்த தாளில் அப்பியிருந்ததைப் போன்று, தாயத்தின்னியின் மனதின் அனைத்துப் பரப்பிலும், உணர்வுகளின் அனைத்து சருகையிலும் அப்பியிருந்த அந்த வசையை மெதுவாக அவிழ்த்து, அவளுடைய சின்னஞ்சிறிய வாய் வெளியேற்றியது.

“உன்ட அம்மையைப் போல உன்னையும் இந்தக் கிணத்துலதான் போட்டு மூடணும்” என்று பாதகத்தி அடிக்கடி சொல்லுது கா, என்ட அம்மைக்கு என்னதான் கா நடந்த” என்றாள். வெத்தில சப்பிட்டிருந்த பொக்கை வாய் அப்படியே சில கணங்கள் “ஆ” என்ட மாதிரியே நின்றன. குடிலுக்குள்ளே சுடுதண்ணி வச்சிருந்த கொள்ளி அடுப்பில் எரிந்த நெருப்பு ஷ் ஷ்... ... என்று எரிந்து அசையும் சத்தம் பெரிதாக கேட்கத் தொடங்கியது. அத்தனை அமைதி. வெத்திலைக் கிழவியின் குடிசை ஆழ்ந்த மௌனத்தில் உறைந்துபோயிருந்தது. கேத்தலில் சுடுதண்ணி கொதிக்கும் சத்தமும், நெருப்பு அசைந்து எழுப்பும் ஒலியும், தாயத்தின்னி உச்சுக்கொட்டி புள்டோவைத் தின்னும் சத்தமும்தான் அங்கே கேட்டுக்கொண்டிருந்தன. வெத்திலைக் கிழவி எழும்பிச் சென்று அடுப்பை எட்டிப் பார்த்துவிட்டு திரும்பி வருகிறாள். சில வேளை அடுப்புக்குள் தப்பித் தவறி செரட்டை செருகப்பட்டிருக்குமோ என சோதித்துவிட்டு வந்தாள். செரட்டை கிரட்டை எதுவுமில்லை. நெருப்பும் தண்ணீரும் உச்சத்தில் சத்தம் எழுப்பிக்கொண்டிருந்தன.

“நீ கைப்புள்ளையாக இருக்கக்கொள்ள நடந்த சம்பவங் கா அது. உன்ட அம்மை கிணத்துக்குள்ள உழுந்து செத்திட்டாள். எதுக்குச் செத்தாள் என்னத்துக்கு செத்தாள் என்டு இன்னும் ஊருலகத்துக்கு தெரியல்ல கா. ஊருல இடறுமடறா பல

கதைகள் உண்டு. இந்தக் கிராமத்துல இருக்கிற ஆருக்கும் ஒன்டும் தெரியாது கா. உன்ட அம்மை கிணத்துக்குள்ள உழுந்து செத்த என்ட கத மட்டும்தான் தெரியும். உன்ட அம்மை செத்து சிலகாலத்துல உன்ட அப்பனும் தொலைஞ்சிபோன என்டு சொல்லுவாங்க. ஆனா, அப்பனுக்கும் அம்மைக்கும் எந்தப் பெரச்சினையும் இருந்ததாக ஒரு கதையும் இல்ல மெனெ. என்ன நடந்ததெண்டு அந்த காளியம்மாளுக்குத்தான் வெளிச்சம்" என்டாள் வெத்திலைக் கிழவி.

"உன்ட அம்மை கிணத்துக்குள் உளுந்த அன்டு, உன்ட அப்பன் வேறொரு கிராமத்துல காளிக்குப் பலி பூசை செய்துக்கிட்டு இருந்ததாக ஒரு கதையும் உண்டு. அப்பன் காளிக்கு மடை வைக்கத் தொடங்கும்போதே, உன்ட அம்மை கிணத்துக்குள் உழுந்ததாகவும், உன்ட அப்பன் பூசையை முடிக்கும் விடியச் சாமம்தான் அம்மையின் உசிரும் பிரிஞ்சதாக ஒரு நம்பிக்கை இன்டுவரை இருக்கு மெனெ" அது செல நேரம் உண்மையாக இருக்கலாம். ஏனென்டா உன்ட அம்மை உழுந்த கோவில் கிணற்றில் அப்ப தண்ணி கொறைவாகத்தான் இருந்ததாம். அது ஒரு கோடைக்காலம் எம்பினம். உன்ட அம்மையின் உசிர் பிரியிரதுக்கு ஒரு முழு இரவும் தேவைப்பட்டிருக்கு. மாலையில கருக்கல் நேரம், கைப்பிள்ளையாக இருந்த உன்னக் கொண்டு போய் காளி முன்னிலையில ஒரு துண்டுச் சீலையில உனக்கு வயிறு முட்ட பால்கொடுத்து வழத்திப்போட்டுப் போய் கிணத்துக்குள்ள உழுந்திருக்கிறாள், அப்ப கிணத்துல மொழங்காலளவுதான் தண்ணி இருந்திருக்கு. கிணத்துல தண்ணி ஊறி உன்டை அம்மை மூழ்கிறதுக்கு ஒரு இரவு தேவைப்பட்டிருக்கு"

கிணத்துக்குள உழுந்த பொறகு, உன்ட அம்மை என்ன நெனச்சாளோ தெரியல, உசிரக் காப்பாத்தணும் என்டும் கனக்க முயற்சி பண்ணியிருக்க வேணும் என்டு அங்க வந்த ஆக்கள் கதச்சாங்க. உன்ட அம்மட உடலப் பாத்த பொறகுதான் அதையெல்லாம் கதெய்க்கத் தொடங்கினாங்க. என்று சொல்லி நிறுத்திவிட்டு எழுந்து சென்று அடுப்பை எட்டிப்பார்த்தாள் வெத்திலக் கிழவி. இப்போது நெருப்பு அணைந்திருந்தது. ஆனால் தண்ணி கொதிக்கிற வேகம் மட்டும்கொறயல. ஒரு

அலக்கு வெத்திலையை அதற்குத் தேவையான பொருட்களை எல்லாம் ஒன்று சேர்த்து வாய்க்குள் போட்டுக்கொண்டு மீண்டும் கதையைத் தொடங்கினாள். தாயத்தின்னி, புள்டோ சுற்றப்பட்டிருந்த சருகையை இன்னும் நக்கிக்கொண்டே இருந்தாள். அந்தச் சருகையில் எதுவுமில்லை. இருந்தும் அவள் நக்குவதை நிறுத்தவில்லை. ஏதோவொன்று ஆட்கொண்டதைப் போன்று முகம் மாறியிருந்தது. கண்கள் இன்னும் இமைக்கவே இல்லை. உதடுகள் மட்டும் விம்மிக்கொண்டிருந்தன. ஆனால், கண்களிலிருந்து சிறிய நீர்த்திவலைகள் கூட வெளியேறவில்லை. அவளின் பார்வைகள் மேலும் கதையைத் தொடரச்சொல்லி கட்டளையிடுவதைப்போல் கூர்மையாகவும், வெறியாகவும் இருந்தது. இரண்டு உதடுகளையும் ஒட்டி, புள்ளடிபோல் அதன்மேல் இரண்டு விரல்களை வைத்து “பிளீச்” என்று வாய்க்குள் நிறைந்த வெற்றிலைச் சாறை வெளியே பீச்சியடித்தாள் வெத்திலைக் கிழவி. அடக்கி வைத்த மூத்திரத்தின் முதல் துளிகள் தெறித்துக்கொண்டுபோய் விழுவதைப்போன்று மூடப்பட்டிருந்த செத்தையின் ஓட்டை வழியாக குறிதவறாமல் பாய்ந்து சென்று வாசலில் விழுந்தது. என்னவொரு துல்லியம். இன்று அதிகம் பயிற்றப்பட்ட சினைப்பர் வீரர்கள் கூட இத்தனை துல்லியமாக சுடமாட்டார்கள்.

“உன்ட அம்மையை கோவில் கிணத்துல இருந்து எடுக்கும்போது மாட்டுக்கறிக் கடையில் எறச்சியைத் தொங்கவிடும் கொழுக்கி (S) வடிவில்தான் இருந்தாள். கால்கள் வயிற்றோடு ஒட்டியிருந்தன. முழங்கால்கள் மடிந்து அடிவயிற்றை இறுக்கமாக பிடித்திருந்தன. கிணற்றின் உள்பகுதியில் கரைந்திருந்த ஒரு கல்லின் ஓட்டைக்குள் இரண்டு கைகளின் விரல்களும் நுழைந்து வெளியேறுவதற்கு எத்தனிப்பதைப்போன்று தொங்கிக்கொண்டிருந்தாள். தண்ணீர் ஊறி ஊறி கிணத்துக்குள் நெரம்பி அவளை மூழ்கடிக்கும் வரை, அந்த இரவு முழுவதும் அவள் தப்பிக்க முயன்றுகொண்டிருந்திருக்கலாம் என்று உன்ட அம்மையின் உடலைப் பார்த்தவர்கள் சொல்லிக் கொண்டிருந்தார்கள். விறைத்துப் போயிருந்த உடலை நிமிர்த்தி எடுப்பதற்கு, கைகளினதும் கால்களினதும் எலும்புகளை முறித்துத்துத்தான் கிடையாக கெடக்கும் உடலாக மாத்தினார்கள்.

என்ன ஆச்சரியமென்டால், அந்த தருணத்திலும் உன்ட அம்மையின் சொத்தையில ஒரு அழகான புன்னகை மலர்ந்து உறைந்துபோய் இருந்தது. கடைசியாகச் சாகும்போது உன்ட அம்மை சிரித்துக்கொண்டேதான் இருந்திருக்க வேண்டும் என்டு அன்டு முழுக்க ஊருல கதையாக கதச்சார்கள்"

"என்னவொரு அதிசயமென்டால், அன்றிரவு விடிய விடிய உன்ட அம்மா வளர்த்த நாய் குரைத்துக்கொண்டேதான் இருந்திருக்கிறது. அந்தக் கிணத்தைச் சுற்றி ஓடியோடி கத்திக்கொண்டிருந்திருக்கிறது. அந்த நாய் கிணத்தடிய மட்டும் நிண்டு கத்தல்ல. கிணத்தடில கொஞ்ச நேரம் கத்திட்டிருந்துவிட்டு, ஓடோடி வந்து ஆத்தி மரத்தடியில வளத்திக்கிடக்கும் உனக்கிட்ட வந்து கொஞ்ச நேரம் கத்திக் கதறியிருந்திருக்கு. இப்படி மாறி மாறி விடிய விடிய கத்திக்கிட்டே இருந்திருக்கு. அந்தக் கிராமத்திலிருந்த ஆருக்கும் ஏன் இந்த நாய் இப்படிக் கிடந்து கத்தி அவதிப்படுகுது என்டு ஒரு சிறு எண்ணமும் வராமலிருந்திருக்குப் பாரேன். இன்னொரு அதிசயம் என்னென்டா, ஆத்திமரத்தடியில கெடந்த நீ கூட உன்ட தாயத் தேடி ஒரு சின்னச் சத்தமும் எழுப்பல்ல. நீ கத்தவே இல்ல என்டும் சொல்லுவார்கள். அதனாலதான் உனக்கு "தாயத்தின்னி" என்டு பெயரையும் வெச்சாங்கள். ஓ... இந்தப்பெயர முதலுல வெச்சது அந்தப் பாதகத்திதான். உன்ட அப்பன்ட ஆக்களுக்காக இருக்கட்டும், ஊரிலுள்ள மத்தவங்களுக்காகட்டும் இந்தப் பெயர் சூட்டுனது புடிக்கல. இந்தக் கிராமத்திலேயே நீ வளர்ந்திருந்தா உனக்கு தாயத்தின்னி என்ட பெயர் வந்திருக்காது. உன்ட அம்மையின்ர சகோதரிகளின் கிராமத்திற்கு உன்னக் கொண்டுபோனதாலதான், பாதகத்தி வெச்ச இந்தப்பெயர் உன்ட பெயராகவே மாறிப்பெய்த்து.

இந்த இடத்தில் ஒன்டை நினைவுபடுத்த வேணும். தாயத்தின்னி தனது ரங்குப் பெட்டி ஆவணங்களில் ஓரிடத்தில், கோடுகளால் கீறப்பட்ட ஒரு பெண் உருவத்தை வைத்துவிட்டு அதன்கீழ் எழுதி வைத்திருந்த ஒரு வாசகம் முக்கியமாகப் படுகிறது.

"ஒரு மனிதனுக்கு வாழ்வதற்கு இருக்கும் உரிமையைப்போல், வாழ்ந்தது போதும் என முடிவெடுத்து மரணிப்பதற்கான உரிமையும் உண்டு" என எழுதிவைத்திருந்தாள்.

இது எத்தனை சர்ச்சையான கருத்து. இந்த உலகமே வாழ்வுக்கு மாத்திரம்தான் முதன்மை வழங்கிக்கொண்டிருக்கும்போது இத்தனை சர்ச்சையான ஒரு தத்துவத்தை ஏன் எழுதிவைத்தாள்? அதற்கான காரணங்கள் எதுவாக இருக்கும் என தலையைப் பிய்த்துக்கொள்ள வேண்டியதில்லை. அந்தத் தத்துவத்தை சொல்வதற்கு அவளுக்கு முழு உரிமையும் உண்டு. அவளுடைய வாழ்வு அனுபவங்களே அதை அவளுக்கு வழங்கியிருந்தது. ஆனாலும், பலமுறை சாவதற்கு தேவையான காரணங்களை அவள் எதிர்கொண்ட போதும் அவள் தற்கொலை செய்துவிடவில்லை. வாழ்வையே தெரிவு செய்தாள். மூர்க்கமாக சாவைக் கடந்து வந்தாள் என்பதை ரங்குப் பெட்டி ஆவணங்களில் பல இடங்களில் பதிவு செய்திருக்கிறாள்.

வெத்திலைக் கிழவி தனக்குத்தெரிந்த கதைகளை சொல்லிவிட்டு, வாயை அசைபோட்டு வெத்திலையை சப்பிக்கொண்டிருந்தாள். வெத்திலையைச் சப்பும்போது கிழவியின் பொக்குவாய் படும்பாட்டையும், குழிந்து எழும் அழகையும் பார்த்துக் கொண்டிருந்தாள். எத்தனை அழகு அது. வெத்திலைக் கிழவி வாயை அகட்டிச் சிரித்தாள். ஆனால், வாய் ஒரு இஞ்சி அழவைவிட விரியவில்லை. உள்ளே ஒரு பல்லுக்கூட இருக்காது என்றுதான் நினைத்துக்கொண்டாள். அதை கிழவியிடம் கேட்டு உறுதிப்படுத்திக்கொண்டாள். செல்லமாக சொக்கில் ஒரு கிள்ளும்போட்டு “கள்ளி” என வெத்திலைக் கிழவி தாயத்தின்னியின் மனநிலையை மாற்ற முயன்றாள். முகத்தில் எந்தச் சலனமுமற்று விறைத்துப்போயிருந்த தாயத்தின்னி, “கொஞ்சம் தண்ணிதா கா” என கேட்டாள். எழுந்து சென்று அரிசரிக்கும் அரிக்கிமிலை நிரம்ப தண்ணி எடுத்துக்கொண்டு வந்து கொடுத்தாள் கிழவி. “குடிச்சிப்போட்டு முகத்தையும் கொஞ்சம் கழுவு” என்றாள். குடிப்பதற்கு வாய்குக்கிட்ட அருக்கிமிலயை கொண்டுபோனபோது, உள்ளேயிருந்த தண்ணி லேசாகத் தளும்பியது. தண்ணிக்குள்ளே இருந்து ஒரு கை உயர்ந்து என்னைக் காப்பாத்து என்று அலறுவதைப்போன்ற ஒரு தோற்றம்தான் தாயத்தின்னிக்குத் தெரிந்தது. பெரும் சத்தமிட்டு அலறியவள் சில நிமிடங்கள் திமித்துப்போய் பிரம்மை பிடித்ததைப் போன்று நின்றாள். தண்ணியை எடுத்து

சொத்தையில் ஏதோ சொல்லி வெத்திலைக் கிழவி அடித்த பிறகுதான் தாயத்தின்னியின் கைகால்கள் அசையத் தொடங்கின. கண்கள் இமைக்கத் தொடங்கின. தண்ணியைக் குடிக்காமல், இருந்த இடத்திற்கும் வெசளம் சொல்லாமல் எழுந்து நடக்கத் தொடங்கினாள் தாயத்தின்னி.

அன்றிலிருந்து தாயத்தின்னிக்கு தண்ணி என்டால் பயம். அது சின்னக் கின்னப் பயமல்ல. அந்தப் பயத்திலிருந்து வெளியேற பல காலம் எடுத்தது. இருந்தும் முழுவதுமாக அவள் தண்ணீர்ப் பயத்திலிருந்து வெளியேறிவிட்டாள் என்று சொல்ல முடியாது. அவ்வப்போது தண்ணீர் அவளை அச்சமூட்டியபடியேதான் இருந்தது.

விறுவிறுவென நடந்துவந்து வதை முகாமிற்குள் நுழைந்தாள். "எங்கடி போய்வாராய்" என உறுக்கி பாதகத்தி கேட்ட கேள்விக்குக் கூட அவள் எந்தப் பதிலும் சொல்லவில்லை. நெல் மூட்டைகள் அடுக்கிவைத்திருக்கும் அறைக்குச் சென்றாள். மூட்டைகளுக்கு இடையில், அந்துப்பூச்சிகளோடும், கரப்பான்களோடும் உறங்கத் தொடங்கினாள். பகலில் அவள் உறங்கப் பழகியது இன்றிலிருந்துதான். "கிணற்றைச் சுற்றிச் சுற்றியும், இடையிடையே ஆத்திமரத்தடியில் வளத்தியிருந்த தன்னிடமும் விடிய விடிய கத்தியபடி நாய் ஓடித்திருந்தது என்பதை அதன் காலடிகளை வைத்து ஊகித்துக்கொண்ட சம்பவம் அவளை போட்டு கசகறப்படுத்திக் கொண்டிருந்தது. காலையில் அம்மாவின் உடலை எடுத்து அடக்கம் பண்ணிவிட்டு வந்து பார்த்தால், அந்த நாயும் கிணத்தில் விழுந்து செத்திருந்தது என்ற சம்பவம், தாயத்தின்னியின் நினைவுகளை ஆக்கிரமித்திருந்தன. அது ஏன் என்று அவளுக்கு புரியவே இல்லை. பின்நாட்களில் தாயத்தின்னியின் வாழ்வில் ஆபத்துகள் வரும்போதெல்லாம் நாய் குரைக்கும் சத்தம் மட்டும் அவளுக்கு, அவளின் மனதிலுள்ள காதுகளுக்கு கேட்டபடியே இருந்தன. இந்த நாய் குரைக்கும் சத்தம் கேட்டால் அதற்கு அடுத்தபடியாக நடைபெறப் போகும் சம்பவம் தனக்கு ஆபத்தானது என்பதை புரிந்துகொள்ள தாயத்தின்னிக்கு வெகுகாலமெடுத்தது என்பதுதான் உண்மை. அதைப் புரிந்துகொண்ட பின்பு, கடுமையாக வேதனைப்பட்டாள். அந்த நாய் குரைக்கும் சத்தங்களை சரியாக இனம் கண்டிருந்தால்,

பல ஆபத்துக்களை எளிதாக கடந்திருக்கலாம் என்று தனது ரங்குப் பெட்டி ஆவணங்களில் பதிவு செய்திருந்தாள்.

பூரான் ஒன்று அவளுடைய சட்டையில் ஊர்ந்து கழுத்தைக் கடந்து நெற்றியைத்தாண்டி தலைமுடிக்குள் நுழைந்துகொண்டிருந்தது. அதை கொஞ்சும் சட்டைசெய்யாமல் இந்த நினைவில் திளைத்திருந்தாள்.

இப்படி நடந்துகொண்டால், வளமாக பாதகத்தியிடம் அடிவாங்கிக் கட்டியிருப்பாள். இன்று அடிவாங்காமல் தப்பித்ததற்கு ஒரே ஒரு காரணம்தான் இருந்தது. சில வேளை இன்று பாதகத்தி அடித்திருந்தால், அது பாதகத்தியின் கடைசி நாளாகக் கூட இருந்திருக்கலாம். தாயத்தின்னி இருந்த மனநிலையில் பாதகத்தியை போட்டுத்தள்ளியிருக்கவும் வாய்ப்பிருந்தது.

தனது அடிமையாக இருந்த தாயத்தின்னி தனது கேள்விக்கு பதில் சொல்லாமல் போனது, பாதகத்தியை போட்டு வதைத்துக் கொண்டிருந்தது. மனதிற்குள் வெறியேறி அல்லல்பட்டுக் கொண்டிருந்தாள். அந்தக் கோபத்தை, வெத்திலை பாக்கு இடிக்கும் உரலில் காட்டிக்கொண்டிருந்தாள். உரல் பொந்துவிடும்போல இருந்தது. உரலை இடித்த வேகம் நிலத்தை உடைத்திருந்தது. ஏன் பாதகத்தி இன்று தனது சித்திரவதையை ஆரம்பிக்கவில்லை? அன்று அவளுக்குப் பிடித்த “ஒத்தக்கொட்டை” வீட்டுக்கு வந்திருந்ததுதான். அந்தக் கிராமத்திற்கு வெத்திலை சப்பிளை பண்ணும் ஒத்தக்கொட்டை வந்துவிட்டால், வதை முகாம் என்பதன் பெயர் மாற்றமடைந்து வீடாக ஆகிவிடும்.

அந்த வீடு முழுநேர வதை முகாமாக இருந்தபோதும் மாசத்துல நாலஞ்சு நாள், சுதந்திரமான ஒரு வீடாக மாறிவிடும். அந்த நாட்களில் தாயத்தின்னி பற்றிய எந்த நினைவுகளும் பாதகத்தியிடம் இருப்பதில்லை. தாயத்தின்னியும் சுதந்திரமாக தான் விரும்பியபடி அனைத்தையும் செய்துகொள்வாள். அதற்கான தெளிவான காரணங்கள் அந்தச் சிறுவயதில் தாயத்தின்னிக்கு தெரியாது. ஆனால், ஒத்தக்கொட்டை வீட்டுக்கு வந்தால் தாயத்தின்னிக்கு ஏற்படும் மகிழ்ச்சி சொல்லி மாளாது.

பாதகத்திக்கும் ஒத்தக்கொட்டைக்கும் இடையில் என்ன ஓடுகிறதென்று தாயத்தின்னிக்கு எதுவும் தெரியாது. அந்தக் கிராமத்தில் கூட இருவரைப் பற்றியும் எந்தக் கதையும் கிசுகிசுக்கப்படுவதுமில்லை. பாதகத்தி திருமணம் முடிக்காதவள். முடிக்காமலே தனது வாழ்வை முடித்துக்கொண்டவளும் கூட. ஆனால், ஒத்தக்கொட்டை அப்படியல்ல. அவருடைய ஊரில் பொண்டாட்டி, புள்ள குட்டியெல்லாம் ஒத்தக்கொட்டைக்கு உண்டு. இந்தக் கிராமத்திற்கு வெத்திலை விற்பதற்குத்தான் ஒத்தக்கொட்டை வந்துபோயிருக்கிறார். கொஞ்சம் எடுப்பான அழகன். கதர் வேட்டி, தோளில் வரைபோட்ட ஒரு அழகான சால்வை. சைக்கிள் ஓடும்போது, அந்தச் சால்லையை கழுத்தில் சுத்தி முன்பக்கம் போட்டுக்கொள்வார். அது காற்றில் அசைந்து பறந்துகொண்டு வரும். காற்று சற்றுப் பலமாக அடித்தால், மணல் ஒழுங்கை வழிய பெடிலில் எழுந்து நின்று முக்கி முக்கி மிதிக்கும்போது, காற்றில் வேட்டியும் பறந்துகொண்டிருக்கும். பறக்கும்போது, ஒத்தக்கொட்டையின் பளபளக்கும் காரிக்கன் கச்சை தொங்கிக்கொண்டிருப்பது தெரியும். கிராமத்திலுள்ள பிள்ளைகளெல்லாம் ஒத்தக்கொட்டையின் சைக்கிளின் பின்னால் ஓடிக்கொண்டு சிரித்துக்கிட்டு வருவார்கள். மணல் ஒழுங்கையில் யாரும் சைக்கிளை மிதிப்பதில்லை. எளந்தாரிமார்கள் கூட மிதிக்க முடியாமல் தள்ளிக்கொண்டு வருவதாகத்தான் கதை. ஆனால், தான் மிதித்து வருவதால்தான் பிள்ளைகளும், பொண்டுகளும் தனது சைக்கிள் மிதிக்கும் பலத்தைப்பார்த்து உற்சாகப்படுத்துகிறார்கள் என நினைத்துக்கொண்டு உச்சாப்பில் முக்கி முக்கி மிதிப்பார். முக்கி முக்கி மிதிக்கும் போது சில நேரங்களில் சத்தத்தோடு குசுப்பறப்பதற்கும் தவறுவதில்லை. அந்த நேரத்தில் ஒத்தக்கொட்டைக்கும் சிரிப்பு வந்துவிடும். சிரிப்பு வந்தால் மிதிப்பதை நிறுத்திவிடுவார். மணலுக்குள் சைக்கிள் புதைந்துவிடும். இனி என்ன தள்ளிக்கொண்டு வருவதுதான். அவருக்கு கடைசிவரைத் தெரியாது, பிள்ளைகளும், பெண்டுகளும் ஒத்தக்கொட்டையின் கச்சை தெரிவதைப் பார்த்துத்தான் சிரிக்கிறார்கள் என்டு. தனது வீரத்தை ரசிக்கிறார்கள் என்றே கடைசிவரை நினைத்திருந்தார். தனது வீரத்தை சொல்லும் எந்த தருணத்திலும் பாதகத்திகூட இதை அவருக்கு சொன்னதில்லை. ஏன் சிரிக்கிறார்கள் என்பது

பாதகத்திக்கும் தெரியும். இருந்தாலும் ஒத்தக்கொட்டையின் வீரத்தை பாதகத்தி ரசித்தாள். அதனால்தான் அது குறித்து பாதகத்தி சொல்லவே இல்லை.

ஒத்தக்கொட்டை என்பதுதான் அவருடைய பெயரா? அவளுக்கு அவருடைய உண்மையான பெயர் தெரியாது. ஊரில் யாருக்கு அவரின் உண்மையான பெயர் தெரியும் என்டும் தயாத்தின்னிக்குத் தெரியாது. ஆனால், அவரை "இஞ்சாங்கோ" என்டுதான் அழைப்பதைக் கேட்டிருக்கிறாள். ஒரு சம்வத்திற்குப் பிறகு அவரை "இஞ்சாங்கோ" என்டு அழைப்பதே இல்லை. அன்றிலிருந்துதான் "ஒத்தக்கொட்டை" என்ற கவித்துவமான பெயரால் பாதகத்தி அழைக்கத் தொடங்கினாள். அதுவே பின் ஊரில் அனைவராலும் அழைக்கப்படும் பெயராக மாறிவிட்டிருந்தது. ஒரு நாள் பிள்ளைகளெல்லாம் கூடி ஒழுங்கையில் விளையாடிக்கொண்டிருக்கும்போது, பகல் நேரமிருக்கும் ஒத்தக்கொட்டை சைக்கிளை முக்கி முக்கி மிதித்துக்கொண்டு ஒழுங்கையால் வந்துகொண்டிருந்தார். முக்கி மிதிக்கும்போது சைக்கிள் சீட்டிலிருந்து எழுந்து நின்று விடுவது வழக்கம். பிள்ளைகள் ஒத்தக்கொட்டைக்கு கேட்காமல்,

"சைக்கிள் ஓடிவர, வேட்டி பறந்துவர, கச்சை தெரிந்துவர" என முணுமுணுக்கத் தொடங்கினார்கள். பிள்ளைகள் மத்தியில் ஏதோவொரு உற்சாகம் பரவ, கூய் என சத்தம் எழுப்பினர், அந்த "கூய்" சத்தம் கேட்டதும் வேலிகளுக்கு மேலாக பொண்டுகள்களின் தலைகள் மேலெழுந்து ஒழுங்கைக்குள் வந்துவிட்டன. எல்லாருக்கும் அந்தக் கூய் சத்தத்தின் சமிக்ஞைகள் என்னவென்று தெரியும். இன்று அதிகம் பிள்ளைகளைக் கண்டதும் உச்சாப்பு கொஞ்சம் அதிகமாகவே ஒத்தக்கொட்டையின் தலைக்குள் ஏறியிருக்க வேண்டும். சைக்கிள் சீட்டைவிட்டு எழுந்து நின்று உன்னி உன்னி மிதிக்கத் தொடங்கினார். அது அதிக நேரம் நீடிக்கவில்லை. "முருகா" என்ற பெரும் அலறலாகக் கேட்டது. சைக்கிளின் செயின் கழன்று ஒத்தக்கொட்டையின் கவுடு போய் சைக்கிள் பாரில் தொப்பென்று அடித்துவிட்டது. அந்த இடத்திலேயே மணலுக்குள் சைக்கிள் கெழிந்து விழுந்தது. ஒத்தக்கொட்டையும் ஒழுங்கை மணலுக்குள் சாய்ந்து விழுந்தார். சிறிது நேரத்திற்குப்பின் எழுந்தவர், முனகி முனகி மெதுவாக

நடந்துகொண்டு பாதகத்தியின் வீட்டுத் திண்ணையில் வந்து சாய்ந்து கிடந்தார். பாதகத்தி பதறிப்போனாள். வதை முகாமில் உலவும் வெறிபிடித்த இராணுவ அதிகாரியாகவே இதுவரை காட்சிதந்த பாதகத்தி, பட்டபாடும், பதபதைப்பும் அவளுக்குள்ளும் ஒரு மென்மையும் இரக்கமும் இருந்ததை தாயத்தின்னி உணர்ந்தாள். எங்கு அடித்தால் எங்கு வலிக்கும் என்பதை முதன்முதலாக உணர்ந்துகொண்டாள்.

தண்ணி சுடவச்சி, அதில் புத்தம் புதுச் சீலையை நனைத்து புழிந்துவிட்டு, ஒத்தக்கொட்டையின் கவுட்டுக்குள் ஏதோ செய்தாள். ஒத்தக்கொட்டையின் கவுட்டை மறைத்து நின்று செய்ததால் தாயத்தின்னியால் அதை சரியாகப் பார்க்க முடியவில்லை. சற்று நேரத்தில் எழுந்தவள், 'வா' எனக் கூப்பிட்டுவிட்டு வேகவேகமாக ஒழுங்கையில் நடக்கத் தொடங்கினாள். தாயத்தின்னியும் பின்னால் இழுபட்டுக்கொண்டு ஓடினாள். பாதகத்தி வெத்திலப் பகளிகள் நிறைந்திருந்த பாரமான அந்தச் சைக்கிளை நிமிர்த்தி ஒழுங்கைக்குள்ளால் புதையும் மணலில் சாதாரணமாக தள்ளிக்கொண்டு வீட்டுக்குவந்து ஸ்டாண்டை இழுத்து சைக்கிளை நிற்கவைத்தாள். பின்னால் பிடித்து பாதகத்தி சைக்கிளை தள்ளச் சொல்லியிருந்தபோதும், தாயத்தின்னி சும்மா பிடித்துக்கொண்டே வந்திருந்தாள். பாதகத்தி கடும்பலசாலிதான்.

கொஞ்சம் கூட சொணக்கமில்லாமல் விர்ரென்டு ஒழுகைக்குள்ளால் போன பாதகத்தி, அதே வேகத்தில் திரும்பிவந்தாள். எக்கில் மறைத்துவைத்திருந்த ஒரு கால் போத்தலை எடுத்து கீழே வைத்தாள். ஒரு டம்ளரை எடுத்து மூச்சிப்பிடித்து கழுவி மினுக்கிக்கொண்டாள். அது பளபத்தது. உள்ளே கண்களை அனுப்பி சோதித்துக்கொண்டாள். இன்னொரு டம்ளரில் தண்ணியை மொண்டு எடுத்துவந்தாள். பட்டாம்பூச்சி பிடித்துக்கொண்டிருந்த தாயத்தின்னிக்கு இந்த நிகழ்ச்சி வினோதமாக இருந்தது. ஓடிவந்து என்ன நடக்கிறது என்டு அருகில் வந்து பார்க்கத் தொடங்கினாள். பாதகத்தியின் "தள்ளிப்போடி" என்ற ஒரு சத்தமே தாயத்தின்னியை வாசலில் நின்ற மரத்தடிக்கு தூக்கி எறிந்திருந்தது. இருந்தாலும் அங்கிருந்த படியே கடைக்கண்ணால் பார்த்துக்கொண்டிருந்தாள்.

எக்கிலிருந்து எடுத்த போத்தலில் இருந்து கொஞ்சம் டம்ளரில் ஊற்றினாள். அதற்குள் தண்ணீரையும் கொஞ்சம் ஊத்திக் கலந்தாள். ஒத்தக்கொட்டைக்கு கொடுத்தாள். கெழிஞ்சி கெடந்த ஒத்தக்கொட்டை ஒரு பக்கம் சளிந்தமாதிரி எழுந்து உட்கார்ந்துகொண்டு வாய்க்குள் ஊற்றிவிட்டு, வாந்திபேதிக்கு கசாயம் குடித்தவனைப்போல் வாயையும் முகத்தையும் சுழித்துக்கொண்டார். வேறொன்னமோ ஒன்றை எடுத்து பாதகத்தி கொடுத்ததும் தொட்டுத்தொட்டு நக்கிக்கொண்டிருந்தார். அந்த டப்பாவை உற்றுப்பார்த்தாள். அது ஊறுகாய் டப்பா. தாயத்தின்னி அதில் ஒரு கண்வைத்துக்கொண்டாள். எப்படியாவது இன்று இந்த ஊறுகாயில் ஒரு துண்டை சாப்பிட்டே ஆவது என முடிவெடுத்துக்கொண்டாள்.

அந்த ஊட்டில்தான் இருந்தாலும், தாயத்தின்னிக்கு எட்டாத தொலைவில் மறைத்துவைக்கப்பட்டிருக்கும் எத்தனையோ பொருட்களில் இதுவுமொண்டு. இதுவரை தாயத்தின்னி ஆசைப்பட்டும் ஊறுகாய் தின்றதேயில்லை. எப்படியாவது இன்று தின்றுவிட வேண்டுமென்று கங்கணம் கட்டிக்கொண்டாள். எக்கில் மறைத்திருந்த போத்தல் காலியாகிவிட்டது. சரிந்து கால்களை மடக்கிக்கொண்டு, கைகளை கவுட்டுக்குள் வைத்துக்கொண்டு படுத்துக்கிடந்தார் ஒத்தக்கொட்டை.

ஒத்தக்கொட்டை வந்திருக்கும் நாட்களில் போடுவதைப்போன்று பாதகத்தி வெத்தில பாக்குப்போட்டுக்கொண்டாள். மற்ற நாட்களில் வெத்திலை, பாக்கு, சுண்ணாம்பு, போயிலை அதுவும் பாணிவடியாத போயிலை எனப்போட்டுக்கொள்பவள், ஒத்தக்கொட்டை வந்துவிட்டால் அதோடு சேர்த்து அந்த ஊரில் “கைப்பு” என பெயர் சொல்லி அழைக்கும் ஒன்டையும் சேர்த்தே போட்டுக்கொண்டாள். இந்த நேரம்தான் வெத்திலக் கிழவியின் ஞாபகம் வந்தது. வெத்திலக் கிழவி, பாதகத்தியின் வட்டாக்குள்ள இருக்கும் பாணிவடியாத போயிலையில் ஒரு துண்டை எப்படியாவது எடுத்துத்தாவன். அது கடும் வெலடி. அதைப்போட்டு எவ்வளவு ஆண்டுகள் ஆகிறது என்று கேட்டது நினைவுக்கு வந்தது. அதேபோல், பொட்டுமாமி “எனக்கு மலைவெத்திலை ஒன்டிரெண்டு எடுத்துவந்து தாவன்” எனக் கேட்டிருந்ததும் நினைவுக்கு வந்தது. அந்தக் கிராமத்தில்

புதுநாணயமான வெத்தில போடும் ஒரே ஒரு ஆளாக பாதகத்திதான் இருந்தாள். அவளுக்கென்ன கிராமத்தில் ஒரு றோயல் வாழ்கை என்று ரங்குப் பெட்டி ஆவணக் குறிப்புகளில் இருந்தது இந்த நேரத்தில் நினைவுக்கு வருகிறது.

தாயத்தின்னி தனது ஆசையையும், தனக்கு நெருக்கமான கிழவிகளின் ஆசைகளையும் நிறைவேற்றிவிடுவது என முடிவெடுத்துக்கொண்டாள். இருப்பவர்களிடமிருந்து பறித்து இல்லாதவர்களுக்கு கொடுத்து மகிழ்விப்பது என்ற எண்ணமல்ல. ஆனால், அதற்கு நெருக்கமான ஒருவகை இரக்க குணம். இந்தக் குணம்தான் தாயத்தின்னியின் வாழ்நாள் முழுதும் அவளோடு பிணைந்தே இருந்தது என்பதை ரங்குப் பெட்டி ஆவணக் குறிப்புகள் உணர்த்துகின்றன. பாதகத்தி வெளியேறுவாளா, இல்லை தூங்குவாளா எனக் காத்துக்கொண்டிருந்தாள் தாயத்தின்னி. வெத்திலை போட்டகையோடு கிசுகிசென்று வெத்திலைக் கட்டை சைக்கிளில் இருந்து அவிழ்க்கத் தொடங்கினாள். பகளி பகளியாக பிரித்துக்கொண்டாள். பனையோலைத்தட்டில் அடுக்கியெடுத்துக் கொண்டாள். வெற்றிலை பகளியின் மீது தண்ணீர் தெளித்தாள். தாயத்தின்னிக்கு தண்ணீர் கொடுக்க விரும்பாதவள் வெத்திலைக்கு எவ்வளவு கருணை காட்டுகிறாள் பாருங்கள். சேலையை சரிசெய்து கொண்டு, வெத்திலைப்பகளிகள் அடுக்கிய தட்டைத் தூக்கி தலையில் வைத்துக்கொண்டு ஒழுங்கையால் கிளம்பி நடக்கத் தொடங்கினாள். கண் இமைப்பதற்குள் ஒழுங்கையைக் கடந்திருந்தாள்.

இதுதான் சமயம் என நினைத்த தாயத்தின்னி ஓடிவந்து திண்ணையைப் பார்த்தாள். எவற்றையும் காணவில்லை. பாதகத்தியின் நடுத்தூடு திறந்திருந்தது. அது பெரும் அதிசயம். முதன்முதலாக பாதகத்தியின் நடுத்தூட்டுக்குள் நுழைந்தாள். ஒரு மஹாராணியின் அறையைப்போன்று எல்லாம் மிக அழகான ஒழுங்கில் இருந்தது. அந்த வீட்டில் தாயத்தின்னி இருந்தபோதும் பாதகத்தியின் அறையை இவள் பார்த்ததே இல்லை. நுழைந்ததும் இல்லை. நெல்லடிக்கி வைத்திருக்கும் சாப்பு அறைதான் தாயத்தின்னி அதிகபட்சம் நுழையக்கூடிய அந்த வீட்டிலுள்ள அறை. பாதகத்தியின்

அறையில் கதவிடுக்கில் மறைத்துவைக்கப்பட்டிருந்த ஆனால், ஒழுங்கற்ற பொருட்களைக் கண்டாள். அவற்றின் மேலே ஒரு பாவாடையால் மூடப்பட்டிருந்தது. பாவாடையை விலக்கியதும், தாயத்தின்னியின் கண்கள் முதலில் ஊறுகாய் டப்பாவின் மீதுதான் விழுந்தது. சவியைக் கூட்டி டப்பாவின் மூடியைத்திறந்தாள். அள்ளி அள்ளிக்கொதுப்பத் தொடங்கினாள். அப்போதுதான் தனக்கு நெருக்கமான கிழவிகளின் ஆசைகள் ஞாபகம் வந்தது. மலைவெத்திலைகளில் கொஞ்சத்தையும், பாணிவடியாத போயிலையில் நறுக்கப்பட்டிருந்த சில துண்டுகளையும் எடுத்து சட்டைக்குள் கட்டலாம் என தொடங்கியபோதுதான், அதன் வாசம் பாதகத்திக்கு காட்டிக்கொடுத்துவிடும் என நினைத்தாள். அந்த சின்னவயசிலேயே தாயத்தின்னியும் கடும் தந்திரசாலி. பொட்டம்மனைவிட அப்பன் உளவாளி. பள்ளிக்கொப்பியில் தாள்களைக் கிழித்து அவற்றைச் சுற்றிக்கொண்டு, ஒரு கையால் ஊறுகாயை வாய்க்குள் வைத்து நக்கிக்கொண்டு கிழவிகளின் வீட்டை நோக்கி ஓடத்தொடங்கினாள். பாதகத்தி கண்டால் அடித்து துவைத்துவிடுவாள் என்ற அச்சம் கிலியாக தன்னை பீடித்திருந்தபோதும், மற்றவர்களின் ஆசையை நிறைவேற்ற வேண்டுமென்ற மன உந்துதல் தாயத்தின்னியை நிறைத்திருந்தது. பறந்துபோய்க் கொடுத்துவிட்டு, அதே வேகத்தில் பறந்து வதை முகாமிற்குள் வந்துவிட்டாள். ஏதோ பெரும் சாதனை ஒன்றைச் செய்துவிட்டதைப்போன்று தாயத்தின்னியின் மனம் மலர்ந்து கிடந்தது. தனது முதலாவது சமூக சேவை அன்றுதான் ஆரம்பித்தது என்று ரங்குப் பெட்டி ஆவணங்களில் குறித்துவைத்திருந்தாள். அந்தக் குறிப்புக்களின் கீழே ஒரு மலரின் படத்தையும் வரைந்து வைத்திருந்தாள். அதற்கு அருகே இரண்டே இரண்டு சிறகுகளையும் வரைந்திருந்தாள். தயாத்தின்னிக்கு சிறகு முளைத்த தருணம் அதுவென்று நாம் ஊகிக்கலாம்.

பாதகத்தி வேருத்து விருவிருத்து வீட்டுக்கு வந்துவிட்டாள். முட்டியிலிருந்து தண்ணியை முண்டிக் குடித்துவிட்டு. கிணற்றில் நீரள்ளி முகம் கைகால்களை கழுவி முந்தானையால் துடைத்துக்கொண்டு, மீண்டும் பனையோலைத் தட்டில் வெத்திலைகளை அடுக்கிக்கொண்டு புறப்பட்டுவிட்டாள்.

இப்படி நான்கு முறை போய்வந்ததும் ஒத்தக்கொட்டையின் வெத்திலை மூட்டை காலியாகிவிட்டது. அதுவரை போட்ட பாட்டிலேயே கிடந்த ஒத்தக்கொட்டை மறுபக்கம் புரண்டு படுத்துக்கொண்டார். வேட்டி கிழம்பி இடுப்பைக் கடந்து வயிற்றில் கிடந்தது. கச்சைக்குள்ளால் ஏதோவொன்று எட்டிப்பார்த்தபடி இருந்தது. அது என்னவென்று தயாத்தின்னிக்கு அப்போது தெரியாது. இதைக் கவனித்த பாதகத்தி எழுந்துவந்து, வேட்டியைச் சரிசெய்துவிட்டு,

"ஒத்தக்கொட்டையைக் காட்டித்து கெட. உன்ட உச்சாப்புல சைக்கள் ஓடின ஓட்டம்தான் காலக்கெழப்பித்து படுக்கிறாய்" என்டு கொடுப்புக்குள்ளால சிரித்துக்கொண்டு சொன்னாள். அந்தச் சத்தம் கேட்டு ஒத்தக்கொட்டையும் அங்கால இங்கால அசைந்தார். சற்று நேரத்தில் ஒருபக்கம் சளித்துக்கொண்டு கதவு நெலயில சாய்ந்தபடி எழும்பி இருந்துவிட்டார். அண்டையில இருந்து பாதகத்தி "இஞ்சாங்கோ" என்று கூப்பிடுவதை நிறுத்திவிட்டாள். கொடுப்பால் சிரித்துக்கொண்டு 'ஒத்தக்கொட்டை' என்று கூப்பிடுவதே வழக்கமாகிவிட்டது. ஊரே அப்படித்தான் கூப்பிடத் தொடங்கிவிட்டது. அப்படிக் கூப்பிடுவது பற்றி எந்த கோபமோ, தாபமோ ஒத்தக்கொட்டைக்கு எள்ளவும் இல்லை.

தாயத்தின்னிக்கு தான்பெரிய சாதனை ஒன்றைச் செய்துவிட்டதாக பெரும் பெருமை. இந்தச் சாதனையை யாரிடமாவது சொல்ல வேண்டும் என்று ஓரே தவிப்பு. ஒத்தக்கொட்டை வீட்டிலிருப்பதால் தாயத்தின்னியைப் பற்றி எந்த எண்ணமும் பாதகத்தியிடம் இருப்பதில்லை. ஊராக்களிடமும் சொல்லப் பயம். ஏதாவது பிணக்குவந்தால் போட்டுக்கொடுத்துவிடுவார்கள் என்பதால், தனது விருப்பங்களையும் துயரங்களையும் அவ்வப்போது பகிர்ந்துகொள்ளும் கிராமத்திற்கு சற்று தொலைவிலுள்ள கிணற்றடி மரத்தை சந்திக்கத் திட்டமிட்டாள். வெளியேபோனால் பாதகத்தி ஏதாவது கதைக்குமா என்பதை அறிவதற்கான உளவு வேலையைப் பார்க்கத்தொடங்கினாள். வீட்டிலுள்ள கிணற்றடிக்கு அடிக்கடி போய்வந்துகொண்டிருந்தாள். இதைக் கவனித்த பாதகத்தி, மெல்ல எழுந்து வந்து ஒத்தக்கொட்டைக்கு கேட்காமல்,

“என்னடி தோற, கிணத்தை அடிக்கடி போய் எட்டிப் பாக்குறாய், உன்ட அம்மையைப்போல நீயும் அதுக்க பாயப்போறயா” என்று உறுக்கிவிட்டு வந்து ஒட்டுத் திண்ணையில் அமர்ந்துகொண்டாள்.

ஏனோ தெரியாது, தாயத்தின்னிக்கு கிணற்றின் மீது பெரும் ஈர்ப்பே இருந்துவந்திருக்கிறது. தனது அம்மா அதற்குள் விழுந்து இறந்தாள் என்பதை அவள் அறிந்துகொள்வதற்கு முன்பிருந்தே இந்த ஈர்ப்பு தாயத்தின்னியின் உள்ளுணர்வோடு பின்னிப் பிணைந்திருந்திருக்கிறது. தாயத்தின்னியின் கனவுகளில் கூட அதிகம் வந்துபோனது கிணறுகள்தான். தனது அனைத்துப் பருவங்களிலும் கிணறு பற்றிய தகவல்களையும், அதனோடு இணைந்த சம்பவங்களையும் தாயத்தின்னி சேகரிக்கத் தொடங்கினாள். உயிர் நீத்தல் குறித்தும் பல ஆய்வுகளை சேகரித்துவைத்திருந்தாள். இவை பற்றிய தகவல்கள் ரங்குப் பெட்டி ஆவணங்களில் பரவலாக காணக்கிடக்கிறது.

மரத்திற்கு கீழே அமர்ந்திருந்த தாயத்தின்னிக்கு, தனது அம்மாவைப் பற்றிய தகவல்களை அறிய வேண்டுமென்ற ஆவல் மேலெழுந்தது. யாரிடம் கேட்பதென்ற மனத்தேடலில் வெத்திலைக் கிழவிதான் கண்முன் தோன்றித்தோன்றி மறைந்தாள். அதனால்தான், வெத்திலைக் கிழவியைச் சந்தித்து, அவளுக்குத் தெரிந்த கதைகளை அறிந்துவிட்டு வந்தவள்தான் நெல்லு மூட்டைகளுக்கு மத்தியில், அதன் நெருக்கமான இடைவெளியில் செருகிவைக்கப்பட்ட ஆப்பைப்போன்று இறுகிக்கிடந்தாள். அவளுக்குத் தூக்கம் வரவேயில்லை. கிணற்றடி மரத்திடம் தனது சாதனைகளைச் சொல்ல வேண்டும் என்ற எண்ணமும், தனது அம்மாவை நீயாவது ஏன் காப்பாற்றவில்லை என்பதைக் கேட்க வேண்டும் என்ற ஆதங்கமும் தலைக்குள் ஓடிக்கொண்டிருந்தது. அந்த வதை முகாமில் இருந்த மூன்றுபேரும் விடியுமட்டும் தூங்கவில்லை. தாயத்தின்னி தான் நெல்லுமூட்டைகள் அடுக்கிவைத்திருக்கும் அறைக்குள் கிடந்தாலும் அவளுடைய காதுகள் திண்ணைப் பக்கமாகத்தான் உலவிக்கொண்டிருந்தன. பாதகத்தியும் ஒத்தக்கொட்டையும் கசபுச கசபுச என கதைத்துக் கொண்டிருந்தனர். ஒரு நேரத்தில் சத்தம் ஓய்ந்திருந்தது. அப்போதுதான் வீட்டைவிட்டு வெளியேறினாள். திண்ணையில் இருவரும் எதுவும் அறியாமல் தூங்கிக் கிடந்தனர். அதனால்தான்

விடிந்தும் விடியாததுமாக ஊருக்கு வெளியேயுள்ள கிணற்றடி மரத்திடம் போனாள். போனதும் அவள் கேட்ட முதலாவது கேள்விதான், நீயாவது அம்மாவைக் காப்பாற்றியிருக்கலாமே என்ற சொற்கள். அவை எதிரொலித்துக்கொண்டே இருந்தன.

தனது துயரங்களையோ, மகிழ்ச்சிகளையோ, ஆசைகளையோ யாரிடமும் தாயத்தின்னி சொன்னதேயில்லை. அவளுக்கு எவர்மீதும் நம்பிக்கை இருந்ததில்லை. பாதகத்தியிடம் போட்டுக்கொடுத்தால் ஏற்படக்கூடிய ஆபத்தையும், சித்திரவதையையும் நினைத்தால் நடுக்கம் ஏற்பட்டுவிடும். அதனால்தான் அவள் மரத்தை தேர்வு செய்தாள். ஆரம்பத்தில் அந்த மரத்தின்மீதும் அவளுக்கு நம்பிக்கை வரவில்லை. அரைகுறைறையாகத்தான் சில கதைகளை சொல்லிவந்திருக்கிறாள். இப்படித்தான் ஒரு நாள் அந்த மரத்தடியில் கனக்கப்பேர் ஒன்று கூடி தலையில் பேன் பார்த்துக்கொண்டிருந்தனர். அதில் பாதகத்தியும் இருந்தாள். எதிர்பாராத விதமாக, அந்த மரத்திலிருந்து ஒரு பென்னம்பெரிய காய் பாதகத்தியின் தலையில் படார் என விழுந்தது. தலையைப் பிடித்துக்கொண்டு கிழமக்கணக்கில் பாதகத்தி கத்திட்டு கிடந்தாள். இந்தச் சம்பவத்தின் பின்னர்தான் அந்த மரத்தை தாயத்தின்னி முழுமையாக நம்பத் தொடங்கினாள். அந்த மரத்திற்கும் பாதகத்தியைப்பிடிக்காது என்று கற்பனை செய்யத் தொடங்கினாள். பாதகத்தியை தைரியமாகவும் வெளிப்படையாகவும் வெறுக்கும் ஒரே ஒரு ஆளாக அந்த மரம் தாயத்தின்னியின் மனதிற்குள் இடம்மாறிக்கொண்டது. அதன் பிறகுதான் தனக்கு நடக்கும் ஆக்கினைகளை மரத்திடம் முறையிடத் தொடங்கினாள். அவள் நம்பியதைப் போன்றே ஒன்றுக்கு பலமுறை பாதகத்தியின் தலையில் அந்த மரம் தனது காய்களால் எறிந்திருக்கிறது. ஒரு முறை தனது ஒரு கிளையைக்கூட முறித்து பாதகத்திமீது போட்டு அடித்திருக்கிறது. இவை எல்லாம் தற்செயலாக நடந்தவைகளாக நீங்கள் யாரும் கருதலாம். ஆனால், தாயத்தின்னி நம்பியிருப்பது அப்படியல்ல. தனக்காக, தனது தாய் தந்தையாக அந்தமரம் தன்னை காத்துக்கொண்டிருக்கிறது என நம்பினாள்.

அம்மாவை நீயாவது காப்பாத்தியிருக்கலாமே என்ற அந்தக் கேள்வியைக் கேட்ட அன்றுதான், ஒரு அமானுஷ்யமான

நிகழ்வு தாயத்தின்னியின் வாழ்வில் நடந்தது. மரத்தினடியில் குந்தியிருப்பதும், ஓடிப்போய் அருகிலுள்ள கிணற்றைப் பார்ப்பதுமாக தொடர்ந்துகொண்டே இருந்தாள். பகலுணவுக்கு வீட்டுக்குப்போகும் எண்ணம் கூட தாயத்தின்னிக்கு வரவில்லை. ஒத்தக்கொட்ட இருக்கும் காலங்களில்தான் ஒரு சிறங்கை உணவாவது அவளுக்கு திருப்தியாகக் கிடைக்கும் என்று தெரிந்திருந்தும் அன்று ஏனோ வீட்டுக்குப் போக மனமில்லாது ஒரு மன உளைச்சலில் சிக்கி வெறுமையாக இருந்தாள். மரத்திற்கும், கிணற்றுக்கும் இடையேயான அவளின் தொங்கோட்டம் முடிவுறவே இல்லை. அப்போதெல்லாம், தனது அம்மா செத்த இரவு முழுவதும் நாயொன்று கிணற்றுக்கும், கைப்பிள்ளையாக இருந்த தயாத்தின்னிக்கும் இடையே கத்திக்கத்தி ஓடித்திருந்ததுதான் நினைவில் எழுந்துவந்து கொண்டிருந்தது.

அந்தத் தொங்கோட்டத்தில் ஓரிடத்தில், அவளுக்கு மட்டும் கேட்கும்படி அவளுடைய மனதிற்குள் நாய் குரைக்கும் சத்தம் கேட்கத் தொடங்கியது. சுதாகரித்துக்கொண்டு இந்தச் சத்தத்தை உற்றுக் கவனிக்கத் தொடங்கினாள். அதைக் கவனிக்க சற்று மரத்தடியில் நின்றாள். அக்கணத்தில் கைகால்கள் தளர்ந்து நிலத்திலேயே விழுந்தாள். பாதிப் பகல்பொழுது முழுவதும் ஒரு குழந்தை ஓடிக்கொண்டே இருந்தால் உடலில் எவ்வளவு களைப்பிருந்திருக்கும்? மனதில் பிடிவாதமான உந்துதல்தான் அவளுக்கு ஓடுவதற்கான சக்தியைக் கொடுத்தது. நாய்குரைக்கும் சத்தம் கேட்டதும், ஏதோவொன்றை உணர்ந்துகொண்டதைப்போன்று மனம் இடைமறித்துவிட்டது. அந்த இடைமறிப்பே தனது உடலின் களைப்பை மேலே கொண்டுவந்து தந்திருக்கிறது. கீழே விழுந்தாலும், மரத்தில் முதுகை சாய்த்துக்கொண்டு கால்களை நீட்டியபடி உட்கார்ந்திருந்தாள். பாதகத்தி ஒத்தக்கொட்டையின் சரசத்தில் மூழ்க்கியிருக்கும். தாயத்தின்னியைத் தேடாது என்பதை அறிவாள். தேடித் தண்டனை தந்தாலும் பரவாயில்லை என்றும் ஒரு கணம் யோசித்தாள். இந்த முறைதான் பல வாரங்கள் ஒத்தக்கொட்டை பாதகத்தியின் வீட்டில் தங்கியிருந்தார். அந்த நீண்ட காலம் தாயத்தின்னிக்கு தனது அம்மாவையும் அவளின்

செயற்பாடுகளையும் குறித்து யோசிக்க வாய்ப்பான காலமாக மாறிப்போயிருந்தது. பசி எடுக்கத் தொடங்கியது.

பசியைப் போக்க என்ன செய்வதென்று யோசித்துக் கொண்டிருந்தாள். மூன்றே மூன்று கிளைகளைக் கொண்ட அந்த மரம், உயரத்திலிருந்து ஒற்றைக் கிளையை வளைத்து தாயத்தின்னிக்கு எட்டும்தொலைவுக்கு கொண்டுவந்து வைத்திருந்தது. தாயத்தின்னி அதிலுள்ள பனிச்சம் பழங்களை பறித்து வயிறு முட்ட சாப்பிட்டுக்கொண்டாள். சாப்பிட்டு முடித்ததும் பழையபடி கிளையை வானைநோக்கி மரம் எடுத்துக்கொண்டது. அன்றிலிருந்து, தனது கிளைகளில் பறவைகளை அமர்வதற்கோ, பழங்களை உண்பதற்கோ அந்தமரம் விடுவதில்லை. அந்தக் கிராமத்தைச் சேர்ந்தவர்கள் ஏதோ கடவுள் என நம்பி மரத்தை அதிசயமாகப் பார்க்கத் தொடங்கினர். தாயத்தின்னி அதிகமான துயரங்களோடு வந்து மரத்திடம் முறையிட்டால், அடுத்துவரும் நாட்களில் அந்த மரம் தனது இலைகள் அனைத்தையும் உதறி உதறி உதிர்த்துவிட்டு நிற்கும். அப்போது இலையுதிர்காலமாகக் கூட இருக்காது. ஆனால், இந்த மரம் எதற்காக இப்படி நடந்துகொள்கிறது என்பது தாயத்தின்னியின் மனதுக்கு மட்டும்தான் தெரியும்.

உண்மையில் இப்படி எதுவும் அந்தக் கிராமத்திலிருந்த மரம் செய்துகொண்டிருந்ததா? இன்னும் அந்தமரம் அங்கு நிற்கிறதா? என்பது சந்தேகமே! ஆனால், தாயத்தின்னிக்குள் இப்படி ஒரு மரம் இருந்தது. அந்தக் கிராமத்தில் அவளுக்கு நேசமாக ஒரு மரம் இருந்தது. அல்லது அவளே அப்படி ஒரு மரத்தை கற்பனை செய்து தனது மனத்திற்குள் வாழத்தொடங்கினாள்.

“நீயாவது என் அம்மாவைக் காப்பாத்தியிருக்கலாமே” என்ற தாயத்தின்னியின் கேள்வி இப்போது, கிணற்றுக்குள் ஒலிக்கத் தொடங்கின. கிணத்தை ஒரு முறை எட்டிப்பார்த்துவிட்டு வீடாக மாறியிருந்த வதை முகாமிற்கு நடந்துவந்தாள்.

ரங்குப் பெட்டியில் உள்ள ஆவணங்களிலிருக்கும் கிணறு பற்றிய குறிப்புகள் எந்த ஆவணத்திலிருக்கும் என மனம் தவித்துக் கொண்டிருந்தது. உடனே கிணறு பற்றிய தகவல்களை படிக்க

வேண்டுமென்ற ஆவல் உங்களைப்போல எனக்கும் எல்லைமீறி மனதை கணகாட்டுப்படுத்திக் கொண்டிருந்தது.

தாயத்தின்னி வீட்டுக்குச் சென்றதும், பாதகத்தி கைகளால் ஏதோ சைகைசெய்தாள். கோழிக்காலைப் பக்கம் பார்த்தாள், ஏதோவொன்று கோழிக்குத் தீன் வைக்கும் பாத்திரத்தைப் போன்ற ஒன்றுக்குள் சோறுவைத்திருப்பதைப் பார்த்தாள். தான் தின்டுவிட்டேன் எனக்கூற விரும்பவில்லை. அவடத்திலேயே சட்டையை ஒதுக்கிவிட்டு, இலேசான ஈரலிப்பும் கோழிப்பீயும் கலந்த மண்ணில் சூத்துப் பட உட்கார்ந்தாள். சூத்தில் கோழிப்பீ நசிந்து ஒட்டிக்கொள்வதை இலேசாக உணர்ந்தாள். திடுக்கிட்டு திரும்பிப் பார்த்தாள். தன்கூடவே மரமும் வீட்டுக்கு நடந்துவந்திருக்கும் என நினைத்துத்தான் அந்த திடீர்ப் பதைபதைப்பு. ஆனால், மரம் வரவில்லை. தொலைவில் இருந்தபடி கிளைகளை அசைத்து ஆறுதல் கொடுத்துக்கொண்டிருந்தது. கோழிக்குப் போட்ட குறுனல் சோற்றை சாப்பிடத் தொடங்கினாள்.

○○○

கிணறு

கண்களுக்குள் வரைந்து வைத்திருந்தாளோ அல்லது மனதிற்குள் தோண்டி உருவாக்கியிருந்தாளோ தெரியவில்லை. எப்போதும் தாயத்தின்னியின் கூடவே ஒரு கிணறும் பயணம் செய்துகொண்டே இருந்தது. இன்றுவரை அந்தக் கிணற்றை சுமந்தபடிதான் அலைகிறாள். அந்தக் கிணறு கோடைகாலங்களில் ஊறிப் பெருக்கெடுப்பதும், மாரி காலங்களில் வற்றி வரண்டுவிடுவதுமான மாயங்களை நிகழ்த்திக்கொண்டே இருக்கும். சில ஆண்டுகளுக்கொரு முறை யாரென்று தெரியாத, எப்படி சிந்தித்தும் அடையாளம் காண முடியாத ஒரு நபர் அந்தக் கிணற்றினுள் குதித்து உயிர் நீப்பதை அவள் நேரில் பார்த்துக்கொண்டே இருப்பாள். தாயத்தின்னிக்கு எந்தப் பதட்டங்களும் ஏற்படுவதில்லை. சில நேரங்களில் கையசைத்து உயிர் நீப்பதற்கு வழியனுப்பியும் வைத்திருக்கிறாள். இந்த வினோதமான நிகழ்வு தாயத்தின்னியின் கனவுகளில் நடப்பதில்லை. அவளெதிரேதான் நடந்தேறும். ஆனால், அவளுக்குள் இந்தக் கிணறு எப்போது தோண்டப்பட்டது என்று துல்லியமாக அவளுக்குத் தெரியவில்லை. கண்களுக்குள் எப்போது இந்தக் கிணற்றை வரைந்தாள் என்பதும் நினைவில்லை.

தனது அம்மை கிணற்றுக்குள் விழுந்து உயிர்நீத்தாள் என்பதை அறிந்த மிகச் சிறு பிராயத்திலிருந்து அவள் தனது மனதிற்குள், ஆட்கள் விழுந்து இறப்பதற்கென்றே ஒரு கிணற்றைத் தோண்டத் தொடங்கியிருக்க வேண்டும் என நாம் ஊகிக்கலாம். தனது ரங்குப் பெட்டி ஆவணங்களிலும் இதற்கான தெளிவான பதிவுகளில்லை. சில சில தடையங்கள் ஆங்காங்கே தெறித்துக்கிடக்கின்றன. அந்தத் தடையங்களை வாசகர்கள் தேடிக் கண்டுபிடிக்கட்டும் என்று நினைத்திருக்கலாம். அதற்காகவேதான் ஆவணங்களின் மறைவான இடங்களில் தடையங்களாக சிதறிக் கிடக்கும்படி தூவிவிட்டிருக்கலாம். அதில் ஒரு முக்கியமான தடையம் மட்டும் சற்று விரிவாக ஒரு பத்தியளவு இருக்கிறது. அதை நாம்தான் விரித்து விரித்து கதையாக மாற்றி வடிவங்கொடுத்துப்

தாயைத்தின்னி | 79

புரிந்துகொள்ள வேண்டும். அப்படி விரித்து வடிவம் கொடுக்கப்பட்ட கிணறு பற்றிய கதையைத்தான் நீங்கள் இப்போது சந்தித்துக் கொண்டிருக்கிறீர்கள்.

தனது அம்மை விழுந்து செத்துப்போன கோவில் கிணற்றைப் பார்க்க வேண்டும் என்ற உந்துதல் அவளுக்குள் நிறைந்திருந்தது. அது தற்போது அவள் வசிக்கும் கிராமத்திலிருந்து பல நாழிகை நடந்துசெல்லும் தொலைவில் இருந்தது. கிட்டத்தட்ட ஐந்து நாழிகை என்று குறிப்பிட்டிருக்கிறாள். கூடவே, ஒரு நாழிகை என்பது தற்போதைய காலக் கணக்குப்படி 24 நிமிடங்கள் என்றும் குறித்து வைத்திருந்தாள். தமிழ் மரபின் காலக் கணக்குப்படி அதுதான் சரியானது என்பதை அறிந்த போது ஆச்சரியமாக இருந்தது. தாயத்தின்னி தமிழ் மரபின் பல அம்சங்களை பயன்படுத்துபவளாகவும், அதன்மீது ஆழமான பற்றுள்ளவளாகவும் இருந்திருக்கிறாள். அதேபோல், பல இடங்களில் அவற்றை மீறுபவளாகவும் இருந்திருக்கிறாள் என்பது புரிகிறது.

அம்மை விழுந்த கிணற்றை எப்படியாவது பார்த்துவிட வேண்டும் என்ற ஏக்கம் நிறைவேறாமலே இருந்தது. எதையும் சரியாகத் திட்டமிட்டால் செய்துவிடலாம் என்ற நம்பிக்கையும் அவளுக்கிருந்தது. சூழலில் இருந்து சாத்தியங்களை ஒருங்கிணைத்து தந்திரமானதொரு திட்டத்தை தீட்டிவைத்திருந்தாள். பாதகத்திக்கும் ஒத்தக்கொட்டைக்கும் இருந்த விநோதமான மையலை தனது திட்டம் நிறைவேறுவதற்கு பயன்படுத்துவதென்று முடிவு செய்திருந்தாள். அதன்படி ஒத்தக்கொட்டையுடன் நெருக்கமாக பழகத் தொடங்கியிருந்தாள். இது பாதகத்திக்கு பிடிக்கவில்லை என்ற போதும், ஒத்தக்கொட்டையின் முன்நிலையில் தனது வெறுப்பை வெளிப்படுத்த முடியாதவளாக பாதகத்தி இருந்தாள். மனதுக்குள் நச்சரித்துக்கொண்டிருந்தாள். தாயத்தின்னி ஒத்தக்கொட்டையிடம் நெருக்கமாக பழகியபோதும் பல நேரங்களில், ஒத்தக்கொட்டையின் சைக்கிளுக்கு பல அநியாயங்களைச் செய்துதானிருக்கிறாள். சைக்கிள் டயரில் பூட்டூசியால் குத்தி காத்தை வெளியேற்றிவிடுவது இவளது செயல்களில் ஒன்று. ஒத்தக்கொட்டை கஸ்டப்படும்போதெல்லாம் பாதகத்தியும்

துயரத்தில் உழல்வது தாயத்தின்னிக்குத் தெரியும். எனவே, பாதகத்தியைத் தண்டிப்பதற்கு இப்படியான சம்பவங்களை ஒத்தக்கொட்டைக்கு செய்ய விரும்பியிருந்தாள். ஆயினும், அம்மை விழுந்த கிணற்றை பார்ப்பதற்கு இன்னும் காலம் கைகூடவில்லை. அதற்குள் தாயத்தின்னிக்குள் ஒரு கிணறு உருவாகியிருந்தது.

தனிமையிலிருக்கும் போது, மனதிற்குள் உருவாகியிருந்த கிணறு வெளியே வந்துவிடும். கிணற்றுக்கொட்டின் ஒரு பக்கத்தில் அமர்ந்து கால்களை கிணற்றினுள்ளே போட்டுக்கொண்டு தாயத்தின்னி உட்கார்ந்திருப்பாள். சில கணங்கள் கூட கடந்திருக்காது. தாயத்தின்னி இரண்டாக உருமாறி, கிணற்றுக்கொட்டின் மறுபக்கத்தில் இன்னுமொரு தாயத்தின்னி அமர்ந்துவிடுவாள். இருவரும் உரையாடிக் கொண்டிருப்பார்கள். மிகச் சிறிய வட்டக் கிணறு அது. எதிர்பாராமல் ஒரு தாயத்தின்னி கிணற்றுக்குள் விழுந்து தத்தளிப்பாள். மற்றத் தாயத்தின்னி கைகளை கொடுத்து தூக்கி வெளியே எடுத்துவிடுவாள். தனிமையில் தொடங்கிய இந்த விளையாட்டு ஆட்கள் இருக்கும்போது கூட சில தருணங்களில் நடப்பதுண்டு. தனது அம்மை விழுந்த கிணற்றை பார்த்த பிறகுதான், மீண்டும் இந்த விளையாட்டு தனிமைக்கு மட்டுமே உரியதாக மாறிக்கொண்டது.

தனிமையிலிருப்பதாக நினைத்துக்கொண்டு வதை முகாமின் வாசலில் நின்ற மரத்தடியில் இதே விளையாட்டை விளையாடும்போதுதான், “அடியேய் குஞ்சுப் புண்ட, நாய்க்குப் பொறந்தவளே இஞ்சவாடி” என்ற பாதகத்தியின் குரல் கேட்டது. கைதவறி தானே கிணற்றுக்குள் விழுந்ததைப் போன்று காற்றில் கொஞ்ச நேரம் தத்தளித்து மீண்டு பாதகத்தியிடம் ஓடிப்போய் நடுக்கத்துடன் பவ்யமாக நின்றாள் தாயத்தின்னி.

“இந்தா புடி, என தாயத்தின்னியின் சிறிய கைகளில் ஒரு வெள்ளி டப்பியைத் ஊன்றித்திணித்து, குறித்த ஒரு இடத்தைச்சொல்லி, அந்த இடத்தில் ஒத்தக்கொட்டை இருப்பார் அவரிடம் கொடுத்துவிட்டு வா” என்றாள் பாதகத்தி. உள்ளங்கையில் சில்வர் டப்பா சூட்டில் தீய்த்துக்கொண்டிருந்தது. ஒரு கைமாறி

மறுகை என பந்தை மாத்துவதைப்போல் மாற்றி மாற்றி எடுத்துக்கொண்டு சென்றபடி இருந்தாள்.

தாயத்தின்னிக்கும் பசிதான், ஒத்தக்கொட்டைக்கான தின்பண்டமென்றால் விசேசமாகத்தானிருக்கும் என்று தாயத்தின்னிக்குத் தெரியும். எப்படியாவது இதில் கொஞ்சத்தை ஆட்டையப்போட வேண்டியதுதான், என்ன நடந்தாலும் பரவாயில்லை என முடிவெடுத்துக்கொண்டாள். வழியில் ஒரு மரநிழலைப் பார்த்து அமர்ந்துகொண்டாள். மரத்தை அண்ணார்ந்து பார்த்தாள். அது ஒரு நொச்சி மரம். அதனால்தான் பெரிய நிழலேதும் கீழே பரத்தியிருக்கவில்லை. துண்டு துண்டாய் அசைந்து கொண்டிருந்த நிழலுக்கேற்ப தலையை சாய்த்து சாய்த்து நிழலை தலைக்குப் தோதாகப் பிடித்தபடி, சில்வர் டப்பாவைத் திறந்து பார்த்தாள். சுடச்சுட கருவேப்பிலை வாசனையோடு வட்ட வட்ட ரொட்டிகள் அடுக்கப்பட்டிருந்தன. எண்ணிப் பார்த்தாள் சரியாக ஒன்பது ரொட்டிகள். எப்படியாவது மூன்றைச் தின்டுவிட்டு மிச்சத்தை ஒத்தக்கொட்டையிடம் கொடுப்பது என முடிவு செய்துகொண்டாள். ஒன்றை எடுத்து சாப்பிட்டுவிட்டு இரண்டாவது ரொட்டியின் பாதியைத் தின்னும்போது மட்டும் தான் எல்லாம் நினைவிருந்தன. அதன்பிறகு எதுவும் நினைவில்லை. ஒன்பது ரொட்டியையும் தின்று முடித்திருந்தாள்.

ரொட்டியைத் தின்றது மாத்திரமல்ல, சடசடத்து நொச்சி மரத்தைக் கட்டிப்பிடித்து ஏறத்தொடங்கினாள். அந்த மரத்தின் முதலாவது கிளையே நிலத்திலிருந்து ஒரு முப்பதடி தொலைவில்தான் இருந்தது. என்னவொரு வேகம். ஏறி முதலாவது கிளையில் அமர்ந்துகொண்டாள். வெகு நேரமாகிவிட்டது. ஒத்தக்கொட்டையும் பாதகத்தியின் வீட்டுக்கு வந்துவிட்டான்.

“சாப்பிட ஏதாவது தாவன்” என பாதகத்தியிடம் ஒத்தக்கொட்டை கேட்டதும்தான் பாதகத்திக்கு விசயமே தெரிந்தது. சாப்பாட்டை அந்தத் தப்பப் பொறுக்கியிடம் கொடுத்தனுப்பியதை சொல்லிக் கொண்டிருந்தாள். அந்த நேரத்தில்தான், வயலுக்க போய் வந்து கொண்டிருந்த, ஆட்டுத்தாடிக்காரன், தாயத்தின்னி நொச்சி மரத்தின் உயரத்திலுள்ள கிளையிலிருந்தபடி, கிளையை

வேகமாக உலுக்கி சிரித்துக்கொண்டிருப்பதை சொன்னான். பாதகத்தியும் ஒத்தக்கொட்டையும் சம்பவம் நடக்கும் இடத்திற்கு ஓடிச்சென்றனர். அந்த மரத்தைச் சுற்றி கிராமமே சூழ்ந்திருந்தது. வேகமாக காத்தடித்து தாயத்தின்னியின் சட்டை பறக்க, நிக்கரும் போடாத தாயத்தின்னி மரக்கிளையை அசைத்து சிரித்துக்கொண்டிருந்தாள். யாரின் கூச்சலுக்கும் செவிசாய்க்காமல் இது நடந்துகொண்டிருந்தது. சிலர் பேய் பிடித்துவிட்டது என்றனர். வெத்திலைக் கிழவி "அப்பன்ர காளி" தாயத்தின்னிக்குள் பூந்துவிட்டிருக்கிறது என சீரியசாக கதைத்துக் கொண்டிருந்தாள். இரண்டு கதைகளில் ஒன்றை கூட்டமாக நின்ற பலரும் குழுக்களாகப் பிரிந்து பேசிக்கொண்டிருந்தனர். பாதகத்தி வாயில் விரலைவைத்துக்கொண்டு ஏமலிச்சிப்போய் நின்றாள். ஒத்தக்கொட்டை மலுங்க மலுங்க முழித்துக்கொண்டு நின்றான். ஒருவாறாய் பகல் வடிந்துபோய் விட்டிருந்தது. இரவு படப்போகிறது என்ற சமிக்ஞைகள் அடிவானில் கரித்துகள்களை அப்பத்தொடங்கின. அப்போதுதான் தாயத்தின்னியின் சிரிப்பு மெல்ல குறைந்துகொண்டு வந்தது. கைகள் தளர்ந்து, பூமியை நோக்கி சரார் என மரத்திலிருந்து தாயத்தின்னி பட்டை உரிவதைப்போன்று உரிந்துகொண்டு வந்து நிலத்தில் விழுந்தாள். கவுட்டுப் பக்கம், கால்கள், நெஞ்சில் என அனைத்திலும் உராய்வுகள் இருந்தன. குப்பைவாரியால் கீறிக் கிழித்ததைப்போல உடலெங்கும் வரிக்கோடுகள். அந்தக் கோடுகளின் வழியே ரெத்தம் கசிந்துகொண்டிருந்தன. சில இடங்களில் பீத்தோல் கிளம்பியிருந்து. அவை பழிச்சிடும் வெண்மையாக காட்சிதந்தன.

கூடியிருந்தவர்கள், என்ன நடந்ததென்று அறிய தாயத்தின்னியிடம் கேள்விகளை தூக்கி எறிந்துகொண்டிருந்தனர். அவளுக்கும் என்ன நடந்ததென்று தெரியவில்லை. குப்புறக் கிடந்தவளை புறங்காலால் உப்பெட்டி புரட்டுவதைப்போல் மறுபுறம் பெரட்டிவிட்டாள் பாதகத்தி. அவளுக்கு வந்த கோபத்திற்கு எதுவும் செய்ய முடியாமல் ஒத்தக்கொட்டையை அடிக்கடி திரும்பிப் பார்த்தாள். ஒத்தக்கொட்டையிடம் தான் காட்டியிருந்த மனிதநேய முகத்தை மாற்றி, உண்மை முகத்தை வெளிப்படுத்த விரும்பவில்லை. கைகளைப் பிடித்து தற தற என்று இழுத்துக்குப் போகத்தான் மனம் சொல்லியிருக்க

வேண்டும். அதற்கு வேலை வைக்கவில்லை ஒத்தக்கொட்டை. அவரே தூக்கித் தோளில்போட்டுக்கொண்டு வீட்டுக்குச் சென்றுவிட்டார். “இன்டைக்கு பூசைநடக்கத்தான் போகுது தாயத்தின்னிக்கு” என ஊர் நினைத்துக்கொண்டது. ஆனால், அது நடக்கவில்லை. எதையெல்லாமோ அரைத்து உடலெங்கும் பூசி, நெல் மூட்டை அடுக்கி வைத்திருக்கும் அறையில் கண்ண மூக்கப்பார்த்து இழுத்துக்கொண்டு போட்டுவிட்டாள் பாதகத்தி. ஊர் நினைத்ததைப்போன்று தாயத்தின்னிக்கு எந்தப் பூசையும் நடக்கவில்லை என்பது உண்மைதான். ஆனால், அன்று பூசை நடந்தது. பாதகத்தியும் ஒத்தக்கொட்டையும் அந்தப் பூசையில் கலந்துகொண்டனர். சில நேரங்களில், பாதகத்திக்கும் ஒத்தக்கொட்டைக்கும் நடக்கும் பூசையை கண்டுமிருக்கிறாள் தாயத்தின்னி. அந்தப் பூசையைப் பார்த்தால், தாயத்தின்னிக்கு பாதகத்தியை ஒத்தக்கொட்டை கழுத்தை நெரித்துக்கொலை செய்வதைப் போன்றுதான் தெரியும். ஆனால், கடைசியில் இருவரும் சிரித்துக்கொண்டேதான் இருப்பார்கள். இது ஏன் என்று தாயத்தின்னிக்கு தெரியாது. தனதுபெருத்த உடலோடு மெலிந்துபோயிருந்த பாதகத்திக்கு மேல் ஏறிக்கொண்டு கழுத்தைக் கடிப்பதும், நெஞ்சை பிய்ப்பதும், சூத்தில் ஓங்கி ஓங்கி கல்லில் துணியை அடிப்பதுபோல் வெளுத்து வாங்குவதும், பாதகத்தி கத்துவதுமாக அந்த கொலை முயற்சி இருக்கும். இருந்தாலும் தன்னைக் கொலை செய்ய முயற்சி செய்தவனை பாதகத்தி ஒரு போதும் கோபித்ததில்லை. இது தாயத்தின்னிக்குப் புரியவுமில்லை. இந்தக் காட்சிகளைப் பார்த்துவிட்டுத்தான், தனக்கு எவ்வளவு கொடுமை செய்தாலும் தாயத்தின்னியும் பாதகத்தியை பொறுத்துக்கொண்டிருந்தாள். இருந்தாலும் மனதிற்குள் கடுமையான வெறுப்பு உருண்டுதிரண்டு பெருத்துக்கொண்டே இருந்தது. அதைப்போலதான் பாதகத்திக்கும் ஒத்தக்கொட்டைமீது வெறுப்பிருக்கும் என நினைத்துக்கொண்டாள்.

பூசை முடிந்ததும், ஒத்தக்கொட்டையும், பாதகத்தியும் பேசிச் சிரித்துக்கொண்டிருந்தது தாயத்தின்னியின் காதுகளில் விழுந்தன.

“அடேய் ஒத்தக்கொட்ட... உனக்கனுப்பியிருந்த ‘கஞ்சா’ ரொட்டியைத்தான் இந்தத் தப்பப்பொறுக்கி தின்டிருக்க வேண்டும்.

தப்பப்பொறுக்கி என செல்லத்தில் அழைக்கிறாள் என்டுதான் ஒத்தக்கொட்ட நினைத்திருப்பான் என்பதுதான் உண்மை. ஒம்பது ரொட்டி, நீ கூட அவற்றைத் தாக்குப்பிடித்திருக்கமாட்டாய். இந்த தப்பப்பொறுக்கி தாக்குப் புடிச்சிருக்காள் பாத்தயா?" என பாதகத்தி கேட்டாள். எல்லாத்தையும் தின்டிருக்கமாட்டாள், ஒன்டு ரெண்ட தின்டிருப்பாள். மத்தவைகளை காகங்கள் தூக்கிட்டு போயிருக்கும் என்று பதிலளித்தான் ஒத்தக்கொட்டை. கஞ்சா ரொட்டி என்றால் என்னவென்று தாயத்தின்னிக்கு தெரியாது. சில நாட்களுக்குப் பிறகு, தனது சந்தேகங்களை தீர்க்கும் வெத்திலைக் கிழவியிடம் கேட்டு அறிந்துகொண்டாள். அப்போது கூட தாயத்தின்னிக்கு அந்தக் கஞ்சா ரொட்டியின் தார்ப்பரியம் விளங்கவில்லை.

படுக்கையிலிருந்து எழுவதற்கு தாயத்தின்னிக்கு ஒரு வாரத்திற்கு மேலாகிவிட்டது. அடித்து முறித்துப்போட்டாப்போல் தான் உடம்பிருந்தது. படுக்கையில் கிடந்த நாட்களில், ஒரு கதகதப்பான அரவணைப்பை, மென்மையான ஒரு தழுவலை, சில முத்தங்களை தாயத்தின்னி அதிகமாக உணரத் தொடங்கினாள். அதன்தேவை உள்ளூர கொந்தளித்துக் கொண்டிருந்தது. தாய் தந்தை என நெருக்கமான உறவுகளின் தேவையை மனம் தேடி அலையத்தொடங்கியது. அதிலும் மிக தீவிரமாக யாரென்றே அறிந்திராத அம்மையின் நினைவுகள் அலைக்கழிக்கத் தொடங்கின. கிராமத்திற்கு வெளியே உள்ள பற்றைக் காடுகளில் நாள் முழுக்க அலைவதும், வதை முகாமிற்கு வந்தால் அடி உதைகளை வாங்குவதும் சர்வசாதாரணமாகிவிட்டிருந்தது. இப்போதெல்லாம், அடிகள் சித்திரவதைகள் எல்லாம் தாயத்தின்னிக்கு வலிப்பதில்லை. பாதகத்தியும் தனது சித்திரவதைகளை மாற்றியமைக்கத் தொடங்கிவிட்டாள். கொதிக்கும் எண்ணெய்யை எடுத்து உடம்பில் விசிறிவிடுவது, சூடான தகட்டு அகப்பையை தொடையில் அப்பி குறி சுடுவதென்று புதிய புதிய தண்டனைகளை அறிமுகம் செய்தபோதும், எதற்கும் தாயத்தின்னி கலங்குவதில்லை. கதறி அழுவதுமில்லை. மனம் ஏதோ கண்டித்து மரத்துப்போனதைப் போன்ற ஓர் உணர்வு. பாதகத்திக்கு இதன் காரணங்கள் புரியவில்லை. தலையைப் பிய்த்துக்கொண்டு

தாயத்தின்னியை அழவைப்பதற்கான தண்டனைமுறைகளை கண்டுபிடிப்பதற்கான யோசனையில் மூழ்கத்தொடங்கியிருந்தாள். குறிசுடுவது என்று சொல்லும்போதுதான் தாயத்தின்னியின் சாப்பாட்டு ஏனம் நினைவுக்கு வருகிறது. அதில் “தூ” என்ற ஒரு குறியிடப்பட்டிருப்பதை இந்த இடத்தில் குறிப்பிட வேண்டும். எந்தத் தண்டனையும் பலிக்கவில்லை. தாயத்தின்னியை அழவைக்கும் படியான தண்டனைகளை கண்டுபிடிக்க முடியாமல் பிரமைபிடித்தவள் போல் பாதகத்தி மாறத்தொடங்கியிருந்தாள். ஆனால், வசைச்சொற்கள் அதாவது பாதகத்தியின் கவித்துவமான நாகரிகச் சொற்கள் தாயத்தின்னியை வதைப்பதை மெல்ல உணர்ந்துகொண்டாள். அதையே தனது தண்டனையின் அஸ்திரமாக பாவிக்கத்தொடங்கினாள்.

முன்னெப்போதும் இல்லாதளவு கவித்துவச் சொற்களை கண்டுபிடிப்பதும், உருவாக்குவதுமாக பாதகத்தியின் மண்டை மாறத்தொடங்கியிருந்தது. தாயத்தின்னிக்கு உண்மையில் உடல் வதைகள் வலிக்கத்தான் செய்தன. அதைக் காட்டிக்கொள்ளாமல் இருந்ததனால், கவித்துவச் சொற்கள் மட்டும் தண்டனையாகக் கிடைத்தன. ஓரளவு சௌகரிகமான இருப்பை அந்த வதை முகாமில் அனுபவிக்கத் தொடங்கினாள். சூழலை தனது புத்திசாதுர்யமான நடத்தைகளால் மாற்றியமைத்துக் கொண்டாள். காலப்போக்கில் கவித்துவச் சொற்கள் மனதுக்குள் நிரம்பி அதிலிருந்து மீளுவதற்கும் தாயத்தின்னி பெரும் அவதிப்பட வேண்டியும் இருந்தது. அவளால் இன்றுவரை கவித்துவச் சொற்களின் வதைகளிலிருந்து மனதைக் காப்பாற்ற முடியாமலே இருக்கிறது. பின்நாட்களில் உளவியல் சார்ந்த சிகிச்சையை தொடருபவளாக மாறிக்கொண்டாள். வேலையிடங்களில் கூட தற்செயலாக யாராவது உதிர்க்கும் கவித்துவச் சொற்கள் காதில்விழுந்தால் உடைந்து நொறுங்கிப் போய்விடுகிறாள். புத்தகங்கள் வாசிக்க முடியாமல் திணறிப்போகிறாள். தனிமையிலிருக்கும்போது, (இன்றுவரைக் கூட தனிமையில்தான் இருக்கிறாள்) கவித்துவமான சொற்களை சந்தித்தால் புத்தகங்களில் என்று வைத்துக் கொள்ளுங்களேன் அந்த புத்தகத்தையே நிலத்தில் வீசியடித்து சிதறச்செய்துவிடுகிறாள். இந்த உளவியல் சிக்கல் கஞ்சாரொட்டி சாப்பிட்ட நாளிலிருந்து

பெருகத் தொடங்கியிருந்தது. தனக்குள் பாம்பு புற்றுவைப்பதைப் போன்று இந்த உளவியல் சிக்கல் வளருவதை அவள் அந்த வயதில் அறிந்திருக்கவில்லை. அப்படியான சிக்கல்கள் அதிகரிக்கும் போதெல்லாம், தனது அம்மையின் அரவணைப்பு தேவைப்பட்டது. அல்லது யாராவதொருவரின் அரவணைப்பு தேவைப்பட்டது. அந்த அரவணைப்பும், ஆறுதலும், மென்மையான அணைப்பில் கிடைக்கும் இளஞ்சூடான வெப்பமும் அவளைத் துரத்திக்கொண்டிருந்தது. எப்படியாவது அம்மை விழுந்த கிணற்றைப் பார்த்துவிட வேண்டும் என்ற ஆவல் தலைகால் தெரியாமல் மனதை ஆக்கிரமித்திருந்தன. ஒரு முறை பாதகத்திக்குத் தெரியாமல் ஒத்தக்கொட்டையிடம் அந்த கோவில் கிணற்றைக் கூட்டிக்கொண்டுபோய் காட்டும்படி கேட்டிருந்தாள். அவரும் சம்மதித்திருந்தார். அவர் காட்டுவதாக சொன்ன நாள் நாளைதான் என்பதை அறிந்த தாயத்தின்னி, ஊருக்கு வெளியே உள்ள ஒரு தெருவில் காத்திருந்தாள். அது காலை நேரம்.

தொலைவில் தெரிந்த ஒத்தக்கொட்டையின் சைக்கிள் அருகில் வந்து நின்றதைக் கூட அறியாதிருந்தாள் தாயத்தின்னி. ஏதோ ஒரு கிளர்ச்சி மனதுக்குள் உருவேறத் தொடங்கியது. பொட்டலம் கட்டும்பென்னம் பெரிய கெரியல். அதிலேறி சம்மாரம் கோரி அமர்ந்துகொண்டாள். கெரியலின் இருபுறத்து கம்பிகளையும் இறுகப் பிடித்துக்கொண்டாள். சைக்கிளில் ஏறிப் பயணித்த அனுபவம் அவளுக்கில்லை. நிலத்தில் குத்தியிருந்த இடதுபக்கக் காலைத்தூக்கி பெடலில் வைத்து ஒருதரம் உன்னி மிதித்து சூத்தை சரியாக சீற்றில் அமர்த்திக்கொண்டு மிதிக்கத் தொடங்கினார் ஒத்தக்கொட்டை. கொஞ்சதூரம் சத்தமே இல்லாம் போய்க்கொண்டிருந்தனர். ஆனாலும் சைக்கிள் கிறீச் கிறீச் என பெடல் சுத்தும் ஒவ்வொரு வட்டத்திற்கு சரியான ஒரு இடைவெளியில் ஒலி எழுப்பிக்கொண்டிருந்தது. மரங்களின் கிளைகளை அசைத்துவந்த காற்று கொஞ்சம் தூக்கலாக தனது வேகத்தை அதிகரித்திருந்தது.

“என்ன காத்தெண்டு தெரியுமா?” என கேட்டாள் தாயத்தின்னி “கச்சான் காத்து” என்றார் ஒத்தக்கொட்டை. குரலை பெலக்கா உசத்தி “இல்ல இல்ல இது பொம்புளக் காத்து” என்றாள்

தாயத்தின்னி. சிறிய மௌனம் அதற்குள் கிறீச்... கிறீச் பெரிதாகக் கேட்டது.

"அது சரிபுள்ள உன்ட அம்மை உழுந்த கெணத்தப் பாத்து என்ன செய்யப் போறாய்?" என்று கேட்டார்.

"என்னக் கண்டதும் கெணத்துக்குள்ள இருந்து அம்மை ஏறிவருவாள். அவளக் கூட்டிக்கிட்டு வரப்போறன்" என்டாள் தயாத்தின்னி. அதற்குப் பிறகு இருவரும் கோவில் கிணத்தடிக்கு வரும்வரை எதுவும் பேசவில்லை. கிறவல் றோட்டு தொடங்கியது. அந்த றோட்டு முழுக்க சரிந்துபோகும் இறக்கமாக இருந்தது. ஒத்தக்கொட்டைக்கும் அந்த வழிபற்றித் தெரிந்திருக்கவில்லை. உன்னி மிதிச்சிருந்தார். இறக்கத்தில் உருட்டிவிட்ட தார்ப்பீப்பாவைப் போன்று சைக்கிள் சறுக்கிக்கொண்டு வேகமெடுத்தது. கடும் வேகம். மிதிப்பதை நிறுத்திவிட்டு இரண்டு தனது கால்களாலும் சைக்கிளின் இருபக்க கிறவல்றோட்டிலும் கால்களை ஊன்றி அரைத்துக்கொண்டே வந்தார். கிறவல் புழுதி கிளம்பி புகை மூட்டத்திற்குள் பறப்பதைப் போன்றிருந்தது. ஏன் இந்த நேரம் ஒத்தக்கொட்டை சின்னப் புள்ளயள் மாதிரி விளையாடுகிறார் என மனதிற்குள் நினைத்தாலும் அவரிடம் கேட்கவில்லை. அவருடைய வெள்ளை ஆடைகளும், எனது நீல நிறப் பூப்போட்ட சட்டையும் காவிக்களருக்கு மாறியிருந்தது. முகம், வாய், கால், கைகள் என அனைத்திலும் கிறவல் புழுதி படிந்திருந்தது.

"இந்த காலை நிலத்திலரைக்கும் வெளயாட்ட நிறுத்துங்க" என தாயத்தின்னி கத்தினாள்.

"சும்மா இரி புள்ள, சைக்கிள்ள பிரேக் கழன்டு பெய்த்து. சைக்கிளை நித்தாட்டுறதுக்குத்தான் காலால் பிரேக் புடிச்சிக்கிட்டு வாரன். இன்னும் நிக்கல என்டார்" ஒத்தக்கொட்ட. கோவிலையும் தாண்டி போய்க்கொண்டிருந்தது சைக்கிள். தனது அதிபுத்திசாலித்தனத்தின் டெக்னிக்கைப் பயன்படுத்தி, றோட்டோரத்தில் குவிந்திருந்த ஒரு மணல் மேட்டுப்பக்கம் சைக்கிளைத் திருப்பி ஓடவிட்டார். ஓடிச் சென்ற சைக்கிள் மணல்திட்டில் முட்டி புதைந்து, தாயத்தின்னியை சற்றுத்தொலைவில் தூக்கி வீசியிருந்தது. சைக்கிளோடு புதைந்துகிடந்த ஒத்தக்கொட்டை, சுரிக்குள்

புதைந்து வெளிப்பட்ட முதல்வன் அர்ஜுனைப்போல் எழும்பி வெளியே வந்தார். சைக்கிளை ஒரு மரத்தில் சாத்திவிட்டு கோவில்கிணத்தை நோக்கி நடக்கத் தொடங்கினார். சைக்கிள் சரியாகச் சாத்தப்படவில்லை. அதற்கான அவகாசமும் அவருக்கிருக்கவில்லை. ஏனென்றால், தாயத்தின்னி கிணற்றை நோக்கி ஓடின வேகம் அவள் கிணற்றில் குதித்து விடுவாளோ என்ற அச்சத்தில் சரியாக சைக்கிளைச் சாத்தாமல் அவளின் பின்னால் ஓடினார். ஒத்தக்கொட்டை பயந்ததைப்போல் ஒன்றும் நடக்கவில்லை.

கிணற்றை எட்டி உற்றுப் பார்த்துக் கொண்டிருந்தாள் தாயத்தின்னி. கிணற்றின் அடியில் கொஞ்சம் சப்புத்தண்ணி கிடந்தது. அதில் எதுவும் தெரியவில்லை. சிறு கல்லொன்றை எடுத்து உள்ளே போட்டாள். கலங்கி அலையடித்து தெளிவதற்கு வெகு நேரமாகிவிட்டது. அதுவரையும் அதையேதான் பார்த்துக் கொண்டிருந்தாள். சுத்தும் முத்தும் யாராவது வருகிறார்களா என ஒத்தக்கொட்டையின் கண்கள் உளவு பார்த்துக் கொண்டிருந்தன.

“கெணத்துக்குள்ள எறங்கிப்பாப்பமா?” எனக் கேட்டாள் தாயத்தின்னி, ஒத்தக்கொட்ட சம்மதிக்கவில்லை. அந்தக் கேள்விக்குப் பின்னர் தாயத்தின்னியை நெருங்கி ஒத்தக்கையால் பிடித்துக்கொண்டார். இவள் கெணத்துக்குள்ள பாய்ந்தாலும் பாய்ந்துவிடுவாள் என்டு அவரின் உள்மனம் சொன்னது.

தெளிந்த நீரில் கலங்கலாக ஒரு முகம் தெரிந்தது. அந்த முகம் தாயத்தின்னியினுடையது இல்லை. கண்ணாடியைப்போன்று அவளின் முகத்தைத்தானே பிரதிபலிக்க வேண்டும், உருப்பெற்றும் கலங்கி மறைந்தும் ஒரு முகம் தெரிந்துகொண்டிருந்தது. சற்றுநேரத்தில் தனது அம்மை சாகும்போது குரைத்த நாயின் ஓலம் தனது மனதிற்குள் மட்டும் அலறத்தொடங்கியது. கிணற்றினுள்ளே நிலத்தில் கால்கள் படாமல் சுழன்று சுழன்று “சின்னச் சிவன் சிலை” நடனமாடத் தொடங்கியது. பேயாட்டமாக அது இருந்தது. இந்தச் சம்பவங்கள் தாயத்தின்னிக்கு மட்டுமே தெரிந்தன. ஒத்தக்கொட்டைக்கு தெரியவில்லை. “நேரமாகிறது வாபுள்ள ஊருக்குப் போகலாம்” என்று பலமுறை சொன்னபோதும், கடைசியாக ஒருமுறைதான் தாயத்தின்னியின் காதுகளில்

கேட்டது. கிணற்றைவிட்டுப் புறப்பட்டாள். தனது மனதிற்குள் உருவாகியிருக்கும் கிணற்றுக்கும், தற்போது அவள் பார்த்த கிணற்றுக்கும் அதிக வித்தியாசங்கள் இருந்தன. இந்த இரண்டு கிணற்றில் எதில் அம்மை குதித்திருப்பாள் என்ற யோசனை தொந்தரவு செய்யத்தொடங்கியது. இறுதியில், தனது மனதிற்குள் உருவாகியிருக்கும் கிணற்றுக்குள்தான் குதித்து செத்திருப்பாள் என முடிவு செய்துகொண்டாள். இந்தச் சம்பவத்திற்குப் பிறகு ஒருபோதும் கோவில் கிணற்றை தாயத்தின்னி பார்க்கவுமில்லை. அந்தக் கிணறு அவள் நினைவிலுமில்லை.

சைக்கிள் வதை முகாமை வந்தடைந்து. அதுவரை ஒத்தக்கொட்டை கேட்ட எந்தக் கேள்விக்கும் பதில் கூட இல்லை. அமுக்குப் பிசாசு பிடித்தவளைப்போன்று விறைத்துக்கொண்டிருந்தாள். இது ஒத்தக்கொட்டைக்கு பயத்தைத்தந்தது. மறைக்கக்கூடாது என்று பாதகத்தியிடம் நடந்தவற்றைச் சொல்லிவிட்டார் ஒத்தக்கொட்டை. பாதகத்தி தாயத்தின்னியை கிறுகிப்பார்த்தாள். மின்வெட்டி மறைவதைப்போல், கிணற்றில் விழுந்து செத்த தனது அக்கா தெரிந்ததைப்போல் இருந்தது. அதே வேகத்தில் மீண்டும் பார்த்தாள், சீ... சீ... அது தாயத்தின்னியின் முகம்தான். கிணற்றில் போய் தண்ணியள்ளி குளித்துக்கொண்டிருந்தார் ஒத்தக்கொட்டை. தாயத்தின்னியும் தனது தலையில்தண்ணி ஊத்தச்சொல்லி அவரின் கால்களுக்கு கீழே போய் நின்றாள். குளித்துக்கொண்டிருந்த போது இடைநடுவே என்னை இந்தக் கிணற்றுக்கொட்டில் ஏற்றுவிடுங்கள் என இதுவரை அறியாத ஒரு தடித்த பெண்குரல் கேட்பதைக் கண்டு திடுக்கிட்டு, துலாக்காலில் தொங்கிய வாளிப்பட்டையிலிருந்து கைகளை எடுத்தார். அதுபோய் நிலத்தில் டப் என்று அடித்தது. வாளிக்குள் இருந்த தண்ணி அந்தரத்தில் கிளம்பி கொஞ்சம் பட்டைக்குள்ளும் கொஞ்சம் நிலத்திலும் கொட்டிவிட்டது. குனித்து தாயத்தின்னியைப் பார்த்தார்.

“தலையில் இன்னும் தண்ணியை ஊத்துங்கோ” என்றாள் தாயத்தின்னி. இந்தச் சம்பவத்தையும் பாதகத்தியிடம் சொன்னார் ஒத்தக்கொட்டை. பாதகத்தியும், ஒத்தக்கொட்டையும் இரவு முழுதும் எதைஎதையோ கதைத்துக் கொண்டிருந்தனர். ஆனால், தாயத்தின்னி தனது அந்துப்பூச்சிகள் வாழும் அறைக்குள்

ஈரத்தோடு நுழைந்துவிட்டாள். அந்த ஈரத்தை தொறைக்காமல் விடிய விடிய உறங்காமல் இருந்தாள்.

இந்த இடத்தில்தான் ரங்குப் பெட்டிக் குறிப்புக்கள் உள்ள ஆவணங்களில், சொற்கள் அழிந்த நிலையில் சில தகவல்கள் இருந்தன. எனக்குப் புரிந்தவகையில் அந்த ஆவணங்களை சரிசெய்து குறிப்புகளைப் பதிந்து விடுகிறேன். அது சரியா தவறா எனத்தெரியவில்லை. அந்த ஆவணங்களை நீங்களும் வாசித்து உறுதிப்படுத்திக் கொள்ளலாம்.

"தமிழில் ஒத்த கருத்துக்களை அதிகம்கொண்ட சொற்களில் "கிணறும்" ஒன்று. அது ஏனென்று தெரியவில்லை. தண்ணீர் நிறைந்திருக்கும் அனைத்தையும் கிணற்றுக்கு ஒப்பிட்டிருக்கின்றனர். தமிழ்ப் பாரம்பரியத்திலும் சரி, மனித வாழ்வியலிலும் சரி கிணறு ஏதாவதொரு வகையில் சம்மந்தப்பட்டிருக்கிறது. கிணறு என்னவோ ஆண்களால் தோண்டப்பட்டிருந்தாலும், கிணறும், அதன் ஒத்த கருத்து சொற்களால் குறிப்பிடப்படும் அனைத்து நீர் நிலைகளும் தோண்டப்பட்டிருந்தாலும், அதை அதிகம் பாவித்திருப்பது பெண்கள்தான் என்று தகவல்கள் கிடைக்கின்றன. தமது வாழ்வுக்கும் சாவுக்கும் கிணற்றைத்தான் பெண்கள் பாவித்திருக்கின்றனர். அன்றாட வாழ்வுக்கு எப்படி கிணற்றைப் பெண்கள் பாவித்தனரோ, அதேபோன்று தமது சாவுக்கும் பாவித்திருக்கின்றனர். பெண்களை அதிகமாகவும், ஆண்களை கொஞ்சமாகவும் சாகடிப்பதற்கும் கிணற்றைத்தான் பயன்படுத்தியிருக்கிறது மனித அறிவு."

மேற்கில் சூனியக்காரிகள் எனப்பட்டம் சூட்டி பெண்களை கிணற்றில் குவியல் குவியலாக போட்டு சாகடித்திருக்கின்றனர். எனக்கென்ன சாபமோ தெரியவில்லை, உலகில் அதிக பெண்களை கொத்தாக அள்ளி கிணற்றில் போட்டு சாகடித்த சுவிஸ் நாட்டில்தான், வாழ்வதற்கான தஞ்சமும் கிடைத்திருக்கிறது. கிணறும் சாவும் என்னைவிட்டு பிரிய விரும்பவில்லை போலும்.

உண்மைதான், உயிர் நீத்தல் அதாவது தற்கொலை செய்தல் என்பது கூட, தமிழ்ப் பாரம்பரியத்தின் மிகப்பழமையான செயற்பாடுகளில், வாழ்வுமுறைகளில் ஒன்றாக இருந்து வந்திருக்கிறது. தொல்காப்பிய இலக்கண நூல் தொட்டு,

சங்ககாலம் தொடங்கி இற்றைவரை தற்கொலையும் தமிழர் பண்பாட்டோடு வெவ்வேறு வகைகளில் உருமாறி மாறி பின்னிப் பிணைந்தே வந்திருக்கிறது. உலகில் எந்தப் பிரதேசத்தை எடுத்தாலும் பெண்களே அதிகம் தற்கொலை செய்திருக்கிறார்கள்.

தமிழ் மரபில், உடன் கட்டை ஏறுதல் என்பதை உங்களுக்குத் தெரியும். இது மனிதர்களுக்கு மட்டுமே பயன்படுத்த திணித்தால் போதாது என்று, குரங்கைக் கூட உடன்கட்டை ஏற வைத்திருக்கிறார்கள் என்றால் பாருங்களேன்.

> "கருங்கண் தாக்கலை பெரும் பிறிது உற்றனக்,
> கைம்மை உய்யாக் காமர் மந்தி,
> கல்லா வன் பறழ் கிளை முதல் சேர்த்தி,
> ஓங்கு வரை அடுக்கத்துப் பாய்ந்து உயிர் செகுக்கும்"
>
> *குறுந்தொகை - 69*

பெண்களுக்கும் கிணற்றுக்கும் இருக்கும் நெருங்கிய உறவைப்போன்று, பெண்களுக்கும் தற்கொலைக்கும்தான் அதிக நெருக்கமிருந்திருக்கிறது. சாவோடு பெண்களுக்கிருந்த நெருக்கத்தைப்போல, வாழ்வோடு அவர்களுக்கு இந்த மனித வரலாற்றில் இருந்ததே இல்லை.

தற்கொலையைக் கொண்டாடிக்கொண்டே இன்றுவரை இருக்கிறது மனித வாழ்வு. ஆனால், அதில் நிபந்தனைகள் உண்டு. நாட்டுக்காகப் போராடி செத்தால், அது தியாகம். போராட்டக் குழுக்களில் இருந்து தற்கொலை செய்தால் மாவீரர்கள் எனத் தற்கொலைக்கு மாபெரும் சமூக அந்தஸ்தே இருக்கிறது. அது வழங்கப்படுகிறது. ஆனால், வாழமுடியாது தற்கொலை செய்துகொள்பவர்கள் கோழைகள். இழிவானவர்கள் என்ற கெட்ட மதிப்பீடு. என்னவொரு ஆச்சரியம்? மதங்கள் கூட ஏதோவொரு வகையில் தற்கொலையை ஆதரித்துக்கொண்டுதான் இருக்கின்றன. உண்ணாவிரதம் என்ற பெயரில் போராட்டக் கருவியாகக் கூட தற்கொலை அமைந்திருக்கிறது.

பிரெஞ்சு நாட்டு சமூகவியல்அறிஞரான Emile Durkheim அவர்களின் *The Study of Suicide* என்ற ஆய்வு நூல் உலகப் பிரசித்தி பெற்றது. இயற்கை மரணங்களைவிட தற்கொலைகளால்

மனிதர்கள் இறப்பதே அளவில் அதிகமானது என்ற தகவலையும், 2005 ஆம் ஆண்டு தற்கொலை குறித்து ஆய்வு செய்த, அ. இளங்கோ குறிப்பிடுகிறார். இத்தனை சாட்சியங்களும் உண்டு. ஆனால், எனது அம்மை தற்கொலை செய்துகொண்டது மட்டும் ஏன் எனது முழுவாழ்வையும் பாதித்திருக்கிறது? இந்த சமூகம் என்னை ஏன் தாயைக்கொன்றவள் என பட்டம் சூட்டி வதைக்கிறது? எனது அம்மையின் தற்கொலையை சாதாரணமாக எடுத்துக்கொண்டு, இந்த சமூகத்தில் மற்றவர்களைப் போன்று வாழும் ஒரு வாழ்வை ஏன் வழங்க மறுத்திருக்கிறது?

இப்படி ஏகப்பட்ட கேள்விகளும் தரவுகளும், அழிந்த சொற்களின் நடுவே கொட்டிக்கிடக்கின்றன. இத்தனை கேள்விகளையும் கடந்துதான் ஈரத்தோடு அந்துப் பூச்சிகள் வசிக்கும் தாயத்தின்னியின் படுகையறைக்கு நாம் போக வேண்டியுள்ளது. எட்டிப் பாருங்கள், அவள் இன்னும் உறங்கவில்லை. ஈரத்தில் முங்கிப்போன சட்டையைக் கூட அவளின்னும் கழற்றவில்லை.

தாயத்தின்னியின் அம்மை ஒரு பொட்டலத்தை தாயத்தின்னியிடம் நீட்டுகிறாள். "குட்டிமா இதைக்கொண்டுபோய் கோவிலில பூசை இன்நேரம் முடிஞ்சிருக்கும் உன்ட அப்பனுக்கிட்ட குடுத்துப்போட்டு ஓடியா கண்மணி" என்றாள். பொட்டலத்தை வாங்கிக்கொண்டு சுர்ரெனப் பாய்ந்துபோய் கொடுத்துவிட்டு சுர்ரென வந்துவிட்டாள் தாயத்தின்னி. கிட்ட அள்ளி அணைத்து நெற்றியில் ஒரு முத்தம் கொடுத்துவிட்டு, அழகான சில்வர் பீங்கானில் சோறும் கறியுமிட்டு பிசைந்து பிசைந்து தாயத்தின்னிக்கு ஊட்டிக் கொண்டிருந்தாள். சட்டென்று பொரையேறவே, முதுகில் மெதுவாக ஒரு தட்டுத்தட்டி, தண்ணீரை அருந்தக்கொடுத்து "தின்னக்கொள்ள கதைக்கக்கூடாது செல்லம்" என அறிவுரைகள் கூறினாள். சாப்பிட்டு முடிந்ததும், தாயத்தின்னியின் அம்மை நிலையில் சாய்ந்தபடி அமர்ந்து கால்களை நீட்டி, கால் தொங்கலில் தலையணையை போட்டுக்கொண்டு அதன்மேல் தாயத்தின்னியை வளத்தாட்டி கால்களை கிழக்கு மேற்காக ஆட்டியபடி தாலாட்டத் தொடங்கினாள். நித்திரை போனதும் தாயத்தின்னிக்குத் தெரியாது. இவை எதுவும் உண்மையில் நடக்கவில்லை. இப்படி நடப்பதாக தாயத்தின்னியே நினைத்துக்கொண்டாள்.

அப்படி நினைத்த போதும் கூட நடந்ததைப்போன்றே அவள் உறங்கியிருந்தாள்.

கனவு முழுக்க உறுக்கி உறுக்கி பாதகத்தி கூப்பிடுவதும், ஒரு சில்வர் தட்டத்தை தந்து கொடுத்துவிட்டு வா என்பதுமான கட்டளைகளே அவளின் கனவைக் கூட அச்சுறுத்திக் கொண்டிருந்தது. அந்தக் கனவில் தனது அம்மை உழுந்த கிணற்றில் நடந்த ஆனால், அவள் சொல்ல விரும்பாத ஒரு சம்பவமும் கனவெங்கும் பரவியிருந்தது. அதனால்தான் பாதகத்தியின் எந்த அச்சுறுத்தலுக்கும் வழமைபோல் பயந்து திடுக்கிட்டெழுந்து தூக்கமின்றி விம்மி விம்மி அழவில்லை. இந்த இரவு தூக்கம் தாயத்தின்னியை முழுமையாக தழுவி தனது பரவசத்தை எடுத்து போர்த்திக்கொண்டது.

ஒரே உடலில் வசிக்கும் மூவர்
தாயைத்தின்னி - தில்லை - லிலித்

அவள் புலம்பெயர்ந்து ஐந்து ஆண்டுகளைக் கடந்துவிட்டது. ஒரு குண்டு வெடிப்பில் சிக்கி உயிர் பிழைத்திருந்தவள், தலைமறைவாக சில மாதங்கள் இருந்து அதன் பின்னரே சுவிஸ் நாட்டுக்கு வந்து சேர்ந்திருந்தாள். அந்தக் குண்டு வெடிப்பின் அதிர்ச்சியிலிருந்து மீளவே பல ஆண்டுகள் தேவைப்பட்டிருந்தன. அவளுடைய இறந்த காலங்கள் இப்படித்தான் சாகசங்களால் ஆனது. பெரும் துயரங்களும், அச்சுறுத்தல்களும் ஆபத்துக்களும் நிறைந்திருந்தது. அவளுக்குத் தெரிந்த வழிமுறைகளையும், தந்திரோபாயங்களையும் பிரயோகித்துத்தான் இத்தனை காலம் தப்பிப்பிழைத்து இந்த வாழ்வோடு பயணித்துக் கொண்டிருக்கிறாள். பிறக்கும்போது தொடங்கியது இந்த இழுபறி. அறியும் வயதை அடைந்தபோது தொடங்கிய கணகாட்டும் கக்கிசமும் தான். இருந்தாலும் அனைத்துச் சவால்களையும் தன்னந்தனியே எதிர்கொண்டு இன்றும் உயிரோடிருக்கிறாள். ஒப்பீட்டளவில் சௌகரியமாக இருக்கிறாள். அவளைப் பார்க்கும் எவரும் ராணியைப்போல் வாழ்கிறாள் என்றுதான் நினைத்துக் கொண்டிருக்கிறார்கள். பலர், இதை அவளிடமே சொல்லியிருக்கின்றனர். அவளும் புன்னகையோடு தலையசைத்துக் கடந்துவிடுவாள். யாரோடும் அவளைப் பற்றி எதுவும் அதிகம் சொல்லிக்கொள்வதில்லை.

வேலையிடம், வீடு, அவளுடைய சமூகச் செயல்பாடுகள் என மிகச் சுருக்கமான அட்டவணைக்குள்ளே தனது அன்றாட நிகழ்வுகளை திட்டமிட்டு வைத்துக்கொண்டாள். அதிக நண்பர்களுமில்லை. அப்படி இருக்கும் ஒரு சில நண்பர்களோடும் ஆழமாக தனது மனதைத் திறந்து அதற்குள் கொந்தளித்துக் கொண்டிருக்கும் உயிருள்ள கடந்த காலத்தைப் பற்றியோ, வயதுக்கும் உடலுக்கும் தேவையாக இருக்கும் உணர்ச்சிகளையோ ஒருபோதும் பகிர்ந்துகொண்டதில்லை.

யார்மீதும் அவளுக்கு நம்பிக்கையில்லை என்பதல்ல அதற்கான காரணம். இளவயதிலிருந்து அவளின் இன்னுமொரு மனதாக வளர்ந்திருக்கும் அச்சம்தான் மற்றவர்களை நெருங்காமல் தடுக்கிறது. யாரோடும் நெருக்கமாக பேசத்தொடங்கும்போது, மனதிற்குள் தேள்கொட்டிவிடும். அப்போதே சுதாகரித்துக்கொண்டு உரையாடலுக்கான சொற்களை மறைக்கத் தொடங்கிவிடுவாள். வார்த்தைகளாலும், மனதாலும் தன்னைச் சுற்றி கறாரான ஒரு எல்லையை சீனச்சுவரைவிட பெரிதாக கட்டி எழுப்பி பாதுகாப்பாக இருந்துவிடுவாள்.

அன்றும் அப்படித்தான் நடந்தது. சுவிஸ் நாட்டைச் சேர்ந்த பெண்ணிய தோழமைகளோடு இணைந்து ஒரு தெருநாடகத்தை நிகழ்த்தி முடித்துவிட்டு, ரெஸ்ட்டூரண்ட் ஒன்றில் மதிய உணவுக்காக அமர்ந்திருந்த போதுதான் அது நடந்தது. அன்றே ஒரு தோழரை இழக்க நேரிடும் என்று அவளுக்குத் தெரியவில்லை. நெடுநாட்களாக பெண்ணியத் தோழர்களோடு இணைந்து செயற்படும் ஆண் தோழர் அவன். மிக முற்போக்கான கருத்துக்களை நாக்குநுனியில் தெறிக்கவிடுபவன். செயலில் தரப்படுத்தப்பட்ட முற்போக்கே இருக்கும். மனதிற்கு அப்படியல்ல. கடுமையான பிற்போக்குவாதி என்றுதான் அவள் ஊகித்திருந்தாள். பெண்ணியம் பேசும் பெண்களே அவர்களை அறியாமல் ஆண்மைய சிந்தனையின் தாக்கத்தில் இருப்பவர்கள்தான். அது அவர்களின் தவறுமல்ல. சிந்தனை, மொழி, பண்பாடு என அனைத்திலும் பலநூறு ஆண்டுகளாக ஆண்மைய சிந்தனையின் தாக்கம் ஆழமாக வேரூன்றியுள்ளது. அதை முழுவதுமாகக் கடந்து சென்றுவிடுவது அத்தனை எளிதல்ல. ஒரே மூச்சில் தடாலடியாக உடைத்துக்கொண்டு போகவும் முடியாது. அது மிகப்பெரும் வெறுமையையும் மன உளைச்சலையும் அதனோடு இணைந்த ஆபத்தையும் கொண்டு வந்துவிடும் என்பதை சரியாகவே அவள் கணித்திருந்தாள்.

எல்லோரும் பகலுணவு சாப்பிடுவதற்குத் தயாரானபோதும் அவள் மட்டும் கபே ஒன்றை ஓடர் செய்திருந்தாள். அங்கிருந்த தோழர்களுக்கு இது ஆச்சரியமாக இருந்தது. வீட்டில் சமைத்துச் சாப்பிடுவதுதான் எனக்குப் பிடிக்கும். நீங்கள் சாப்பிடும்வரை

உங்களோடு பேசிக்கொண்டிருக்கிறேன் என சாதாரணமாக பதில் சொல்லிவிட்டு கபேயை அருந்தத் தொடங்கினாள். இதையெல்லாம் கவனித்துக்கொண்டிருந்த புலம்பலரசன் அவள் இருந்த மேசைக்கு வந்து சேர்ந்தான். அவளின் முன்னிருந்த கதிரையில் "ஹலோ" என்று சொல்லியபடி உட்கார்ந்து சாப்பிடத்தொடங்கினான். இடையிடையே பேசிக்கொண்டிருந்தான். இலக்கியப் பக்கம் கதை திரும்பியது. அதுமெல்ல மெல்ல உருமாறி காதல் பக்கம் நழுவிக் கொண்டிருந்தது. எதையும் சட்டை செய்யாமல் எந்த வகை உணர்வு மாற்றமும் இன்றி பதிலளித்துக் கொண்டிருந்தாள். "நீ என்ன ரோபோவைப் போல் பேசிக்கொண்டிருக்கிறாய்?" என கிண்டலாகக் கேட்டான். இதுதான் எனது சீரியசான உரையாடல் எனக் கூறிவிட்டு புன்னகைத்தாள். ஆமாம், சத்தமிட்டு சிரித்தபோதும் கூட அது புன்னகையின் பரவசத்தோடிருந்தது.

புலம்பலரசனுக்கு என்ன பேசுவதென்றே தெளிவில்லை. தமிழ் சினிமாவின் சாயலில் ரொமான்சாக, ஆனால், ஒரு மேலைத்தேய நாட்டில் வாழும் கெத்தோடு அவளிடம் "என்ன தோழர் நாம சேர்ந்து வாழலாமே! என்ன நினைக்கிறீர்கள்?" என நேரடியாகவே சீரியசான மனநிலையில் கேட்டுவிட்டு பதிலுக்காக காத்திருந்தான். கீழைத்தேய பண்பாட்டிலும் சிந்தனைகளினாலும் வலுப்பெற்ற மனதைகொண்டுபோய் எப்படித்தான் மேற்கின் சலவைக்கற்களில் போட்டு அடித்துத் துவைத்தாலும் ஒன்றும் ஆகப்போவதில்லை. அந்தப்பக்கம் பயணிக்கவும் முடியாமல், இந்தப்பக்கம் என்பதை வெளியே காண்பிக்க முடியாமலும் அவதிப்படும் எத்தனையோ புலம்பெயர் புத்திஜீவிகளை அவளுக்குத் தெரியும். ஆண்கள் மட்டுமல்ல பெண்களும் இப்படித்தான். பிரக்ஞைபூர்வமான ஒரு மாற்றம் அவர்களின் மனதிலோ சிந்தனையிலோ நிகழ்ந்திருப்பதில்லை. ஒருவகைத் தர்க்கத்திற்கும் ஃபெஷனுக்கும் கெத்தா காட்டிக்கொள்வதற்கும் மட்டுமே முற்போக்குத்தனமான கருத்துக்களை அள்ளிவீசுவர். வீட்டில் அவர்களைப் பார்த்தால் பக்கா பிற்போக்குவாதிகள்.

அவள் சற்றுத்தாமதத்தாகத்தான் தனது பதிலைச் சொன்னாள். பதிலைச் சொல்வதற்கு அவள் எடுத்துக்கொண்ட சிறிய தாமதத்தைக் கூட புலம்பலரசனால் சகித்துக்கொள்ள முடியாமல்

நெளிந்துகொண்டிருந்ததை அவள் உன்னிப்பாகக் கவனித்தாள். புலம்பலரசனின் கேள்வியை கவனமாக நீங்கள் பார்த்தால் பல விசயங்கள் புரியும். இரட்டை அர்த்தத்தில் அந்தக் கேள்வி தந்திரோபாயமாக அமைந்திருக்கும்.

லிவிங் டுகெதர் என்பதுபோலும் இருக்கும், திருமணம் முடிப்போமா என்பதுபோலும் இருக்கும். எதுவாக இருந்தாலும் “பெண்ணின் உடலை” பழகுவதற்கு அப்பிளிகேஷன் போடும் தொனியிலேயே அமைந்திருக்கும். கேட்பதற்கு உரிமை உண்டுதானே இல்லையா? மறுப்பும் சம்மதமும் மற்றவருக்கான தேர்விலுள்ளது தானே! என்று நினைக்கலாம். அது உண்மைதான். ஆனால், பதில் சொல்வதற்கு அவள் சிறிது தாமதமானதும், புலம்பலரசன் தனக்குள்ளாக தகித்துக்கொண்டிருப்பது என்பது சம்மதிப்பதற்கு தூண்டுவதைப் போன்றதல்லவா?

“சரி, அதிலென்ன இருக்கிறது. யோசிக்கலாம். ஆனால் ஒரே ஒரு கண்டிஷன். நான் தொழிலைவிட்டு விட்டு ப்ரீயாக இருக்க விரும்புகிறேன். எனக்கான அனைத்தையும் உன்னால் நிவர்த்திசெய்ய முடியுமானால் யோசித்துச் சொல். நாம் ஆரம்பிக்கலாம்” என்றாள்.

பேயறைந்தத்தைப்போல் சில நிமிடங்கள் அவர்கள் இருவருக்குமிடையே சுழன்று நின்றது. புலம்பலரசனுக்கு என்ன சொல்வதென்றே உடனடியாகத் தோன்றவில்லை. மேசையின் கீழிருந்த கால்கள் நடுங்கத் தொடங்கிவிட்டன.

“நீ ஒரு பெமினிஸ்ட்தானே, ஒரு பெண்ணுக்கு தொழிலும் சொந்த வருமானமும் எத்தனை முக்கியமானது. அதுதானே அவளை தைரியமாகவும், சுதந்திரமாகவும் வைத்திருப்பதற்கு அவசியமானது. அதைவிட்டுவிட்டு பின்தங்கிய நாட்டு பெண்களைப்போல் ஹவுஸ்வைபாக இருக்கப்போகிறாயா? என புலம்பலரசன் கேள்வி எழுப்பினான். அவனைப் பொறுத்தவரையில், அவள் சொன்ன இந்தப் பதில் ஒரு பெண்ணியவாதியின் பதிலைப்போலவே இல்லை என்பதுதான்.

“நீ பெண்கள் சுதந்திரமாகவும், ஆண்மைய சிந்தனையின் கிடுக்குப் பிடிகளிலிருந்து நழுவியும் செல்வதற்கு தடையாக இருக்கமாட்டாய் தானே” எனப் பதிலுக்குக் கேட்டாள்.

“ஆம்” இது புலம்பலரசன்.

“அடிமைகளைப் போல் நடத்தப்படும் இடத்தில்தானே சுதந்திரத்திற்காக போராட வேண்டும். அதற்கான தேவையும் அங்குதானே இருக்கும். நீ அப்படியானவன் இல்லை எனில், எதற்காக நான் சுதந்திரத்திற்காக போராட வேண்டும். பேசாமல் நிம்மதியாக இருந்துவிடலாம் தானே!” என்றாள்.

சுதாகரித்துக்கொண்டு அவளின் விவாதத்தை எதிர்கொள்ள முடியாமல், “நீ சொல்வது சரிதான். இருந்தாலும் இரண்டுபேர் உழைத்தால்தான் சமாளிக்க முடியும் அல்லவா” என்றான்.

“நம் இருவருக்குமான தேவைதானே உள்ளது. அதற்கான அளவு உன்னால் சம்பாதிக்க முடியாதா?”

“முடியும்தான். ஆனால் புள்ளகுட்டி பொறந்தால்...” என அவன் சொல்லி முடிப்பதற்குள், இதற்காகத்தான் காத்திருந்ததைப்போல திடீரென்று அவளின் நாக்கிலிருந்து தூண்டில் போல ஒரு கேள்வி பறந்து, புலம்பலரசனின் முற்போக்கு மனதை கவ்விக்கொண்டது.

“பிள்ளை பெறுவதற்கு இரண்டு பேரின் சம்மதமும் அவசியமே! நீ மட்டும் எப்படி அதைக் குறித்து முடிவெடுப்பாய்” என்றாள்...

“ஓஹ்... சொறி மையியர்... தவறி வந்துவிட்டது. உனது வாதம் சரியானதுதான். அதை எப்படி புரிந்துகொள்வது என்று எனக்கு தெரியவில்லை. இந்தப் புதிரை எப்படி அவிழ்ப்பது என்பதும் தெளிவில்லை” என்றான்.

எழுந்து சென்று சாப்பிட்ட கைகளைக் கழுவும்போது, தனது காதலையும் தேய்த்துக் கழுவிவிட்டு வந்துவிட்டான். என்ன மாதிரி தோழர். ஏதும் ஐடியா இருக்கிறதா? இந்தப்பேச்சை தொடருவதா? இல்லை இத்தோடு முடித்துக்கொள்வோமா? என

லேசாக ஒரு கேள்வியை அவனுடைய முற்போக்கு வாதத்திடம் நீட்டினாள்.

“என்னை இப்படி ஒரு சிக்கலில் மாட்டிவிடுவாய் என்று யோசிக்கவில்லை. பொருளாதாரப் பலத்தை தன்னோடு வைத்துக்கொள்வதே பெண்களுக்கு பாதுகாப்பானது. அதை ஏன் விட்டுவிடத் துணிகிறாய் என்பதுதான் புரியவில்லை” என்றான்.

“எனக்குப் புத்திதெரிந்த காலத்திலிருந்து, பசிக்கு உணவு தொடங்கி, அனைத்துக்குமாக நான்தான் உழைத்துக் கொண்டிருக்கிறேன். எதுவும் எனது உழைப்பின்றிக் கிடைத்ததே இல்லை. சிறுமியாக இருந்தபோதுகூட கடூழியங்கள் செய்துவிட்டுத்தான் ஒரு வாய்ச்சோறுகூட தின்டிருக்கிறேன். அதனால்தான், சில காலமாவது என்னை நேசிக்கும் ஒருவருடைய அரவணைப்பிலும், உழைப்பிலும் சுதந்திரமாக இருக்க வேண்டும் என்ற ஆவல் இளவயது முதல் தொடர்கிறது. நீ முற்போக்குவாதியாக இருக்கிறாய், அல்லது அப்படி காட்டிக்கொள்கிறாய். உன்னிடமாவது எனது மன ஏக்கத்தை முன்வைக்கலாம் என நினைத்தேன். அதனால்தான் சொன்னேன் என்றாள். இதைச் சொல்லத் தொடங்கும்போதே, அவளுடைய மனதுக்கு மட்டும் கேட்கும்படி நாய் குரைக்கத்தொடங்குகிறது. ஏறி ஏறிக் குரைக்கிறது. எத்தனை மின்குமிழ்கள் ஒளிவீசிக்கொண்டிருக்கும் ஐரோப்பாவின் சொர்க்கத்தில் கூட இருள் பரவி, அதற்குள்ளே ஒரு பழைய கிராமம் வெளிப்பட்டு நின்றது.

இந்த மன ஏக்கத்தை சொல்லிக் கொண்டிருக்கும்போது புலம்பலரசன் அவளின் அருகில் இல்லை. இந்நேரம் பஸ்ஸில் ஏறி பாதிதூரம் கடந்திருப்பான் என்று அவளுக்குத் தெரியும். அவனோடு மட்டுமல்ல யாரோடும் கூட தனது கதையை அவளால் சொல்ல முடியாது. சொல்ல முடிந்ததும் இல்லை. அதற்குத் தடையாக வந்துநிற்பவள் தாயத்தின்னிதான். ரங்குப் பெட்டி ஆவணங்களினுள் தாயத்தின்னி எழுதிவைத்திருக்கும் குறிப்புகளைத் தவிர வேறு எவற்றையும் சொல்வதற்கு தில்லைக்குக்கூட அனுமதியில்லை என்றுதான் கொட்டை எழுத்தில் எழுதிவைத்திருக்கிறாள். அந்த அச்சமே, தன்னைக் காதலிப்பதாகச் சொன்ன ஒருவனுடன்கூட தனது மறுப்பிற்கான

காரணத்தை சொல்ல முடியாமல் இன்று தில்லை தடுமாறி நின்றதற்குக் காரணம். காதலை மறுப்பதென்பது மிக எளிது. அதற்கான காரணத்தைச் சொல்வதும் எளிது. ஆனால், தில்லையால் அதைக் கூடச் செய்ய முடியாதே. தாயத்தின்னி மிகச் சிறியவள். அவளின் அனுபவங்களிற்கான காலம் மிகக் குறைவுதான். எனினும், அவள் மிகக் கடுமையானவள். எந்த நேரம் என்ன செய்வாள் என்பதே தெரியாது. தில்லைக்கு இருக்கும் அனுபவங்களும் அறிவும் மிகவிசாலமானது. எனினும், கிறுக்குத்தனமான பிடிவாதங்களாலும், வலிகளாலும் துயரங்களாலும் நிரம்பித் ததும்பி வழியும் மனதோடு விறைப்பாக கடும்கோபத்தோடு நடந்துகொள்ளும் தாயத்தின்னியை எதிர்கொள்ளும் துணிச்சல் தில்லையிடமில்லை.

மிக இறுக்கமாக கடந்துபோக முடிவெடுத்து மீறிச் செல்லும்போது, எதிர்பாராத ஒரு பழைய நினைவை அள்ளி எடுத்து மனதிற்குள் விரித்துவிடுவாள். அந்த இடத்திலேயே தில்லை உடைந்துவிடுவாள். தனது அனைத்து இறுமாப்பும் கலைந்து, தாயத்தின்னியைப்போல் மாறிவிடுவாள். அவளைப்போல் கதைப்பதும், நடப்பதும் என இத்தனை பெரிய உடம்பை கொண்டு சிறுமியைப்போல் நடந்துகொள்வதைக் கற்பனை செய்து பாருங்கள்.

தாயத்தின்னி, தில்லை, லிலித் இவர்கள் வேறு வேறானவர்கள். ஆனால், ஒரே உடலில்தான் வசிக்கிறார்கள். லிலித்தோ, தில்லையோ இந்த உடலை அதிகம் பாவித்ததே இல்லை. தாயத்தின்னிதான் அதிகம் பயன்படுத்துவாள். தில்லையோ அல்லது லிலித்தோ தமது உணர்வுகளின் வீச்சை அதிகரித்து ஏதோவொன்றில் திளைக்கும்போது, மனதிற்கு மட்டும் கேட்கும் தூரத்தில் நாய் குரைக்கத் தொடங்கிவிடும். குரைத்தால் நினைக்க வேண்டியதுதான். உடலைக் கைப்பற்ற தாயத்தின்னி வருகிறாள் என்று. சில நேரங்களில் தொந்தரவாக இருந்தாலும், பல ஆபத்தான சந்தர்பங்களில் தாயத்தின்னி வந்து அனைவரையும் காப்பாற்றியிருக்கிறாள்.

புலம்பலரசன் கிளம்பிப்போய்விட்ட பிறகுதான், கனத்துக்கிடந்த மனதை திறந்து தில்லை காற்றில் தனியாகப்

பேசிக்கொண்டிருந்தாள். அப்போது கூட நாய்குரைக்கும் சத்தம் கேட்டது. அதை மேலே பதிவு செய்திருக்கிறேன் வாசித்திருப்பீர்கள். ரெஸ்டூரண்டிலிருந்து வேகவேகமாக வீட்டுக்கு வருகிறாள் தில்லை. வந்ததும் வராததுமாக ரங்குப் பெட்டியைத் திறந்து, உள்ளே இருந்த ஆவணங்களில் ஒன்றை வாசிக்கத் தொடங்குகிறாள். நாம் இப்படித்தான் நினைப்போம். அது உண்மையில்லை. வேகமாக வந்தது, ரங்குப் பெட்டியைத் திறந்தது எல்லாம் தில்லைதான். ஆவணத்தை வாசித்துக்கொண்டிருப்பது தாயத்தின்னிதான். தில்லையோ, லிலித்தோ அந்த உடலில் இருக்கும்போது ரங்குப் பெட்டி ஆவணங்களை வாசிக்க முடியாது. கடுமையான திண்டாட்டங்களுக்குப் பிறகு ஒரு நாள் ரங்குப் பெட்டி ஆவணங்களிலுள்ள குறிப்புக்களை விரித்து விளக்கி எழுதிய பிறகு, அதை அறிந்து பெரும் பிரளயமே நிகழ்ந்தது. அதைப் பற்றி பின்னர் சொல்கிறேன்.

ரங்குப் பெட்டியைத் திறந்து வாசிக்கத் தொடங்குகிறாள்.

இதிலிருப்பவை கதைகள்தான். சில நேரம் கதைகள் அல்ல. இந்தக் கதைகளைக் கேட்பது ஆபத்தானதும் கூட. சில நேரங்களில் எந்த ஆபத்துக்களும் இருப்பதில்லை. முழுமையாக இந்தக் கதைகளை யாரிடமும் கூறிவிடக்கூடாது. கூறிவிட்டால் என்ன நடக்கும் என்று அறிதியிட்டுச் சொல்ல முடியாது. கிராமத்திலிருந்த எனக்கு நெருக்கமான அந்த மூன்று கிளை மரத்திடம் கூறியிருக்கிறேன். கதைகளைக் கேட்ட அந்த மரத்திற்கு என்ன நடந்ததென்று தெரியுமா? அதனால்தான், ரங்குப் பெட்டி ஆவணத்தில் கூட பல கதைகளை சேகரிக்காமல் மனதில் வைத்திருக்கிறேன். அந்த மரத்தைப்போலவே, இந்தக் கதைகளைப் படிப்பவர்களும் செத்துப் போய்விடுவார்களோ என்ற அச்சம் எனக்கு உண்டு.

கொஞ்சம் கொஞ்சமாக ஏதாவது பேசிக்கொண்டிருந்த நான், முழுமையாக நம்பிக் கதைகளைச் சொல்லத் தொடங்கியது, அம்மை விழுந்து உயிர் நீத்த கிணற்றை பார்த்துவிட்டுவந்த நாளிலிருந்துதான். அதற்கான காரணம் பாதகத்தி எனக்கு முன்புபோல் வதை முகாமிற்குள் மட்டுமே தண்டனையை

வழங்குவதை விரித்து அதற்கு வெளியிலும் பரவலாக்கியிருந்தாள். வீட்டுக்குள்ளே வேலைகள் செய்துவந்த என்னை, வீட்டுக்கு வெளியே தொழிலுக்கு அனுப்பத் தொடங்கினாள். அவள் சொல்லும் தொழில்களை செய்துவந்தால் மாத்திரமே அன்றைக்கு சாப்பாடு கிடைக்கும். படுக்கையும் அப்படித்தான். எனது தொழிலில் பாதகத்தி கொள்ளும் திருப்தியைப் பொறுத்து எனது படுக்கை இடம் தீர்மானிக்கப்படும். மிகச்சிறப்பாக தொழில் செய்திருந்தால், வழமையான நெல்மூட்டை அடுக்கும் அந்துப்பூச்சிகளின் கூடாரம். குறையக்குறைய திண்ணை, வாசல் என இடங்கள் மாறிக்கொண்டே இருக்கும்.

தொழிலுக்கு போவது புதிய அனுபவம். சற்றுக் கடினமானதும் கூட. எனினும், வதை முகாமைவிட்டு வெளியே நிற்பதற்கு எந்தவகையான கடின வேலையையும் செய்யலாம் போல இருக்கும். ஒவ்வொரு நாளும் செய்யும் வேலைகளைப் பற்றி, கிராமத்திற்கு வெளியே கிணற்றடியில் நிற்கும் அந்த மூன்று கிளை மரத்திடம் ஒவ்வொரு நாளும் கதைகளை சொல்லிவிடுவேன். ஒரு நாள் மட்டுமே அந்த மரம் எனது கதையைக் கேட்டு அழுதிருக்கிறது.

○○○

“கிராமத்திலுள்ள எல்லாருக்கும் ஒரு காலைப் பொழுது, எனக்கு வேறொரு காலைப் பொழுது. அவங்க எழும்புறதுக்கு முந்தி நான் எழும்பிரோணும். குளுந்த தண்ணி முகம் கழுத்து நெஞ்சுப் பகுதி என எல்லா எடங்களிலும் ஓதி அடிச்சதப்போல அறையும். எழும்பி உக்காந்துக்குவன். தூக்க கலக்கம். நெலந்தெளியாம முழித்துக் கொண்டிருப்பன். தேத்தண்ணிய குடிச்சிக்கிருக்கிர பாதகத்தி, அருகில் இருக்கும் சுண்ணாம்புக் கிள்ளவட்டால டப்பெண்டு ஒரு எறி. “எழும்பண்டீ பீச்சூத்தி” என்டு ஒரு சத்தம். சத்தம் முடியுறதுக்குள்ள ஒழுங்கையைத்தாண்டி போய்க்கிட்டிருப்பன். கொஞ்ச தொலைவுக்குப்போனா, வெங்கலப்போடியார்ர ஊடு. அவர்ர வளவுக்க நாலஞ்சு பனமரம். அதுல இருந்து உழுகிற பழங்களைப் பொறகத்தான் பாதகத்தி என்ன வெரட்டி உட்ட. பனம் பழம் ஒன்டாவது

பொறுக்கிட்டுப் போனாத்தான் தேத்தண்ணி ஒரு சொட்டாவது கெடெய்க்கும்.

கூதலுக்கு, உர பேக்க முக்கோணமாக மடிச்சு தலையில போட்டுக்கிட்டு போனா, அந்த பேக்குட ஓசரமும் நானில்ல. அதனால நெலத்துல உரசிக்குத்தான் போகும். அப்புடிப்போன நான், குனிஞ்சிதான் பழம்கெடக்கா என்டு பாக்குற. அன்டும் அப்புடித்தான் குனிஞ்சி பாக்குறப்ப... ப்பாஹ் என்டு கீருட்டுக் கத்திக்கிட்டு போடியார் ஓடுரார். நானும் அவர் போட்ட சத்தத்துல பயந்து பேஹ்... என்டு கத்திட்டன். அதுக்கும் பயந்தாரோ என்னவோ தெரியா அவரும் அப்புடியே ஒரு சத்தம். தெறிச்சு ஓடுறார். இருட்டுக்க ஒன்டும் தெரியல. வேட்டி கீழ கெடந்துச்சு. கால எட்டி வெச்சி பனம்பழத்த எடுத்துக்கிட்டுத்தி ரும்பக்கொள, எட்டி வெச்ச மொதல் அடி கீறீஸ் குவியலில் பட்டதைப்போல வழுக்கியது. செருப்பில்லாத காலுல அப்பியிருந்தது. போடியார் காலைக் கடனை காலைவாறதுக்கு முந்தியே கழித்துவிட்டிருந்திருக்கிறார். அவரை நம்பி ஆரும் கடன்கொடுக்கலாம். சொன்ன நேரத்துக்கு முந்தியே மனிஷன் திருப்பித்தந்துடுவார். வேலிக்கட்டையில உள்ளங்கால ஊண்டி இழுத்து வழிச்சுப்போட்டு ஊட்ட நடுந்துவந்தா, ஒரே நாத்தம். பொறுக்கஏலா. கிணத்துல தண்ணி அள்ள எனக்கு எட்டா. என்ன செய்யுறது. முட்டியில இருந்த தண்ணிய மொண்டு காலக் கழுவினா, தேத்தண்ணிய கொண்டு வந்த பாதகத்தி, “ஏன்டீ முட்டித் தண்ணி எடுக்காய் ஒண்ட தலைக்க களிமண்ணாடி எரும மாட்டுக்குப் பொறந்தவளே” என்ற சத்தத்தோடு சுடச்சுட தேத்தண்ணி முகத்தில் தெறித்து விழுந்தது. கழுத்துவழியாக எறங்கி, தொடைகளில் சுட்டுக்கொண்டு ஓடியது. துடிச்சிப்போய் நின்டன். சீவன் போய் வந்தது.

அன்று பின்நேரம்தான் இந்தக் கதையை எனது நண்பியான மூன்று கிளை மரத்தோடு சொல்ல முடிந்தது. கதையைக் கேட்டுக்கொண்டு நின்றது மரம். எனது கதையை மறக்காம மனப்பாடம் செஞ்சிவெச்சிக்கோ சரியா, எனக்கு மறந்தாலும் நீதான் எனக்கு சொல்லணும். நான் பெரிய ஆளானா இந்தக் கதையையெல்லாம் எழுதி வெச்சிக்குவன். எண்டு சொன்னேன். அதற்கும் மரம் எந்தப் பதிலும் சொல்லவில்லை.

இப்ப மட்டுமில்ல, நான் நூத்துக்கணக்கான கதெய்களெச் செல்லியிருக்கன். அம்புட்டயும் கேட்டுப்போட்டு கூட மரம் எதுவும் பேசினதில்ல. என்னத்துக்கெண்டு பின்னுக்கு ஒரு நாள்தான் தெரியவந்திச்சி.

○○○

இப்படி ஏகப்பட்ட தொழிலுக்கு போய் உழச்சித்தான் ஒரு வேள சாப்புடனும். உரிமட்ட பொறுக்கப்போறது. தேங்காய் உரிக்குற எடத்துக்குப்போனா, நாலஞ்சு உரிமட்ட தாறதுக்கு, ஒரு லொறித் தேங்காய் உரிச்ச மட்டய அள்ளவெப்பாங்க. ஒரு பேக்கு உமி தாறதுக்கு, அம்பது அறுவது பேக்கு உமி கட்ட வெப்பாங்க. இந்த வேலயளத் தவிர, கொள்ளி பொறுக்கிறது, கதிரு பொறுக்கிறது, தின்டுற மண் தோண்டுறது இந்த வேலயள் எல்லாம் எனக்கு கனக்கப் புடிக்கும். வதை முகாமை விட்டு வெளிய நிக்கிற அதே நேரம் சிரமம்கொறஞ்ச வேலைகள் என்கிறது எண்ட எண்ணம். இதுல அநேக வேலைகள் “முட்டிப்பால்கார” அக்காவோடு சேந்துதான் செய்வன். அவ கூட சேத்து உட்டது பாதகத்திதான். முட்டிப்பால்கார அக்காவுக்கு மூணு புள்ளயல். எல்லாமும் பொம்புளப் புள்ளதான். ஊருல இருக்கிறவங்க ஆரும் இவவோட பெரிசா பேசுறல்ல. அது ஏனென்டு தெரியா. ஒரு நாள் ஏதோவொரு சண்டையில, “உன்ட எல்லா தொழிலையும் இந்த அப்பனையோத்த புண்டெய்க்கும் பழக்கி உடு.” என்டு பாதகத்தி கொம்பினது தெரியும்.

நான் செய்யுற எல்லாத் தொழிலையும்தானே முட்டிப்பால்கார அக்காவும் செய்யுரா. அது என்ன நான் செய்யாத தொழில்? சந்தேகத்தை தீர்ப்பதற்கு அக்காவிடமே கேட்டுவிட்டேன். அவள் கடைசிவரைச் சொல்லல்ல. பெருத்தபொறகு அதைத் தெரிஞ்சிக்கோவன். கிராமத்தை உட்டு வந்த பொறகு, முட்டிப்பால்கார அக்காவின் சாவுக்கு மட்டும்தான் போயிருந்தன்.

தின்ற மண்தோண்டுறது எனக்கு கடுமையாகப் புடிக்கும். என்ன மண்ணென்டு தெரியுமா? புள்ளத்தாச்சா இருகக்கொள “இஸா” என்பாங்க. அந்தக் காலத்துல தின்றது. தண்ணி வத்திக்கெடக்குற ஊரான்ட சுரிக்கொளத்துக்குள, இறங்கி தோண்டிக்குப் போனா பளபளப்பான இளமஞ்சள் சாம்பல் கலருல அந்த பட்டு மண்

வரும். அத உருண்டயாப் புடிச்சி காயவச்சா சரி. இது பொறகு எனது சமூக சேவைப் பணியாகவும் சுயதொழிலாகவும் மாறிட்டு. அந்த மண்ணக்கொடுத்தா ஆரெண்டாலும் சோறு தருவாங்க. புள்ளத்தாச்சுகளுக்கு கொடுத்தா கட்டிப்புடிச்சி ஒரு கொஞ்சம் கொஞ்சுவாங்க. இதற்காகவே அதிகம் மண்தோண்டுறத விரும்பினன்.

மண் தோண்டுறதுலயும், இந்த பட்டு மண் எங்க இருக்கெண்டு கண்டுபிடிக்கிறதுலயும் தொல்பொருள் ஆராய்ச்சியாளரைவிட தேர்ச்சியானவளாக மாறியிருந்தேன். சப்புத்தண்ணிக்க எந்த இடத்துல அதிக நொரைவந்து கிடக்கிறதோ, அல்லது நொதிச்சிட்டிருக்கிறதோ, அல்லது காலவச்சா நேராக பொதையுதோ அங்கயெல்லாம் இந்த மண்ணிருக்காது. ஆனா தெளிஞ்ச தண்ணி இருக்கிற இடத்திலயும், கால்வெச்சா சளிஞ்சி பொதையிர இடத்திலயும்தான் அந்த மண்ணிருக்கும். இத நான் ஆருக்கிட்டயும் சொல்லுறதில்ல. ஒவ்வொரு நாளும் தோண்டிக்கிட்டு போகக்குள்ள அதிகமாக மண்ணெடுத்துக்கிட்டு போறது நான்தான். தங்கச் சுரங்கம் தோண்டுற மாதிரியும், அதுல அளவுக்குமீறிய ஆற்றலும் ஞானமும் இருக்கிற மாதிரியும் லேசான ஒரு "கெப்பர்" எனக்கு எப்போதும் இருக்கும். எப்பயும் செய்யிர வேலதான் இது. ஆனா, கதிர்பொறக்க களவெட்டிக்க போறது சீசனுக்குத்தானே... இப்ப காலபோகம் வெட்டியிருக்காங்க...

கதிர் பொறக்கறது கடும் கஷ்டம். வெட்டின ஒட்டுத்தாள் கூராக நிமிர்ந்து நிற்கும். காலுல செருப்புமில்லாம ஒட்டுக்குத்தி ரெத்தம் கசிஞ்சிக்கிட்டேதான் இருக்கும். ஒரு பெரிய வரவ முழுக்க கதிர் பொறுக்கினாலும் ஒரு காக்கொத்துப் பேணி நெல்லுக்கூட வராது. காலையில இருந்து பின்நேரம்வர, கிடந்த வரவைகளுக்கெ எல்லாம் நடந்து நடந்து பொறுக்கினால் அரைமரைக்கால் அளவுக்குத்தான் வரும். முட்டிப்பால் அக்கா, மத்த பெரிய ஆக்கள் எல்லாம் ரெண்டு மூணு மரைக்கால் நெல்லு கட்டிவெச்சிருப்பாங்க. பொலிதூத்தி, பதக்கட கட்டி சூடடித்து முடியுமட்டும் களவட்டிக்கேயே நிற்பன். நெல்லுக் கொறயக் கொண்டுபோனா முதுகுல அவணக்கணக்குல விளயும். பயந்து பயந்து நிற்பன். வட்டெய்க்க சில களவட்டிக்க

மட்டும்தான் கொஞ்சமாலும் நெல்லுத் தருவாங்க. அதால, சீசன் முடியுமட்டும் அவணக்கணக்குல நான் வாங்கிக்கட்டுறதுதான். அது போதாதெண்டு, நெல்லக்காய வைய்கக்கொள்ள நெல்லுப் பாய்பாக்குற, அதுக்குள்ள காகம் வந்து குந்தித் தின்டுத்தென்டா அதுக்கு வேற அடி. வெள்ளாம சீசன் முழக்க எனக்கு கெட்ட காலம்தான்.

நெல்லுக் காயவைக்கிறது, உரபேக்குகளை பொரைஞ்சி தச்செடுத்த படங்குலதான். சாக்குப் படங்கு பாதகத்திக்கிட்ட இல்ல. ஒன்டு இல்லாட்டி ரெண்டு பாயையும் போட்டுக்குவாள். நெல்லுக்காய வைக்கிற காலமெல்லாம் பனம்பழ வளவுப்போடியார் இங்க வந்துடுவார். சரியாத் திண்ணையில் வடக்குப் பக்கம் தலவச்சி, கத்திப்பாட்டுல படுத்து, முக்கோண வடிவுல கைய மடக்கி, வலதுபக்க கன்னதுல குத்திக்கிட்டு படுத்தா... அச்சொட்டா ஒழுங்கையில நெல்லுக்காய வைக்கிறது தெரியும். பாதகத்தி நெல்லுத் திலாவக்குள்ள மட்டும்தான் போடியார் இந்தப் 'பொசிசனுல'' இருப்பார். மறுகா மல்லாந்து படுத்திடுவார். இது தொடர்ந்துக்கிட்டே இருக்கும். எனக்கும் தெரியும். அப்புடி என்ன செய்யுரார் என நானும் போய் அவருக்குப் பக்கதுல படுத்து பார்த்தேன். குனிஞ்சி நெல்லுத் திலாவக்குள்ள, பாதகத்திர கழுத்து மாலையும், பொறுத்த நிலையில மொலைகள் மெதுவாக அசைந்தாடுறது தெரிஞ்சிச்சி.

பனம்பழம் பொறக்கப் போய் காலுல பீ அப்பின கோபத்தோட இருந்த நான், பாதகத்திக்கிட்ட லேசாப்போட்டுக் கொடுத்துட்டன். அங்கிருந்து ஒன்டும் தெரியாத மாதிரி வந்த பாதகத்தி, வாருகல்கட்ட எடுத்து போட்டாளே ஒரு போடு. அன்றோட சூத்து மண்ணத் தட்டிப்போன பனம்பழ வளவுப் போடியார் நெல்லுக்கு காவல் படுக்க வாறதேயில்ல. காட்டிக் கொடுத்திருக்க கூடாது. இப்ப எனக்கு ரெண்டு வேலயாப்பெய்த்து.

கதிருபொறக்குற சீசனுக்க என்ட உழைப்பு கொறய எங்குறதால, அரிசிய பொடச்சா கடைசியாக வாற மங்குலதான் ரொட்டி சுட்டுத் தருவாள் பாதகத்தி. இன்டெய்க்கு மட்டும் குறுணல் சோறு. இதெல்லாத்தையும் விட கடுமையான தண்டனை

மணலிலுல கொட்டுண்ட நெல்லப் பொறக்குறதுதான். படங்குல நின்டு நெல்லக்கொத்துற காகத்த வெரட்டினா, அது பறக்கும்போது கால் நகங்களில் படங்கு கொழுவிக்கொள்ளும். அது இழுத்தெறியிர நெல்மணிகள் புழுதிமணல்களில் கிடக்கும் குறுமுணிக் கற்களோடு கலந்துவிடும். இடுப்பு நோக நோக அனைத்தையும் குந்திப் பொறக்கொணும். ஒரு நாள் எத்தனை மணிநேரம்பொறுக்கின எண்டுதெரியா... இடுப்பு முறிஞ்ச மாதிரித்தான்... இண்டெய்க்கும் குனியக்கொள அந்த கடுப்ப உணருவன். அன்னா டக்கெண்டு வெட்டு சீசன் முடிஞ்சிட்டு. நாளயண்டைக்கு மண்தோண்டப்போறதுதான் என்டு முட்டிப்பால் அக்காக்கிட்ட சொல்லிட்டு வந்துட்டன்.

மண்தோண்டுறதுக்கு நடந்து நடந்து போயிக்கிட்டிருந்தம். கொளத்துக்கு அந்தப் பக்கம் ஒரே சனக்கூட்டம். எல்லாம் பொம்புளைங்க. "அக்கா அக்கோவ், நம்முட தொழிலுல மண்ணள்ளிப் போடத்தான் இவளுகள் வந்திருக்காளுகள் போல. வாக்கா சுறுக்கா போய் நம்முட எடத்த புடிச்சிக்கிருவம்" என்டன்.

சிரிச்சிக்கிட்டே... "கோவில்கதவு தொறந்திருக்குப்புள்ள அதுதான். எல்லாரும் கொளத்துப் பக்கம் ஓடியாந்திருக்காளுகள்" என்டாள்.

"ஒரு ஆப்புளயளையும் காணல. கோவில் கதவு தொறந்தா ஏங்கா, கொளத்துப் பக்கம் ஓடியரணும்"

"நீ பெருத்தா தெரிஞ்சுக்குவ. இப்ப உனக்கு ஒன்டும் வெளங்கமாட்டா"

"சொல்லக்கா... எனக்கு வெளங்கும்"

"தொடக்குவந்த பொம்புளயள் கோவில் கதவு தொறந்தா ஊருக்க இருக்கப்போடா... அது சாமிக்கு குத்தமாயிரும்... அதாலதான் கொளத்துப் பக்கம் வந்திருந்து தொடக்கு முடிஞ்சதும் ஊருக்க போகலாம்..."

"ஏனக்கா ஆம்புளயள் ஒத்தரும் வரல. அவங்ளுக்கு தொடக்கு வரலயா?"

“ஆம்புளயளுக்கு தொடக்கு வாரல்ல”

“ஏன் வாரல்லக்கா”

“அதெய சாமிட்டதான் கேக்கணும்”

எனக்கு வருசம் முழுக்க தொடக்குவந்து வரிசம் பூரா கோவில் கதவு தொறந்தா எவ்வளவு சந்தோசமா இருக்கும்? எவ்வளவு சுதந்திரமா இருக்கும்? அந்த வதை முகாமிற்கு போகவே தேவல என்று யோசித்தபடி கொளத்துக்குள எறங்கினேன். ஆம்புளயளுக்கு ஏன் தொடக்கு வாறல்ல? தொடக்கு வாறதுக்கும் கோவில் கதவு தொறக்குறதுக்கும் என்ன சம்மந்தம்? என யோசிச்சிக் கொண்டிருந்த நான் முட்டிப்பால் அக்காக்கிட்ட தலெய்க்குள் மணியடித்த ஒரு கேள்விய கேட்டுட்டன்.

“அது சரி, காளி பொம்புளதானே”

“ஆமா”

“கோவில் கதவு தொறந்திருகக்குள, காளிக்கு தொடக்கு வந்தா என்ன செய்வாங்க”

“காளிக்கெல்லம் தொடக்கு வராது. அவ கடவுள்”

“அப்புடி எண்டா நம்மட பொம்புளயலெல்லாம் கடவுளா மாறினாச் சரிதானே”

“நம்ம செத்தாத்தான் கடவுளா மாறலாம்”

“அப்ப ஏனக்கா என்ட அம்ம கடவுளா ஆகல”

அதுக்குப்பொறகு நானும் பேசல்ல, அக்காவும் பேசல்ல.

சுள்ளென்டு ஏதோ காலுல குத்தினமாதிரி இருந்துச்சி. கடுக்கத் தொடங்கிட்டு. காலத்தூக்கினா சுங்கான். முள்ளைக் கழத்தினா சின்னத்துண்டு முள் உள்ளுக்க ஒடஞ்சிட்டு. தொடயிலயெல்லாம் அட்ட ஒட்டிருந்துச்சு. அக்கா உப்பைக்கரச்சி அட்டையில ஊத்தினதும் ரெத்தம் வடிய கரைந்து கொண்டிருந்தது. சுங்கான் முள்ளுக் குத்தின கடுப்பு தலைக் கேறிக்கிட்டிருந்தது. தெத்தித்

தெத்தி வதை முகாமுக்கு போய், தோண்டின மண்ணக் கொடுத்துப்போட்டு, அக்கா நடந்தத்தைச் சொல்லியும் பாதகத்தி கணக்கெடுக்கல்ல. அக்கா அவளுட ஊட்ட கூட்டிப்போய், வேர்க்கொம்பு அவிச்சி தண்ணி தந்து, மஞ்சளும் கொறுக்காப்புளியையும் அரைச்சு சூடாக்கி முள்ளுக் குத்தின எடத்துல வச்சி இறுக்கிக் கட்டி உட்டா. சாப்பிடாமலே அவட மண் திண்ணையில படுத்துட்டன்.

காலையில் அக்காட ஊட்ட தேடிவந்த பாதகத்தி, ஊட்ட வந்து படுக்கமாட்டயா என்டு ஏவங்கேட்டுக் கேட்டு அடிச்சி இழுத்திட்டு வந்தா. காச்சலும் கால் வீக்கமும் சேர்ந்து நாலஞ்சி நாளாக ஊட்ட உட்டு வெளியேறல்ல. இந்த வெறுவாக்கிலம் கெட்ட பாதகத்திய நெனெச்சா கோபம் என்னத்தாண்டி பரவிக்கிட்டிருக்கு. வருத்தம் வந்த நாளிலிருந்து பட்டினிதான். தொழில் இல்ல. உழைச்சிக்கொடுக்கல்ல. வாட்டு றொட்டியும், தேத்தண்ணியும்தான். ஒரு தரம், இல்லாட்டி ரெண்டுதரம். எனது நண்பியான மரத்திடம் போய் இந்தக் கதையைச் சொல்லணும். அதுட கிளையில பழங்களோ காய்களோ இருந்தா எனக்குத் தரும். இல்லாட்டா தின்ற மண்கொடுக்கிறவங்கட ஊடுகள் இருக்கு, அங்க போனா ஒரு புடிச் சோறு கிடைக்காமல் உடமாட்டா. இதை நினைத்துக்கொண்டு, நொண்டி நொண்டி மர நண்பியை சந்திக்க புறப்பட்டுட்டன். மரத்திட்ட சொல்லுறதுக்கு நிறயக் கதைகளும் இருக்கு.

இப்படித்தான் ரங்குப் பெட்டியிலிருந்து எடுத்த ஆவணத்தின் இந்தப் பக்கம் முடிவடைந்தது. அடுத்த பக்கத்தைப் புரட்டினால், தன்னிலையில் சொல்லப்பட்டுக் கொண்டுவந்த கதை எதிர்பாராத விதமாக படர்க்கையில் சொல்லிக்கொண்டு போகிறது. இந்த ஆவணக் குறிப்புகளெங்கும் ஒழுங்கற்ற முறையில் இந்தக் கதைசொல்லுதல் இருக்கிறது. எந்த இடத்தில் தன்னிலையில் சொல்லும், எந்த இடத்தில் முன்னிலையில் சொல்லும், எந்த இடத்தில் படர்க்கையில் சொல்லும் என்ற எந்த தகவல்களுமில்லை. ஆனால், வாசிக்கும் நீங்கள் இலகுவாகப் புரிந்துகொள்வீர்கள்.

அந்த உடலுக்குள் மாறி மாறி நிறையும் மூன்றில் ஒருவர் கதைசொல்லிக் கொண்டிருப்பார். மூன்றுபேரும் ஒருவராக இருந்தபோதும், சம்பவங்களைப் பொறுத்தவரை மூன்றுபேரும் தனித்தன்மையோடு உள்ள தனித்த மூவரும் கூட. அவர்களில் யார் அந்த உடலின் இயங்குதலை அதிகம் ஆட்கொள்கிறாரோ அவரே, அந்நேரம் சொல்லும் கதைசொல்லியாக மாறிவிடுகிறார். இந்த மாயாஜாலம் சுவாரஷ்யமானதுதான். வாசிக்கும் உங்களுக்கும் கதையை புரிந்துகொள்வதற்கான இடத்தை தருகிறார்கள் என்று ஊகிக்கலாம்.

நொண்டிய படி, பல கதைகளை சுமந்துகொண்டு பீயுருட்டி வண்டைப்போல மரத்தை நோக்கி கண்ணை மூடிக்கொண்டு தாயத்தின்னி நடந்துகொண்டிருக்கிறாள். வேலிக்கு மேலால் மரம் தெரியும். இன்று காணவில்லை. மரமும் எங்காவது தொழிலுக்குப் புறப்பட்டுப் போய்விட்டதோ என நினைத்துக்கொண்டு அவசரமாக கைஒழுங்கைக்குள் நுழைந்துவிடுகிறாள். அங்கே மரம் வீழ்ந்து கிடக்கிறது. கோடாரியோடு சில தடிமாடுகள் நின்று வெட்டிக்கொண்டிருக்கின்றனர். கிசுக்கென்று ஓடிப்போனாள். கால்வலியைக் கூட பொருட்படுத்தவில்லை. மரத்திற்கு என்ன நடந்ததென்று விசாரிக்கிறாள். “பட்டுப்பெய்த்து” என்று சொல்லியவர்கள் “அடுப்பெரிக்க கொள்ளிக்கு கொத்துறம்” என்டனர். உண்மையில் காய்ந்து இறுகிப்போயிருந்தது. ஒரு வாரத்திற்கு முன்பு கதைசொல்லும்போது எப்போதோ பெய்த மழைத்துளிகளை இலைகளில் சேமித்து வைத்திருந்து அவள் கதைக்காக கொழறியது அவளுக்கு நினைவுக்கு வந்தது. அந்தக் கிராமத்தில் தனக்கு நெருக்கமாக இருந்த ஒரு நண்பியையும் இழந்துவிட்டாள். நெருக்கமானவர்கள் இறந்தால் இப்படித்தான் வலிக்குமோ என தனக்குள் நினைத்துக்கொண்டாள்.

மரத்தைக் கொத்திக்கொண்டிருந்தவர், தாயத்தின்னிக்கும் ஒரு கட்டு விறகை கட்டிக்கொடுத்தார். அதைக் கொண்டுவந்து அடுப்பெரிக்க அவளுக்கு விருப்பமே இல்லை. யாருக்கும் தெரியாமல் அழுதபடி அந்த இடத்திலேயே குந்திக்கொண்டிருந்தாள். மரத்திற்கு என்ன நடந்திருக்கும் என யோசிக்கத் தொடங்கினாள். தனது கதைகளைக் கேட்டுக் கேட்டு அது தாங்க முடியாமல், அந்த துயரங்களில் வற்றி இறந்துபோயிருக்கும் என நினைத்தாள்.

இல்லை அப்படித்தான் நம்பத் தொடங்கினாள். அதனால்தான், அநேக கதைகளை ரங்குப் பெட்டி ஆவணத்தில் சேர்க்காமல் தவிர்த்தாள். ஆவணத்தில் இருக்கும் குறிப்புக்களையும் கூட எவரும் படித்துவிடக்கூடாது என்பதில் பிடிவாதமாக இருந்தாள். தனது கதைகளில் விசம் இருப்பதாகவும் நம்பிக்கொண்டாள். அந்தக் கதைகளினுள்ளே ஊசலாடிக்கொண்டிருக்கும் துயரம் என்பது, கேட்டாலோ வாசித்தாலோ மனிதர்களையும் கொன்றுவிடும் என நம்பினாள்.

தாயத்தின்னி மரத்தடியில் இடிந்துபோய் உட்கார்ந்திருந்த அதே நேரத்தில், சுவிஸ் வீட்டின் சமையலறையில் கையில் தேநீர்க் குவளையுடன் தில்லையும் ஒரு மூலையில் அயர்ந்துபோய் உட்கார்ந்திருந்தாள். இருவரும் சம அளவில் அந்த உடலுக்குள் நடமாடிக்கொண்டிருக்கும் முதலாவது தருணம் இது. சுங்கான் முள்ளுக் குத்தி வீங்கிய கால்களை தடவிக் கொண்டிருந்தாள். அங்கே மனதில் கனன்று கொண்டிருக்கும் அன்போடு தகித்துக்கிடந்தாள். தரவையில் மகிழ்வோடு மரத்தைக் கொத்திக் கொண்டிருந்தனர். கிராமத்துச் சனங்கள் கட்டுக்கட்டாக கொள்ளியை தூக்கிக்கொண்டு போய்க்கொண்டிருந்தனர். சுவிஸில், தோழர் புலம்பலரசனோடு உரையாடியபோதும் தன்னால் இணங்கிப்போக முடியாத காரணத்தை சொல்ல முடியவில்லையே என்ற துயரில் மிடறு மிடறாக விசம் அருந்துவதைப் போன்று தேநீரைக் குடித்துக்கொண்டிருந்தாள்.

தனக்கிருந்த ஒரே நண்பியை இழந்த வலி தாயத்தின்னியை நிலைகுலையச் செய்திருந்தது. தனக்கிருந்த ஒரே ஒரு தோழனை புறக்கணித்துவிட்ட வெறுமையில் தில்லை களைத்துப் போயிருந்தாள். இனியாரிடம் கதைகளைச் சொல்வேன் என்ற ஏக்கம் பெருவெள்ளமாக பெருக்கெடுத்து தாயத்தின்னியை மூழ்கடித்துக் கொண்டிருந்தது. சிறியதொரு ஆறுதலை, தனிமையின் தீராத படபடப்பை பகிர்ந்துகொள்ள இருந்த ஒரு தோழரை இழந்துவிட்டேனே, இனி இந்த சமையலறையில் எரியும் கேசின் சத்தங்களோடும், மெல்லிய இருட்டில் அச்சமூட்டும் சுவர்களும்தான் நமக்கு விதிக்கப்பட்டிருக்கிறதா என தில்லை அழாமல் அழுதுகொண்டிருந்தாள்.

இரண்டு வெவ்வேறு தேசங்களில் ஒரே நேரத்தில் ஒரே ஒருவர் இரண்டாகப் பிளந்து வாழ்வதும், அழுவதுமாக அன்றைய தினம் நகர்ந்துகொண்டிருந்தது.

தொலைபேசியில் தொடர்புகொள்ளலாம் என முயற்சித்தால் நம்பர் புளொக் பண்ணப்பட்டிருந்தது. மரத்தோடு பேசலாம் என ஒரு இலையாவது இருக்கிறதா என தேடினால் சருகுகள் மட்டுமே தாயத்தின்னிக்கு கிடைத்தன. எத்தனை வலிய துயரங்கள் தன்மேல் மலைபோல் விழுந்தாலும், கடந்துவிட்டு சமாதானமாகப் பழக்கப்பட்டவள் தாயத்தின்னி. வீட்டுக்கு வந்தாள். நெல் மூட்டை அறையில் நுழைந்தாள். உடலில் அந்துப் பூச்சி மொய்க்க, எறும்புகள் சட்டைக்குள்ளால் ஊர்ந்து செல்ல, நுளம்புகள் அவ்வப்போது கடித்து மறைந்துவிட சாதாரணமாக எந்தச் சலனமுமற்று உறங்கிக்கொண்டிருந்தாள் தாயத்தின்னி. தாயத்தின்னியின் உடலில் வாதை செய்யும் பூச்சிகளையும் எறும்புகளையும் தட்டிவிட தனது கைகளை நீட்டுகிறாள் தில்லை. அவளிருக்கும் தொலைவிலிருந்து அதைச் செய்ய முடியாதுள்ளது. கைகளுக்கு எட்டாத தொலைவில் தாயத்தின்னி உறங்குகிறாள். ஆனால், அவளுக்கு என்ன நடக்கிறது என்று தில்லையின் கண்களுக்குத் தெளிவாகத் தெரிகிறது.

சொகுசான மெத்தை, சுத்தமான ஆடைகள், பலர் வாழக்கூடிய பெரிய வீடு, ஆனால் தில்லையால் தாயத்தின்னியைப்போல் உறங்க முடியவில்லை. சமயலறையின் மூலையில் கிடந்தவள் எழுந்து நடந்துவந்து கதிரையில் அமர்கிறாள். புலம்பலரசன் எதிரே வந்து அமர்ந்ததும், அவளிடம் அவன் கேட்ட கேள்விகளும் நினைவுக்கு வருகின்றன. அந்த ரெஸ்டூரண்டில் இருவரும் அமர்ந்திருக்கின்றனர்.

பெண்கள் என்றால் அவர்களின் உடல் மட்டும்தானா உங்கள் நினைவுக்கு வரும், முலைகளும் யோனியும்தானா உங்கள் சிந்தனையைக் கிளறும்? ஒரே ஒரு கேள்வியும், அதற்குச் சொல்லப்படும் ஒரே ஒரு பதிலும்தானா ஒரு வாழ்நாளைக் கடந்து செல்லும் பயணத்திற்கான உரையாடலின் எல்லை? அதோடு அனைத்துக் கதவுகளும் மூடப்பட்டுவிடுமா? என்று புலம்பலரசனிடம் கேட்க விரும்பி மறைத்துக்கொண்ட

கேள்விகளை இப்போது தைரியமாக கேட்டுக்கொண்டிருந்தாள். அந்த உடலுக்குள் லிலித் நிறைந்திருப்பதை அந்தக் கணத்தில் உணர்ந்தாள். அது அந்த சில கணங்கள்தான். அதோடு தில்லை மறைந்து லிலித் உடலுக்குள் குடியேறும் நேரமாகிவிட்டது. அனைத்தையும் உதறித்தள்ளிவிட்டு, தீவிரமான கேள்விகளையும் ஆண்மைய சிந்தனைக்கும், பெண்ணியத்தை ஆதரிக்கும் தோரணையில் உலாவும் ஆண்களின் இரட்டை நிலைப்பாட்டையும் தனக்குள்ளே மூர்க்கமாக விமர்சித்துக்கொண்டு மெத்தையில் தனித்த ராஜ்யத்தின் தலைவியாக உறங்கத் தொடங்கினாள். 'ஆ யூ பிரெஸ்'? என தன்னிடம் கேட்ட ஒரு வழிசல் நாயின் முகத்தில் காறி உமிழ்ந்துவிட்டு போர்வையை இழுத்து மூடிக்கொண்டாள்.

ooo

நிக்கர்

'ஆ யூ பிரஸ்'? எனக் கேட்ட அந்த வழிசல் நாயின் முகத்தில் காறி உமிழ்ந்துவிட்டு போர்வையை எடுத்து போர்த்திக்கொண்டு தூங்கப்போன லிலித்தின் மனம் கேட்கவில்லை. ஒழுக்க மதிப்பீட்டை பெண்களின் உடலில் தேடும் இந்த கேவலமான பாரம்பரியத்தை லிலித் ஒரு போதும் தாங்கிக்கொண்டதில்லை. வரலாறு நெடுகிலும் பெண்கள்மீதான அனைத்து அத்துமீறல்களையும் திணித்த ஆண்களைவிட, அதை மூர்க்கமாக எதிர்க்கும் வழிமுறைகளைக் கண்டுபிடித்து செயலுக்குக் கொண்டுவராத பெண்களின் மீதே அவளுக்கு கடுமையான கோபம் இருந்தது. இந்தக் கோபம் சற்று அதிகமாகி லிலித்தின் உடலெங்கும் நிலையற்ற உணர்வாக அலைந்துகொண்டிருந்தது. அந்த உணர்வுகளின் அலைச்சல் அமைதியடைய வேண்டுமெனில் ஏதாவது எழுத வேண்டும். இப்படித்தான் கோபம் நிறைந்த உணர்வின் அலைச்சல் உடலெங்கும் பரவும் அனைத்துத் தருணங்களிலும் எதையாவது எழுதி எழுதியே அமைதிப்படுத்துவாள். சொற்கள் கூட தேவையில்லை. சில நேரங்களில் பற்களைக் கடித்து ஆற்றிக்கொள்வாள். அவற்றால் ஆற்றமுடியாது போனால் மனதும் உடலும் களைத்துப்போகும் வரை எதையாவது கிறுக்கிக்கொண்டே இருப்பாள். இப்படிக் கிறுக்கியவற்றில் சிலதை தேர்ந்தெடுத்து கவிதையாகவும் வெளியிட்டிருக்கிறாள்.

பலமுறை புரண்டு புரண்டு படுத்துப் பார்த்தும் மனம் விரும்பிய இலேசான அமைதியை தரிசிக்க முடியவில்லை. போர்வையை உதறி எறிந்துவிட்டு, பெரியதோர் மெழுகுதிரியை பற்றவைத்துக்கொண்டு மேசையில் அமர்ந்திருந்தாள். மேசையில் அமரும்போது, ரெஸ்டூரண்டில் அமர்ந்திருந்த காட்சியே மனதிற்குள் தோன்றியது. அதைத் தவிர்க்க நினைத்தாள். எழுந்து மெழுகுதிரியை நிலத்தில் நிறுத்திவிட்டு சக்கப்பணிய உட்கார்ந்து அதன் அசையும் சுடரை உற்றுக் கவனித்துக் கொண்டிருந்தாள். காற்றில் ஆடிக்கொண்டிருந்த சுடர், கொஞ்ச

நேரத்தில் அசைவற்று உறைந்துபோனதைப் போலிருந்தது. தாள்களில் கிறுக்கத் தொடங்கினாள். சுடர் அந்த அறையைவிட்டு மறைந்திருந்தது. அல்லது சுடரொன்று எரிந்துகொண்டிருப்பதே அவளின் கவனத்திலிருந்து காணாமல் போயிருந்தது. கிறுக்கி முடித்தபிறகு, தாளிலிருந்தவற்றை சரிசெய்யத் தொடங்கும் முன் ஒரு கபே போட்டெடுத்துக்கொண்டாள். சட்டென்று அறைக்குள் மெழுகுதிரியின் சுடர் அசைந்தாடிக்கொண்டிருந்தது. அது ஒருவகை நடனத்தைப் போன்றிருந்தது. சீனத்து தோழி ஒருத்தி பரிசாகக் கொடுத்திருந்த அழகான கோப்பை அது. அதிலிருந்து ஆவியும் வளைந்து வளைந்து மேலெழும்பி மறைந்துகொண்டிருந்தது. சுடருக்கும் பறக்கும் ஆவிக்கும் இடையில் நடனப்போட்டி நிகழ்வதைப்போன்றிருந்தது. மாறி மாறி இரண்டையும் கவனித்துக் கொண்டிருந்தாள்.

லிலித்தின் உள்ளுணர்வினுள்ளே இந்த நடனங்கள் தொற்றியிருக்க வேண்டும். அல்லது அவளின் கோபம் சுருங்கிவிட்ட மனவெளியில் இந்தச் சுடரும் ஆவியும் நுழைந்துவிடுவதற்கான ஸ்பேஸ் உருவாகியிருக்க வேண்டும். இந்த இரண்டில் ஏதோவொன்றுதான் நிகழ்ந்துகொண்டிருக்கிறது என்பதை உணர்ந்தாள். தாள்களில் கிறுக்கப்பட்டிருந்தவற்றில் பலதை நீக்கி, சிலதை எடுத்து, ஏதோவொரு ஒழுங்கில் அடுக்கிக்கொண்டாள். அவள் நினைக்கும் கவிதை என்ற ஒன்றுபோல் அது இருந்தது. சொற்களின் உள்ளே அவளது கோபம் இடம்மாறி, உள்ளுணர்வுகளில் அலைந்து திரிந்ததைப்போன்று அலையத்தொடங்கியது. அவளின் கோப உணர்வுகள் ஒரு சொல்லில் இருந்து மறுசொல்லுக்கு தவளைகளைப் போன்று தாவிக்கொண்டிருந்தன. வாக்கியங்களுக்கு வெளியே கூட கோபத்தின் கனல் காற்றில் தெறித்துக் கொண்டிருந்தது. இப்போது, அந்தக் கோபத்தை வேறொரு பொருளாகவும், வேறொரு செயலாகவும் லிலித் பார்க்கத் தொடங்கினாள். அதைப்பற்றி சிந்திக்கத் தொடங்கினாள். இந்த நேரத்தில், அந்த உடலுக்குள் தில்லையும் வந்து உட்கார்ந்துகொண்டு, லிலித்தும் தில்லையும் ஒரேயொரு கோப்பை கபேயை அருந்திக்கொண்டு கவிதையைப் பற்றி விவாதித்துக்கொண்டிருந்தனர்.

உள்ளாடையை கழற்றி
உதறி எறிவதைப்போல
உன்னை எறிந்துவிட்டேன்
தூரே, குப்பையில் கிடக்கிறாய்

கொசுக்கள் மொய்க்கின்றன
தூக்கவும் முடியாமல்,
இழுக்கவும் இயலாமல்
காகங்கள் அல்லல் படுகின்றன
வட்டமிட்டு அந்தரத்தில்
அலறுகின்றன
தெருவில் சென்ற ஒரு சொறிநாய்
முகர்ந்து பார்த்துவிட்டு
தலை தெறிக்க ஓடுகிறது
ஆனால், வாங்கும்போது
எத்தனை வடிவு நீ
அள்ளி எடுத்து
முதலில் முகர்ந்து பார்த்த நினைவு
இன்னும் மணக்கிறது
அணிந்து நடக்கும்போது
எத்தனை கம்பீரமாக உணர்ந்தேன் தெரியுமா?

இந்தச் சகதியில்
கைவிட்டுச் செல்லும்போது
மனம் வலிக்கத்தான் செய்கிறது
உன்னையும் கூட
மனிதர்களோடு சமமாகவே நினைக்கிறேன்
இதற்கு மேல் நீ தேவையே இல்லை

சில உள்ளாடைகள்
என்னோடு நெடுநாள் பயணித்திருக்கின்றன
உனக்கென்னவோ அந்தப் பாக்கியம்
கிட்டவில்லை.
மிக வேகமாகவே நீ கிழிந்துவிட்டாய்
பழுதடைந்த நூற்கண்டில்
செய்திருக்கிறார்கள் போலும்

துயரப்பட்டு,
உன்னை வழியனுப்பும்
இந்த இரங்கல் கவிதையை
உன்னால் படிக்க முடியாதிருக்கும்
என்பதுதான் என் ஆதங்கம்

உள்ளாடையைப் போன்றே உன்னையும்
கழற்றி எறிகிறேன்
சற்றே விலகிவிடு
தப்பித்தவறி
உன் முற்போக்கு வாதத்தில் பட்டுவிடும்
பட்டாலுமென்ன,
அது உனக்கு பழக்கமான ஒன்றுதானே.

இப்போது நீங்களும் கவிதையை வாசித்துக்கொண்டிருக்கிறீர்கள். ஒரு சிறுமியின் செருமும் சத்தம் இப்போது கேட்கிறது. அது வேறு யாருடைய குரலுமல்ல. தாயத்தின்னியினுடையதுதான். லிலித் கவிதை எழுதத் தொடங்கிபோதே தாயத்தின்னியும் வந்திருக்க வேண்டும். ஆயினும், அவள் மறைவாக இருந்தபடி இவ்வளவு நேரமும் கவிதையைக் கவனித்துக்கொண்டிருக்க வேண்டும். தில்லை, லிலித், தாயத்தின்னி என மூன்றுபேரும் அந்த உடலுக்குள் சந்தித்துக்கொள்கிறார்கள். தனித்தனி நபர்களாக இருக்கும்போதிருந்த தனித்துவத்தையும் பிடிவாதத்தையும் கைவிட்டிருந்தனர் என்றே நினைக்கத்தோன்றுகிறது. ஆனால், இது நீடிக்காது என்று தெரியும். மூன்றில் ஒருவருடைய ஆதிக்கம் அந்த உடலுக்குள் அதிகரிக்க வாய்ப்புள்ளது. அப்படி நடக்குமானால் அது தாயத்தின்னியின் மேலாண்மையையே கொண்டிருக்கும். தாயத்தின்னி சிறுமி என்பதாலும், மற்ற இருவரும் பெரியவர்கள் என்பதாலும் அவளுக்காக விட்டுக்கொடுத்ததாக கருதத் தேவையில்லை. தாயத்தின்னி தானாகவே தனக்கான இடத்தை எடுத்துக்கொள்வாள். இந்த மூவரில் தாயத்தின்னிக்குத்தான் அதிகமானதும் மிக மோசமானதுமான அனுபவங்கள் உண்டு. அவள் தனியாகவேதான் அவற்றை எதிர்கொண்டு போராடி கடந்தவள். அதனால், தாயத்தின்னியின் உறுதியும், தைரியமும் மற்ற இருவருக்குமில்லை.

தில்லை அன்பு நிறைந்த, விட்டுக்கொடுத்து கடந்துவிடக்கூடிய, பிரச்சினைகளை கண்டு தூரே விலகிச் சென்றுவிடக்கூடியவள். லிலித், அரசியல் கோபமும், சமூக எதிர்ப்புணர்வும் நிரம்பிய புத்திசாலிப்பெண். வேறுவகையில் சொல்வதானால் கடுமையான எதிர்வினைகளை எந்தப் பாராபட்சமுமற்று வெளிப்படுத்தக்கூடியவள். தாயத்தின்னி தந்திரசாலி, தைரியசாலி, போர்க்குணமும் தந்திரோபாய நடவடிக்கைகளும், தனது கடந்தகாலத்தின் மீதான ஏக்கமும் நிறைந்த ஒரு சிறுமி. தனது கடந்தகாலத்தை என்றும் உயிருள்ளதாக வைத்திருக்கும் விசித்திரமான சிறுமி. எனவே, தாயத்தின்னியின் ஆதிக்கம் அந்த உடலில் அதிகம் வசிக்கும்.

தாயத்தின்னியின் குரல் சந்தேகத்தோடு ஒலித்தது.

"உள்ளாடை என்றால் என்ன?"

"உனக்கு உள்ளாடையைத் தெரியாதா?" என்றாள் லிலித்.

சட்டென்று "பேண்டி" என்றாள் தில்லை.

தாயத்தின்னி ஏதோ குழப்பத்திலிருப்பவளைப்போல் உதட்டைப் பிதுக்கி முகத்தை சுழித்து மீண்டும் அதே கேள்வியைக் கேட்பதைப்போன்று பார்த்தாள்.

தான் போட்டிருந்த நைட்ரெஸ்சை உயர்த்தி அணிந்திருந்த உள்ளாடையை தாயத்தின்னிக்கு காட்டினாள் லிலித். அருகிலிருந்த தில்லையோ அலுமாரியைத் திறந்து அங்கே தொங்கிக் கொண்டிருந்த விதம்விதமான பேண்டிகளை காட்டினாள்.

நீண்ட ஒரு கம்பை எடுத்து, கிராமத்தின் ஓதுக்குப்புறமாக கிடந்த குப்பையைக் கிளறி, அங்கிருந்த ஒரு துணியை கம்பு நுனியில் கொழுவி உயர்திப் பிடித்தபடி, இதைத்தானே சொல்கிறீர்கள் என்று கேட்டாள் தாயத்தின்னி.

மூக்கைப் பொத்தியபடி "ஆம்" என்றனர் தில்லையும், லிலித்தும்.

"இல்லை இல்லை. இதன் பெயர் உள்ளாடையுமல்ல. பேண்டியுமல்ல. இதன் பெயர் "நிக்கர்" என்றாள் தாயத்தின்னி.

கிராமத்தில் கம்பில் தொங்கும் அந்தத் துணியின் நாற்றம் சுவிஸில் உள்ளவர்களுக்கு மணக்கிறது.

ஒரே உடலில் மூன்றுபேரும் வசிப்பதால், இறந்தகாலங்கள் என்று தனியாக எதுவுமில்லை. எல்லாமே நிகழ்காலம்தான். நாடுகள் என்றும் தொலைவு என்றும் எதுவுமில்லை. அதுவும் ஒன்றேதான். அந்த உடலுக்குள் யார் நிரம்புகிறாரோ அது காலமாகிவிடும். அதுவே நிலப்பிரதேசமாகியும்விடும். மூவரும் அந்த உடலுக்குள் சந்திக்கும்போது மூன்று பேருடைய காலமும் ஒரே நிகழ்காலமாக மாறிவிடும். அவர்கள் ஒருபோதும் குழம்பிப்போவதில்லை. யாரும் குழம்பிப்போகவும் முடியாது.

ஒரு நிக்கரைப் போடுவதற்கான தாயத்தின்னியின் போராட்டங்கள் அவர்களிருவருக்கும் தெரியாது. தனது கிராமத்தில் வாழ்ந்த அத்தனை ஆண்டுகளிலும் ஒரு முறைகூட தாயத்தின்னி நிக்கர் அணிந்ததே இல்லை. அணியாமல் இருந்ததால் தாயத்தின்னி பட்ட அவமானங்கள் ஏராளம். ஓரளவு புத்தி தெரிந்த நாளிலிருந்து நிக்கருக்காக போராடியிருக்கிறாள். சீலைகளைக் கிழித்து, கவுட்டுக்குள் மடித்து வைத்துவிட்டு மற்றொரு சீலைக்கரையால் நாடாத் திரித்து முதுக்குப் பக்கமும் வயிற்றுப்பக்கமும் அரைஞாண் கயிறுபோல கட்டி அணிந்திருக்கிறாள். ஊஞ்சலாடும்போது சட்டை விலகி, அதைக் கண்டதும் "இஞ்சப்பாருங்கடி, தாயத்தின்னி நிக்கர் போடுவதற்குப் பதிலாக கச்சை கட்டியிருக்கிறாள்" என பல நாட்களாக பழித்ததும், அந்த அவமானத்தில் அழுது துவண்டதும் இவர்களுக்குத் தெரியாது.

கிராமத்திலுள்ள பெரிய பொம்புளப் புள்ளயள் நிக்கர் அணிவதில்லை. அதையே தனக்கு சாதகமாகப் பயன்படுத்தி, தன்னை பெரிய பெண்ணாக காட்டிப் பெருமைப்பட்ட சந்தர்பங்களும் உண்டு. இது இயலாமையில்தான் செய்கிறேன் என்பதை மனதிற்குள் மறைத்துவைக்கவும் முடியாமல், அந்த தந்திரங்களால் அமைதியடையவும் முடியாமல் கழிந்த நாட்கள். அந்த நாட்கள் மிகத்துயரமானவை. அந்த நாட்களிலிருந்து இன்னும் வலிகள் நிகழ்காலத்தில் கசிந்துகொண்டிருக்கின்றன.

கிராமத்துப் பிள்ளைகளின் மிக எளிமையான ஆடையாக நிக்கர் இருந்த போதும் தாயத்தின்னிக்கு அதை அணிவதற்கான வாய்ப்புகள் கிட்டவே இல்லை. புத்தி பிடிபடும் பருவம் என்று சொல்வார்களே அந்தப் பருவம் எதுவென்று அறுதியாகத் தெரியாது. வரையறுத்துக் கூறவும் முடியாது. நிக்கர் அணிய வேண்டும் என தன் மனதில் தோன்றிய காலத்தை, தாயத்தின்னி தனக்கு புத்தி பிடிபட்ட காலமாக எடுத்துக்கொண்டிருக்க வேண்டும். நிக்கரைப் பற்றிய கனவும் நினைவும் அவளின் மனதிற்குள் உருவானபோதும் கூட அதை ஏன் அணிகிறார்கள்? எதற்காக அணிய வேண்டும் என்ற கேள்விகளும் இணைந்தே அவளுக்குள் எழுந்திருந்தன. அதை அறிவதற்கான ஆராய்ச்சியில் எப்போதும் அவள் இறங்கியதில்லை. தனது சக வயதுப் பிள்ளைகளிடம் "நீ நிக்கர் போட்டிருக்கிறாயா" என பலமுறை விசாரித்திருக்கிறாள். மிகச் சிறுபராயத்திலே தாங்கள் நிக்கர் போடத் தொடங்கியதாக பலர் சொல்லியிருக்கின்றனர். அவளும் பார்த்திருக்கிறாள்.

சட்டை என்ற மேலாடையைத் தவிர வேறு எவற்றை எல்லாம் சக வயதுப் பிள்ளைகள் அணிகிறார்களோ, அவை எதுவும் தாயத்தின்னியிடம் இருந்ததில்லை.

நெஞ்சு மெலிதாக தடிக்கத் தொடங்கியிருந்தது. கவுட்டுக்குள் அங்கொன்றும் இங்கொன்றுமாக சில பூனை மயிர்கள் எட்டிப்பார்த்திருந்தன. அந்த மாற்றங்கள் பற்றிய எந்தப் பிரக்ஞையும் தாயத்தின்னிக்கு ஏற்படவில்லை. ஆளரவமற்ற ஒழுங்கைகளில் நடந்து செல்லும்போது, எதிரில் வயது வித்தியசமின்றி எந்த ஆண் தென்பட்டாலும், தாயத்தின்னியின் நெஞ்சை தடவிவிட்டுபோவதை அவள் உணர்வாள். முன்னெப்போதுமில்லா வகையில் இந்த செயல்கள் அதிகரித்திருந்தன. அப்படித் தடவும் போது ஒருவகைச் கூச்சம் உடலில் பரவுவதை உணர்ந்திருக்கிறாள். ஒரு முறை இதை பாதகத்தியிடம் சொன்னபோது, சில கவித்துவ வார்த்தைகளால் தாயத்தின்னிக்கே ஏசிவிட்டு கடந்துவிடுவாள். இந்தவகை அழிச்சாட்டியங்களிலிருந்து பாதுகாத்துக்கொள்ளவும், தவிர்த்துக்கொள்ளவும் எந்தவகை ஆலோசனைகளையும் பாதகத்தி வழங்கியதில்லை. அப்படி ஆலோசனை வழங்க

அந்தக் கிராமத்தில் தாயத்தின்னிக்கு எவரும் இருக்கவில்லை. மிக நெருக்கமாக உணர்ந்த மூன்று கிளை மரம்கூட செத்துப்போயிருந்தது. வேறு எவற்றிடம்தான் தன்மன அவசங்களை அவள் பகிர்ந்துகொள்வாள்.

மனதிற்குள் கட்டிவைத்திருந்த கிணற்றை வெளியே எடுத்து அதற்குள் செத்த பிறகும் உயிரோடு இருப்பதாக தாயத்தின்னி நம்பி தனது அம்மையிடம் முறையிடத் தொடங்கினாள். அம்மை ஒருபோதும் பதிலளித்ததே இல்லை. பதிலளிக்காத போது அவளுக்குள் ஏற்படும் கோபம் கடுமையானது. அந்தக் கோபத்தில் கிணற்றை மனதிற்குள்ளே போட்டு மூடிவிடுவாள். தாயத்தின்னி மிக கடுமையான தொந்தரவுக்குள்ளான சம்பவம் நடந்தது. நிக்கர் அணிவது ஏக்கமாக இருந்தாலும், அதனால் ஏற்படும் தொந்தரவுகளை அவள் உணராமலிருந்தாள். அந்தச் சம்பவம் தாயத்தின்னியின் செயல்பாடுகளிலும் புதியதொரு மாற்றத்தைக் கொண்டுவந்தது. அந்தக் கிராமத்தில் இருந்த சாதாரண நடைமுறைக்கு மாறுபட்டது.

ஒரு நாள் படங்கில் நெல்லுக் காயவைக்கப்பட்டிருந்தது. அதற்கு காவலுக்கு தாயத்தின்னி வைக்கப்பட்டிருந்தாள். காகங்கள் கோழிகள் வந்து நெல்மணிகளை பொறுக்கிக்கொண்டு போகாமல் பார்க்க வேண்டும். உணவுக்கான ஏக்கம் தாயத்தின்னிக்குத் தெரியும் என்பதனால், பாதகத்தி பார்க்கும் போது மட்டும்தான் நெல்பொறுக்கும் பறவைகளை விரட்டுவாள். பாதகத்தி கவனிக்காத சமயங்களில் பறவைகள் உண்ணட்டும் என விட்டுவிடுவாள். அவற்றுக்கும் உணவு வேண்டும்தானே என மனதிற்குள் சொல்லிக்கொள்வாள். வயிறு முட்ட தின்னுங்கள் என்று பறவைகளிடமல்ல தனது மனதிற்குள்தான் யாருடனோ பேசுவதைப்போல் அசைபோட்டுக்கொள்வாள். அது தனக்கும் சேர்த்து சொல்லுவதைப்போன்ற ஒரு பூரிப்பு அவளுக்கிருக்கும். பாதகத்தி தனது வேலைகளின் நடுவே தலையை உயர்த்திப் பார்த்தால், கையிலிருந்தும் கம்பை காற்றில் விசிக்கி பறவைகளைத் துரத்துவாள். உண்மையில் படங்கில் காய்ந்தபடி கிடக்கும் நெல்மணிகளில் தயாத்தின்னியின் கவனம் இருப்பதில்லை. பாதகத்தியைத்தான் கவனமாகப் பார்த்துக்கொண்டிருப்பாள். பறவைகளுக்கு உணவளிப்பதில் அப்படி ஒரு ஆனந்தம்

அவளுக்கிருந்தது. ஏதோவொரு கவனக் குறைவால் பாதகத்தி பார்க்கும் போது நெற்படங்கில் காகங்களும் கோழிகளும் நிறைந்திருந்தன. கால்களை நிலத்தில் ஊன்றி குந்திக்கொண்டு குண்டு மணிகளைப் பொறுக்கிக்கொண்டிருந்தாள் தாயத்தின்னி. "என்னடி புண்டை மயிரையா தடவிக்கொண்டிருக்கிறாய். அந்த நாசமாப்போன காகங்கள் என்ட வயித்துல அடிச்சிக்கிட்டிருக்கு. நீ புழுத்திக்கிட்டிருக்காய்" என்று கோபத்தில் சத்தமிட்டபடி எழுந்து வந்தவள், புறங்காலை நீட்டி அதிலுள்ள ஐந்து விரல்களையும் சுடுமணலில் புதைத்து மண்ணை அள்ளி தாயத்தின்னியை நோக்கி எறிந்தாள். நிக்கர் போடாமல் இருந்த தாயத்தின்னியின் கவுட்டுக்குள்ளும், சட்டை, முகம், கால், கை என அனைத்திலும் மழைபோல் மண்துகள்கள் படர்ந்தன. தாயத்தின்னி கத்திக்கொண்டு ஓடவில்லை. அதே இடத்தில் அப்படியே குந்திக்கொண்டிருந்தாள். காகம் விரட்ட தாயத்தின்னி வைத்திருந்த கம்பைப் பறித்து அவளுக்கே அடித்துவிட்டு திரும்பிப்போய்விட்டாள். அடிப்பதும் அழுவதும் புதிய விசயமில்லையே! ஆனால், அன்று ஒரு புதிய அனுவத்திற்குள் சென்றாள் தாயத்தின்னி.

தாயத்தின்னியின் கவுட்டுக்குள் ஏதோ கரிப்பதைப் போன்றிருந்தது. கால்களை அசைக்கும் போது உள்ளே என்னமோ உராயத் தொடங்கியது. விரலை உட்டு என்ன இருக்கிறதென்று தடவிப் பார்த்தாள். கருமையான பட்டுமணல் துகள்கள் விரலில் அப்பிக்கொண்டு வந்தன. எத்தனை முறை துடைத்துப் பார்த்தும் பட்டு மண்துகள்கள் முழுமையாக வெளியேறிவிட்ட உணர்வு வரவில்லை. இது கவுட்டுக்குள் நடப்பதால் அவளால் தடவித்தான் பார்க்க முடியும். நீரள்ளி கழுவினாள் அதன் பிறகே கரிப்பு குறைந்திருந்தது. நிக்கர் போட்டிருந்தால் இப்படி நடந்திருக்காதே என்ற எண்ணமும் ஊசலாடத் தொடங்கிவிட்டது. அன்றிலிருந்து அந்தக் கிராமத்தில் தாயத்தின்னியால் ஒரு பண்பாட்டு மாற்றம் அவளுக்கு மட்டுமே தொடங்கியது. சிறுநீர் கழித்தால் தண்ணீர் ஊற்றி கவுட்டை கழுவது.

ஒரு முறை சிறுநீர் கழித்துவிட்டு கவட்டை கழுவுவதை பாதகத்தி கண்டுவிட்டாள். "நீயும் உன்ட அம்மையைப்போல

ஆரோ ஒரு அந்நியப் பொறம்போக்கோடுதான் ஓடப்போறாய். காக்காமார்தான் உன்ட புண்டைக்கு கேக்குதா?" என கத்திக்கொண்டு கிடந்தாள். தாயத்தின்னிக்கு பாதகத்தி கத்துவது என்னவென்றே புரியவில்லை. காக்காமார் என்டா என்னவெண்டு விளங்கவில்லை. அந்தக் கிராமத்திற்குள் இரண்டு பேரை மட்டும் காக்கா என்டு கூப்பிடுவதை தாயத்தின்னி அறிவாள். முட்டாசுகள் வித்திட்டுவாற முத்துவாப்பாவையும், மாடு வாங்க வார கறுத்த குட்டையான மாடுவெட்டியையும்தான். ஆனால், அவர்களும் அந்தக் கிராமத்திலுள்ள ஆண்களைப்போலதான் இருந்தனர். வித்தியாசங்களை தாயத்தின்னி உணர்ந்திருக்கவில்லை. பாதகத்தி சொன்னதைப்போல ஒரு காக்காதான் தனது வாழ்வில் காதலின் பெயரால் ஏமாற்றப்போகிறான் என்று தாயத்தின்னி அன்றைக்கு நினைக்க வாய்ப்பில்லை.

நிக்கர் இல்லாத ஏக்கம், அதை எப்படி கடப்பது என்ற வலிகள் ஒரு புறமிருக்க, நிக்கர் இல்லாததால் ஏற்பட்ட புதிய அணுமுறையாக சிறுநீர் கழித்தால் கவுட்டை நீரால் கழுவது என்ற புதிய உத்தி அந்தக் கிராமத்தில் ஆரம்பித்தாலும், உள்ளாடை அணியும் வாப்புக்கள் வந்தபிறகுகூட தாயத்தின்னியின் ஒரு பண்பாக அது மாறியிருந்தது. அதேபோன்று, முழுவதுமாக துயரில் மூழ்கி கண்டிப்போன மனதிற்கு ஒரு புதிய உணர்வு இன்பமும் கிடைக்கத் தொடங்கியது.

கிராமத்தில் பனம்பழப் போடியாரின் வீட்டினருகே ஒரு பூவரசு மரம் நின்றது. அதில் கயிறு கட்டி ஒரு ஊஞ்சலும் போடப்பட்டிருந்தது. அனைத்து பிள்ளைகளும் அந்த ஊஞ்சலை ஆடுவது வழக்கம். கிராமத்திலுள்ள விளையாட்டுக்களில் பிரசித்தமானது ஊஞ்சலாட்டம்தான். தாயத்தின்னியும் ஊஞ்சலாடும் மனநிலையோடுதான் போவாள். அங்கிருக்கும் பிள்ளைகளை ஊஞ்சலில் வைத்து உன்னியும், உத்தியும் ஆட்டும் பாத்திரமே இவளுக்கு கிடைக்கும். தாயத்தின்னி ஆடும் முறை வந்ததும் அனைத்துப் பிள்ளைகளும் போய்விடுவர். அவளை வைத்து உத்தி ஊஞ்சலை ஆட்டுவதற்கு அங்கே யாரும் இருக்கமாட்டார்கள். ஏறியிருந்து உன்னி ஆடுவதற்கு கால்களின் நீளம் போதாததாக இருக்கும். கொஞ்சநேரம் உட்கார்ந்திருந்துவிட்டு திரும்பிவிடுவாள். ஒவ்வொரு முறையும்

இதுதான் நடந்துகொண்டிருந்தது. ஒருகட்டத்திற்கு மேல், அந்த விளையாட்டை மறந்திருந்தாள். ஊஞ்சலடிக்குப் போவதை நிறுத்தியும்விட்டாள்.

ஆனால், தனியாக விளையாடக்கூடிய ஒரு விளையாட்டைப் பற்றி யோசிக்கத் தொடங்கினாள். ஓரளவு அது ஊஞ்சல் போன்று இருக்க வேண்டும் என்று நினைத்தாள். தரவையில் மாடுகள் அவிழ்க்கப்பட்ட வண்டில் நிற்பதை கவனிப்பாள். இந்த வண்டிலைவைத்து ஒரு விளையாட்டை தனியாக ஆட தீர்மானித்தாள். அது எப்படியான விளையாட்டு என்று மனதில் வடிவம்பெறவில்லை. தொலைவில் மேச்சல் தரையில் நீளமான கயிற்றில் கட்டப்பட்டு அந்த வண்டிலில் பூட்டப்படும் மாடுகள் மேய்ந்துகொண்டிருந்தன. வண்டிலில் ஏறி விளையாடினால் மாடுகள் ஓடிவந்து குத்துமோ என்ற அச்சமும் இருந்தது. தாயத்தின்னிக்கு எதுவும் இலகுவாகக் கிடைத்ததேயில்லை. அவளாகப் போராடியே பெற்றிருக்கிறாள். அந்தக் கிராமத்தில் எதை செய்தாலும் தாயத்தின்னிக்கு கிடைக்காமல் போய்விடுவதும், புறக்கணிக்கப்படுவதுமாக இருந்தமையால்தான், மாடுகள் வந்து குத்துமோ என்ற சந்தேகம் மனதில் எழுந்திருந்தது. அதை சந்தேகம் என்று மட்டும் சொல்ல முடியாது. ஒருவகை அச்சம். தனது கடந்த காலங்களை அச்சத்தின் திணுக்குறும் வழிகளால்தான் கடந்துவந்திருக்கிறாள் என்பதும் ஒரு காரணம். சாதாரணமான செயல்களைக்கூட பெரும் சாகசங்களின் வழியாகத்தான் கடக்க நேரிட்டிருக்கிறது.

வண்டிலுக்கு வால்முட்டும் வைக்கப்பட்டிருக்கிறது. முன்முட்டும் வைக்கப்பட்டிருக்கிறது. வண்டிலில் ஏறுவது மலையேறுவதைப் போன்று அவளுக்கிருக்கும். அவளின் உயரத்திற்கு இப்படித்தானே இருக்கும். வண்டில் சில்லின் குத்துக்கால்களில் தனது கால்களை வைத்து ஏறிக்கொள்வாள். உள்ளே ஏறியதும் வால் வண்டிலிலிருந்து வட்ட இருக்கை வரை ஓடியோடி திரிவாள். இருக்கையிலிருந்து வண்டியோட்டுவதைப்போன்று கற்பனை செய்வாள். எதிர்பாராமல் வண்டில் ஓடத்தொடங்கினால் எப்படி நிறுத்துவதென்ற பயம் வந்துவிடும். மாட்டின் கயிறுகளை கைகளை நீட்டி காற்றில் பிடித்திருப்பதைப் போன்று செய்த பாவனையை சட்டென்று கைகளை முடக்கி

மறைத்துக்கொள்வாள். இந்த விளையாட்டு அவளுக்கு திருப்தி தரவில்லை. ஒருநாள் வண்டிலில் ஏறும்பொழுது அதன் தட்டிகளில் வரையப்பட்டிருந்த சித்திரங்களை உற்றுக் கவனித்துக்கொண்டாள். கடவுள் படங்களிருந்தன. எல்லாம் ஆண்களின் படங்கள். ஒரு பெண்ணின் படத்தை வண்டிலில் கீறினால் என்ன என்று யோசித்தாள். சில கரித்துண்டுகளை எடுத்து அந்தச் சட்டத்தில் தன்னை கீறிக்கொண்டாள். உண்மையில் அது தாயத்தின்னியல்ல. வெறும் கோட்டுக் கிறுக்கல். தாயத்தின்னியைப் பொறுத்தவரை அந்த சித்திரம் அவளுடைய உருவம்தான். ஒரு முக்கிய விசயம் அந்தச் சித்திரத்தில் இருக்கும் தாயத்தின்னி "நிக்கர்" போட்டிருந்தாள்.

இந்த விளையாட்டு அவளுக்கு சலித்துப்போனாலும் தனியாக எந்த புறமொதுக்குதலும் அற்று சுதந்திரமாக தான் நினைத்த அனைத்தையும் விளையாட்டாக செய்வதற்கு வாய்ப்பிருந்தமையால் வண்டில் விளையாட்டை அவள் கைவிடவே இல்லை. இந்த வண்டிலை வைத்து வேறு என்ன விளையாட்டுக்களை மேம்படுத்தலாம் என யோசிக்கத் தொடங்கினாள். 'ஏன் தாயத்தின்னி நீ ஊஞ்சல் ஆட வாறல்ல" என மற்றப் பிள்ளைகள் கேட்கும் சத்தங்கள் காதில் ஒலித்துக்கொண்டிருந்தன. இவளின் காதில்தான் அப்படியான சத்தங்கள் ஒலித்தனவே ஒழிய, உண்மையில் தாயத்தின்னியைப் பற்றிய எந்த யோசனைகளும் எந்தப் பிள்ளைகளுக்கும் வந்ததேயில்லை. யாராவது தன்னையும் பொருட்படுத்தி அரவணைப்பார்களா? தானும் அவர்களுக்கு தேவையான ஒரு நபராக இருக்கமாட்டேனா என்ற தவிப்பின் வெளிப்பாடுகள்தான் அவை. எப்படியாவது மாடுகளை பூட்டும் நுகத்தில் ஏறி உட்கார்ந்து விடவேண்டும் என்ற ஆவல் அவளுக்கிருந்தது. ஆனால், நிலத்தில் நின்றபடி நுகத்தில் ஏறுவதற்கு பல முறை முயற்சிசெய்தும் அவளால் முடியவில்லை. வண்டிலின் வட்ட இருக்கையிலிருந்து நுகத்தடி வரை நீண்டு ஒரு உருளையான கைமரம் நுகத்தோடு இணைக்கப்பட்டிருந்தது. அந்தக் கைமரத்தின் வழியாகச் சென்றால் நுகத்தை அடைந்துவிடலாம் என முடிவு செய்துகொண்டாள். கைமரத்தின் ஊடாக நடந்து செல்ல முடியாது. பல முயற்சிகள் தோல்வியடைந்தன.

அந்தக் கைமரம் சிராய்ப்புகளற்று வழுவழுப்பாக இருந்தது. கைகளால் தடவிப்பார்த்தாள். இதமாக இருந்தது. அந்தக் கைமரத்தின் இருபுறமும் கால்களை தொங்கவிட்டு கவுட்டுக்குள் கைமரத்தை வைத்து தொங்கும் கால்கள் இரண்டையும் பின்னி இறுகப்பிடித்துக்கொண்டு, கைகளால் கைமரத்தின்முன் பகுதியைப் பிடித்து உன்னி உன்னி முன்னேறுவது என்று முடிவு செய்தாள். ஆற்றின் குறுக்கே கிடக்கும் ஒற்றைக் கம்பில் நடப்பதைப் போன்றதொரு அச்சம். கீழே குனிந்து பார்த்தாள் புதைமணல்தான். உழுந்தாலும் பரவாயில்லை என்று உன்னிச் செல்லத் தொடங்கினாள். இறுகப் பிடித்த கால்களின் பலத்தால், உன்னும்போது கவுடு கைமரத்தில் அப்பித் தேய்த்துக்கொண்டு வந்தது. அப்படித் தேய்க்கும் ஒவ்வொரு தருணமும் பயத்தையும் கடந்து ஏதோவொரு உணர்வு சில்லிட்டு உடலெங்கும் பரவியது. அந்த சில்லிடுதலும் சுகமான உணர்வும் இதுவரை உணராத ஒன்று. அது அவளுக்குப் பிடித்திருந்தது. அப்படித் தேய்த்து தேய்த்து உன்னி நுகத்தடிவரை சென்றாள். நுகத்தின் ஒரு பக்கம் அதேபோல் சென்றவள் திடீரென நிலத்திலே விழுந்துவிட்டாள். அதன் பிறகு நுகத்தில் ஏறி அமரும் எண்ணத்தை கைவிட்டு, நுகத்தை இணைக்கும் கைமரத்தை கவுட்டுக்குள் இறுகப்பிடித்து தேய்த்து நகரும் ஒன்றையே அடிக்கடி விளையாடத் தொடங்கினாள். நிக்கர் இருந்திருந்தால் இந்த சுகானுபவம் சாத்தியப்பட்டிருக்காது என்று நினைத்துக்கொண்டாள்.

நிக்கர் இல்லாட்டி என்ன என்று மனம் சிலவேளை சமாதானம் கொள்ளும். இருந்தாலும், நிக்கர் ஒன்றை ஒரு முறையேனும் அணிந்துகொள்ள வேண்டும் என்ற ஆவல் நின்றபாடில்லை. இப்படியான உணர்வெல்லாம் தோன்றுவதற்கு காரணம் என்ன என்று அறியும் புத்தியும் இல்லை. அவற்றை விளங்கப்படுத்தவும் யாருமில்லை. ஆனால், தான் முன்புபோலல்லாது ஏதோ மாறியிருக்கிறேன் என்பது மட்டும் அவளுக்குத் தெரிந்தது. அதை கடுமையாக உணரத்தொடங்கினாள். அந்த உணர்வுகள் தனது கடந்தகால துயரங்களை ஓரளவு தற்காலிகமாக மறக்கச் செய்வதை அவள் உணர்ந்திருந்தாள்.

“உன்ட புண்டெய்க்கு கைமரம் கேக்குதா?” என்ற ஒரு குரல் கேட்டது. அது பாதகத்தியினுடையதுதான். யாரோ போட்டுக் கொடுத்திருக்க வேண்டும். வண்டிலில் இருந்து பாய்ந்த தாயத்தின்னி தரவையைக் கடந்து பற்றைக் காட்டுப்பக்கம் பறந்து ஓடினாள். விரட்டிப் பிடிக்க முடியாதபடி ஓடவும், ஒளிந்து கொள்ளவும் இப்போது இயலுமாக இருந்தது. இதுவும் அவளுக்குள் உடலிலும் மனதிலும் ஏற்பட்டிருந்த மாற்றம்தான். வெகுதூரம் பறந்து ஓடிவந்துவிட்டு, திரும்பிப் பார்த்தாள். பாதகத்தியைக் காணவில்லை. எவ்வளவு பெரிய ஆனந்தம் தெரியுமா? களைப்பில் இருந்தவள், அங்கிருந்த பூவரசு மரமொன்றில் ஏறி கால்களை ஆட்டிக்கொண்டு, அதன் இலையொன்றை ஆய்ந்து ஊதிசெய்து ஊதத்தொடங்கினாள். சீட்டியைப்போல அழகாக அந்த சத்தம் காற்றில் கரைந்தது. தாயத்தின்னியின் இசைக் கருவிகளில் இந்த பூவரசம் ஊதி பிரதானமானது. புல்லாங்குழல் என்ன புல்லாங்குழல் அவளுடைய பூவரசம் ஊதிக்கு நிகராக நிற்கமுடியாது. அவளின் பூவரசம் ஊதியின் இசையில் மருண்ட ஏதோவொன்று சூரப்பத்தைக்குள் சரசரப்பதைப் போன்றிருந்தது. மூச்சுவிடாமல் ஊதியபடியே உற்றுக் கவனித்தாள் தாயத்தின்னி. சூரப்பத்தைக்குள் சாரண் முள்ளில் கொழுவியிருக்க, முட்டக் கறுப்பியின் புருசன் மறைவாக இருந்து எட்டிப் பார்க்கிறார். முதலில் பீ குந்துகிறான் என்றுதான் நினைத்தாள். எவ்வளவு நேரமாகியும் வெளியே வராததால் வேறு ஏதோ செய்கிறான் என ஊகித்துக்கொண்டாள். சூரப்பத்தைக்க என்ன செய்கிறாய் எனக் கேட்டாள் ஒரு சத்தமும் இல்லை. மரத்திலிருந்து இறங்கிச் சென்று பார்த்ததும் முகத்தில் ஏதோ திருட்டு முழி தெரிந்தது.

“என்னை ஊருக்க ஆரும் தேடுறாங்களா?” என்று முட்டக் கறுப்பியின் புருசன் கேட்டான். “உன்னத்தேடல்ல ஆனா ஊருக்குள்ள உன்ட பொண்டாட்டி வளர்த்த சேவலை ஆரோ களவெடுத்துக்குப்போய் ஆக்கிச் சாப்புட்டுடாங்களாம் என்டு தேடிற்றிருக்காங்க” என்டாள்.

“நீ என்ன கள்ளனத் தேடி வந்து பதுங்கியிருக்கயா” என்று கேட்டாள் தாயத்தின்னி. வீடி ஒன்றை எடுத்து பற்றவைத்து, அதை வாயில்வைத்து சொக்கு உள்ளுக்குப் போகும்வரை இழுத்து,

அடுப்பிலிருந்து புகை வெளியேறுவதைப்போன்று புகையை வெளியே விட்டு, ம்ஹூ... ம்ஹூ... என இருமிக்கொண்டு "நான்தாண்டி புள்ள அந்தச் சாவல களவெடுத்து ஆக்கித்தின்டன்" என்றார். தாயத்தின்னிக்கு சிரிப்பு வந்துவிட்டது. பசியின் வலி தெரியும் என்பதால் உண்பதற்கு யார் எது செய்தாலும் அதை தவறாக தயாத்தின்னி நினைப்பதில்லை. அதனால் உடனே சிரிப்பை அடக்கிக்கொண்டாள்.

"நீதான் களெவெடுத்த என்டு எப்படி தெரிஞ்சது" என்டு வினவினாள். "இல்ல சாவலை உரிச்ச கழிவுகளை ஆத்துல உட்டன். அது ஓடிப்பெய்த்திருமென்டுதான். ஆனா, ஆத்தோரத்துல நின்ட கோரப்புல்லுல சில இறகுகள் சிக்கிக் கிட்டிருந்தது" வயலுக்க வடிச்சல் வெட்ட வந்த பனம்பழப் போடியார் என்னக் கண்டுட்டான். அவளுட மகன்தான் போட்டுக் கொடுத்திருக்கோணும்" என்றான்.

"உன்ட ஊட்டுக் கோழிதானே, நீ சம்பாரிச்ச காசுல களவெடுத்து தானே முட்டக் கறுப்பி வாங்கியிருக்கோணும், உன்ட ஊட்டுல இருந்த கோழிய எடுத்தா அது களவாகப்போயிருமா. இல்ல தானே" என்டாள் தாயத்தின்னி. இப்படிச் சொல்வதற்கு தாயத்தின்னிக்கு பல காரணங்கள் இருந்தன. தனக்குப் பசி எடுக்கும் நாட்களில் தின்பதற்கு எதுவுமில்லாட்டி, பாதகத்தி ஒளிச்சி வச்சிருக்கிற தின்பண்டங்களை துப்பறிந்து எடுத்துச் சாப்பிட்டிருக்கிறாள். ஆனா, வேறு யாருடைய வீடுகளிலும் அவள் இப்படிச் செய்ததில்லை.

"எங்க எடுத்தாலும், நம்முட சொந்த ஊட்டுல என்டாலும் அந்தச் சாமானுட ஆளுக்கு தெரியாம, அவர்ர விரும்பமில்லாம எடுத்தா களவுதான்" என்டார். தாயத்தின்னிக்கு குற்ற உணர்வு மேலோங்கத் தொடங்கிட்டு. அன்றிலிருந்து மற்றவர்களின் எந்தப் பொருளையும் அவர்களின் சம்மதமில்லாமல் தொட்டதே இல்லை. கிராமத்தைவிட்டு நகரத்திற்கு வந்து விடுதிகளில் தங்கியிருக்கும் காலங்களில் எழுதுவதற்கு பென்சில் இல்லாத ஒரு சந்தர்பத்தில், சக மாணவியிடம் பென்சில் கேட்டு கொடுக்காதபோதும் ஆசிரியர்களிடம் அடிவாங்கினாளே தவிர, எந்தப் பென்சிலையும் களவெடுத்தில்லை. சிறுநீர் கழித்ததும்

கவுட்டை கழுவுவதும், மற்றவர்களின் பொருட்களை அவர்களின் சம்மதமின்றி எடுப்பதையும் அவளுடைய ஒரு பண்பாகவே இன்றுவரை மாற்றிக்கொண்டுவிட்டாள்.

"வா ஊருக்க போவம். நான் காப்பாத்துறன்" என பெரிய ஆளப்போல முட்டக் கறுப்பியின் புருசனை கூப்பிட்டாள் தயாத்தின்னி. எப்படி என கேட்பதைப் போன்று தாயத்தின்னியைப் நிமிர்ந்து பார்த்தார். இரண்டு நாட்களுக்கு முன்பு அந்தக் கிராமத்தில் நீதி சொல்லும் கோவில் தலைவர் ஒரு சேலையில் எதையோ சுற்றிக்கொண்டுவந்து மறைவாக உடும்புப் பொந்தொன்றில் மறைத்துவிட்டுப்போனதையும், அதற்குப் பின்னிருந்த கதையையும் சொன்னாள். அந்தக் கதையைக் கேட்டதும் உற்சாகமடைந்த முட்டக் கறுப்பியின் புருசன், உடும்புப்பொந்தைத் தோண்டி அந்தச் சீலையை எடுத்துக்கொண்டு, தாயத்தின்னியும் அவரும் கிராமத்தை நோக்கி வந்து கொண்டிருந்தனர்.

தாயத்தின்னியின் மனதிற்குள் மங்கலாக தொலைவில் கிணற்றைச் சுற்றி நாய் குரைத்து ஏறத்தொடங்கியது. சின்னச் சிவன் சிலை சில கணங்கள் நடனமாடிவிட்டு மறைந்தது. இவர்களின் திட்டத்திற்கு மாற்றமாக ஏதோ கிராமத்தில் நடக்கப்போகிறது என்பதை அவள் உணர்ந்துகொண்டாள். மனதிற்குள் நாய் குரைக்கும் காட்சி வந்தாலே அவளுக்கு அதன் விபரீதம் புரிந்துவிடும். ஆனால், அந்த விபரீதம் என்னவென்று தெரியாது.

மரத்தடியில் ஊர் கூடியிருந்தது. துண்டை தோளில் போட்டுக்கொண்டு கோவில் தலைவர் உட்கார்ந்திருந்தார். தனது அம்மையின் வாழ்வில் தந்திரோபாயமாக நடந்துகொண்ட கோவில் தலைவர்தான் நினைவுக்கு வந்தார். கோவில் தலைவர்கள் எப்போதும் தந்திரசாலிகளாகவும் மக்களை ஏமாற்றி அதிகாரத்தை வைத்திருப்பவர்களாகவுமே இருப்பார்களோ என்று நினைத்துக்கொண்டாள். முட்டைக் கறுப்பி விசர் பிடித்தவளைப் போன்று அங்குமிங்குமாக நடந்துகொண்டிருந்தாள். தாயத்தின்னி போய் வெத்திலைக் கிழவியின் அருகே நின்றுகொண்டாள். பாதகத்தியை மட்டும் காணவில்லை. ஓஹ்... ஊட்டுக்கு ஒத்தக்கொட்ட வந்திருக்கலாம் என ஊகித்தாள். அது

உண்மைதான் ஒத்தக்கொட்ட வந்திருக்கிறான். ஒத்தக்கொட்ட ஊட்ட வந்திருந்தால் ஊர் பத்தி எரிஞ்சாலும் எங்கேயும் பாதகத்தி போகமாட்டாள்.

“சாவலுக்கு சாவல் வாங்கித் தருகிறேன்” என்று தனது குற்றத்தை முட்டக் கறுப்பியின் புருசன் ஒத்துக்கொண்டார். தோளில் கிடந்த துண்டை காற்றில் இரண்டு முறை உதறிவிட்டு, “சாவலுக்கு சாவல் வாங்கிக் கொடுத்தாலும் களவுக்கு என்ன தண்டனையோ அது மாறமாட்டாது” என உறுமிக்கொண்டு கட்டைக் குரலில் அதிகாரம் தொனிக்க சொன்னார் கோவில் தலைவர். தனது வேட்டிக்குள் மறைத்து வைத்திருந்த சீலையை எடுத்து வெளியே நீட்டினான் முட்டக் கறுப்பியின் புருசன். கோவில் தலைவரின் குரல் சட்டென்று கம்மிவிட்டது. அவரின் உடலெங்கும் சில்லென்று வியர்த்துவிட்டது. அந்தக் கூட்டத்தில் கண்களை எறிந்து யாரையோ கோவில் தலைவர் தேடிக்கொண்டிருந்தார். அலைந்துகொண்டிருந்த கண்கள் போய் தாயத்தின்னியின்மீது கருங்கற்களைப்போன்று அடித்து நின்றது. அவள் அச்சப்படவில்லை. அவளும் பதிலுக்கு முறைத்துப் பார்த்தாள்.

கோவில் தலைவரின் ரகசியமாக பேணப்பட்டு வந்த கள்ள ஒழும், அதன் சமாச்சாரமும் தாயத்தின்னிக்கு மட்டும்தான் தெரியும். அவள் சின்னப்பிள்ளை இது எதுவும் அவளுக்குப் புரியாது என்று கோவில் தலைவர் நினைத்திருந்தார். ஆனால், இன்று சபையேறப் போகிறது என்று வெலவெலத்துப் போனார். ஆனால், தாயத்தின்னி எதையும் வெளியே சொல்லவில்லை. முட்டைக் கறுப்பியின் புருசனுக்கு தண்டனை கிடைக்காவிட்டால் போதும் என்பது மட்டுமே அவளுக்கு எதிர்பார்ப்பாக இருந்தது. சொந்த வீட்டில் உள்ளவர்களுக்குத் தெரியாமல் ஒரு பொருளை எடுத்தால் கூட குற்றம் என்ற உணர்விலிருந்து அவள் விடுபட வேண்டும் என்பதே அவசியமாக இருந்தது. அது நடந்தது. தீர்ப்பை மாற்றிக்கொண்டார் கோவில் தலைவர்.

“சரி... சரி... களவெடுத்த சாவலுக்கு நிகரான ஒரு சாவலை வாங்கிக் கொடு” என்று பஞ்சாயத்தை முடித்துக்கொண்டார். முட்டைக் கறுப்பியின் புருசன் என்ற பதவியிலிருந்து கோழிக்கள்ளன்

என தரமுயர்ந்துகொண்டார். இந்தப் பதவி உயர்வு பரம்பரை பரம்பரையாக கடைப்பிடிக்கப்பட்டு வருவதாக இன்றும் அவளுக்கு அந்தக் கிராமத்திலிருந்து தகவல்கள் கிடைக்கின்றன.

கோழிக்கள்ளனுக்கு ஏன் கோவில் தலைவர் தீர்ப்பை மாற்றிக்கொண்டார் என்பதும், தாயத்தின்னி எடுத்துவரச் சொன்ன சீலையின் பின்னால் என்ன மர்மம் உள்ளது என்பதையும் அறிந்துகொள்ள மனம் தூண்டியது. தாயத்தின்னியிடம் எத்தனை முறை கேட்டும் அவள் சொல்லவே இல்லை. சொல்லாமலே மறைத்து ஒரு பெண்ணின்மீது பரம்பரைக்கும் பட்டம் கட்டப்படுவதை தவிர்த்தாள். செக்ஸ் என்பது ஒவ்வொருவரினதும் தனிப்பட்ட உணர்வும், தேவையுமாகும். அதை மையப்படுத்தி வசைகளும் ஒழுக்க மதிப்பீடுகளும் உருவாக்கப்படுவதை அவள் விரும்பவில்லைதான். பெரியவளாக வளர்ந்த பிறகு தனது அறிதலின் ஊடாக இந்த ஆண்மைய உலகை அவள் எதிர்கொள்ள விரும்பும் கருத்தியலாக இருந்தது. ஆனால், அந்தச் சிறுபராயத்திலேயே ஏதும் அறியாத பருவத்திலேயே இப்படி ஒரு மிக அட்வான்சான ஒரு முடிவை, கருத்தியல் சார்ந்த ஒரு நிலைப்பாட்டை எடுப்பதற்கு அவளுடைய தாயின் வாழ்வே ஆதாரமாக இருந்திருக்கலாம்... அல்லது இயல்பிலேயே தனது உடலையும் உணர்வையும் கொண்டாடுபவளாக இருந்திருக்கலாம். அதை அறிய வேண்டிய அவசியம் இன்றில்லை.

கோவில் தலைவருக்கு தலைக்குள் ஒரே யோசனைதான். இந்த தாயத்தின்னி இப்போது சொல்லாவிட்டாலும் தனக்கு பிரச்சினை என வரும்போது, இந்த அஸ்திரத்தை தான் தப்பிக் கொள்வதற்காக பயன்படுத்தலாம் என்ற எண்ணம் போட்டு ஆட்டத் தொடங்கியது. ஆனால், தாயத்தின்னி செத்தாலும் ஒரு பெண்ணுக்கு அவமானம் வரும்படி நடக்கமாட்டாள் என்பதை கோவில் தலைவரால் உணர்ந்துகொள்ள முடியாது என்பதுதான் உண்மை. அன்றிலிருந்து தாயத்தின்னியை இந்தக் கிராமத்திலிருந்து எப்படியாவது வெளியேற்ற வேண்டும் எனத் திட்டமிடத் தொடங்கினார். அவளின் தந்தையின் குடும்பத்தை சேர்ந்தவர்களிடம் போய், தாயத்தின்னிக்கு பாதகத்தி கடும் ஆக்கினைகள் செய்கிறாள். அவளால் நிம்மதியாக வாழமுடியாத நிலை உள்ளது. எங்களாலும் கட்டுப்படுத்த முடியாது என்ற

கதைகளை பரப்பத் தொடங்கினார். உண்மையில் தாயத்தின்னிக்கு கோவில் தலைவர் சொல்வதைப் போன்றுதான் மிகமோசமான வாழ்விருந்தது. அவள் மிக மோசமானதொரு வதை முகாமில் வாழ்ந்துகொண்டிருக்கிறாள் என்பதெல்லாம் உண்மைதான். ஆனால், தாயத்தின்னியின் தந்தையின் குடும்பங்கள் நகரத்தில் இருக்கிறது. வேலைமெனக்கெட்டு அங்குபோய் இந்த கதைகளை எல்லாம் போட்டுக்கொடுக்கத் தொடங்கினார். கோவில் தலைவர் நினைத்ததைப்போன்று தாயத்தின்னி அந்தக் கிராமத்தை விட்டு வெளியேற்றப்பட்டாள். இதுவரை அறியாத ஒரு நகரத்திற்கு, இத்தனை அனுபவங்களோடும் துயரங்களோடும் இடம்பெயர்ந்தாள். கூடவே எடுத்துச்செல்ல இந்தத் துயரங்களைத் தவிர வேறு என்ன உடமைகள்தான் அவளுக்கிருந்தன.

அந்த உடலுக்குள்ளிருந்து கவிதையை வாசித்துக்கொண்டிருந்த தில்லை மறைந்துவிட்டாள். லிலித் புதியதொரு துயரத்தை ஆழ உணர்ந்துகொண்டு உறங்கிவிட்டாள். அந்த உடலின் அனைத்துப் பகுதிகளிலும் நிறைந்து தாயத்தின்னி மட்டுமே தனித்துவிடப்பட்டிருந்தாள். லிலித்தின் கவிதைகளில் "உள்ளாடை" என வந்திருக்கும் சொற்கள் அனைத்தையும் திருத்தி "நிக்கர்" என மாற்றிவிட்டு வாசிக்கத் தொடங்கினாள். அதை வாசிக்கும்தோறும் எதிர்காலத்தில் தனக்கு நடக்கப்போகும் ஒரு சம்பவம் என்றும் அதற்கு இப்படியொரு கவிதையும் எழுதுவேன் என நம்பவில்லை. கவிதைக்குள் குப்பையில் எறியப்பட்டுக் கிடக்கும் நிக்கரை நீண்ட நேரம் பார்த்துக்கொண்டிருந்தாள். அதில் ஒரு ஏக்கம் இருந்தது. அதை எப்போது நான் அணியப் போகிறேன் என்ற குரல் மனதில் எல்லைகளில் அலைந்துகொண்டிருந்தது.

○○○

இடப்பெயர்வு

நேரம் சரியாகத் தெரியாது. கிராமத்தை விட்டு வெளியேறப் போகிறேன் என்ற ஒருவித மகிழ்ச்சியில் இருந்தாள் தாயத்தின்னி. வழியனுப்ப யாரும் வரவில்லை என்றெல்லாம் அவளுக்கு துயரங்களே இல்லை. வதை முகாமிலிருந்து ஏதோ சொர்க்கத்துக்கு தப்பிச் செல்வதைப் போன்ற ஓர் உணர்வு அவளை ஆக்கிரமித்திருந்தது. இதுவரை வாழ்ந்த மண்ணைப் பிரிந்து செல்லும் துளி வலிகூட அவளுக்குள் எழவில்லை. அவளுக்கு நெருக்கமாக இருந்த மூன்று கிளை மரமும் இல்லை. அந்த மரத்தை மட்டும் மனதுக்குள் ஒரு முறை நினைத்துக்கொண்டாள். அந்த மரம் நின்ற திசையில் பல முறை தலையை திருப்பி பார்த்துக்கொண்டாள். தன்னை வழியனுப்புவதற்கு விரும்பி ஒரு கணத்தில் முளைத்து கிளைகளை அசைக்கலாம் என்ற எண்ணம்தான் இப்படி அவள் நடந்துகொள்வதற்கு உந்தியது.

தனது அம்மை ஊரைவிட்டுப்போன நினைவுகள் நிறையத் தொடங்கின. அம்மை எத்தனை சந்தோசத்துடன் ஊரைவிட்டு ஓடிப்போனாளோ அதே ஆனந்தம் உள்ளுணர்வில் பரவிக் கொண்டிருந்தது. அதேபோல், அம்மையைப்போல் மீண்டும் இந்த ஊருக்கு திரும்பி வரவேண்டியிருக்குமோ என்ற அச்சமும் மன உளைச்சலை அதிகரித்தது. எந்த நிலைக்குச் சென்றாலும் தனது அம்மையைப்போல் இந்தக் கிராமத்திற்கு திரும்பவே கூடாது என எண்ணங்களைத் திடப்படுத்திக்கொண்டாள். அம்மையின் ரங்குப் பெட்டி அவளருகே இருந்தது. திறந்து உள்ளே சில சட்டைகளையும் புத்தகங்களையும் அடுக்கிக்கொண்டாள். ஆங்காங்கே கறள் பிடித்திருந்தது. அந்தக் கறளை மட்டைகளால் தேய்த்து வாயால் ஊதி சுத்தப்படுத்திக்கொண்டாள். ஒரு முறை தூக்கி அதன் பாரத்தை அறிய முற்பட்டாள். அந்த ரங்குப் பெட்டி பாரிக்கவே இல்லை. மனதிற்குள் கிணற்றைச் சுற்றி நாய் குரைக்கத் தொடங்கியது. சின்னச் சிவனின் நடனம் இப்போது காட்சியாக மனதில் தோன்றவில்லை.

நகரத்துக்குக்குப்போக தயாராகிவிட்டாள். ரங்குப் பெட்டி, மனதிற்குள் பதுங்கியிருக்கும் அம்மை விழுந்து செத்த கிணறு இவற்றோடு, அனைத்துத் துயரங்களிலிருந்தும் தப்பிச்செல்லும் மகிழ்வு என மிகக் குறைவான சொத்துக்களோடுதான் அவளின் பயணம் தொடங்கியது. கட்டிடங்கள், பெரிய பாலம், கடலைப்போன்ற ஒரு ஆறு, கோவில்கள் என ஒவ்வொன்றாகக் கடந்து அந்த விடுதியை வந்தடைந்திருந்தாள். இல்லை, தான் விடுதலையாகி சொர்க்கத்திற்கு வந்திருந்தாள். அந்த சொர்க்கத்தை சுற்றி உயரமான கற்சுவர் எழுப்பப்பட்டிருந்தது. எந்தத் துயரங்களும் நுழைந்துவிடாமல் தடுக்கப்படும் சுவர் என்றுதான் நினைத்துக்கொண்டு கால்களை எட்டிவைத்து நுழைகிறாள். ஆனால், அதுவே ஒரு சிறைச்சாலையாக மாறி அவளை வருத்தப் போகிறதென்று நினைப்பதற்கு தாயத்தின்னிக்கு "விடுதி" பற்றிய எந்த அறிவும் அப்போதில்லை.

உள்ளே வருகிறாள். கிட்டடத்தட்ட அவளுடைய வயதை நெருங்கிய பெண்களும், சற்று வயது கூடிய பெண்களுமாக நிறைந்திருந்தனர். கிராமத்தில் கண்டதைபோன்று ஆண்கள் எவரையும் காணவில்லை. சற்றுப் பருத்த ஐம்பது வயது மதிக்கத்தக்க ஒரு பெண் கம்பீரமாக நடந்துவந்தாள். கருங்கல்லில் முளைத்த சிறு செடியைப்போன்று உதட்டில் ஒரு புன்னகையிருந்தது. அந்தப் புன்னகை முழுமையான ஒரு மலர்ச்சியைக் கொண்டிருக்கவில்லை. அங்கே வயது கூடிய பெண் அவள் மட்டும்தான். வேறு சில அக்காமார் வந்து என்னை அழைத்துச் சென்று ஒரு கட்டிடத்திற்குள் விட்டுவிட்டு இதுதான் உனது இருப்பிடம் எனக் கூறிவிட்டுச் சென்றனர். சிறிது நேரத்தில் இன்னும் சில அக்காக்கள் வந்து, சில பொருட்களை எனது ரங்குப் பெட்டியின்மேல் வைத்துவிட்டு, இங்கு என்ன செய்ய வேண்டும், அந்தப் பொருட்களை எப்படி பயன்படுத்த வேண்டும், எத்தனை நாள்வரை பயன்படுத்த வேண்டும் என ஒரு நீண்ட பட்டியலே வாசித்துவிட்டுச் சென்றனர். அவை எதுவும் மனதில் தங்கவில்லை. கிராமத்தின் துயரங்களும், பாதகத்தியின் அட்டூழியங்களும் இனி இருக்காது. அவற்றிலிருந்து தப்பிவிட்டேன் என்ற உணர்வே தாயத்தின்னியை மகிழச்செய்தபடி இருந்தது.

ஏதும் புரியா அந்த ஆனந்தத்தில் ஆழ்ந்து உறங்கிவிட்டாள். கிறீர்... கிறீர்... என ஒரு அலறல் ஒலி கேட்டது. திடுக்கிட்டெழுந்து பதபதைப்போடு தும்பு மெத்தையில் உட்கார்ந்தாள். மனதிற்குள் நாய் குரைக்கும் ஒலியைவிட பயங்கரமாக அந்த மணி ஒலி அவளுக்கிருந்தது. அவளோடு இருக்கும் மற்றைய பிள்ளைகள் எந்த பதபதைப்புக்களுமற்று, அங்குமிங்குமாக அவசரமாக எதையோ செய்துகொண்டு நடமாடிக்கொண்டிருந்தனர். அவளுக்கு எதுவும் புரியவில்லை. ஒருத்தி அருகே வந்து பள்ளிக்கு நேரமாச்சி குளிச்சி உடுப்பை மாத்திற்று ரெடியாகு என்று சொல்லிவிட்டு வேகமாக கடந்து சென்றாள். எங்கு குளிப்பது எங்கு காலைக்கடனை நிறைவேற்றுவது, எந்த ஆடைகளை அணிவது என்று எதுவுமே தெரியவில்லை. நேற்று வந்த அக்காமார் சொன்னவற்றை நினைவில் தேடிப்பார்க்கிறாள். ஒன்றும் பிடிபடவில்லை. அப்படியே சாய்ந்து மீண்டும் தூங்கிவிட்டாள். இத்தனை காலத்திலும் நிம்மதியாக தூங்க ஒரே ஒரு இடம் அவளுக்கு கிடைத்திருப்பதை உணர்ந்தாள். பல ஆண்டுத் தூக்கத்தை, தனக்கே உரிய ஓரிடத்தில் அதுவும் தும்பு மெத்தையில் - தாயத்தின்னி கனவே கண்டிராத ஒன்று இது. மெத்தையில் கிடந்தபடி மோட்டு வளையைப் பார்த்துக்கொண்டு, நெல்மூட்டைகளின் நடுவே அந்துப்பூச்சிகளின் அழிச்சாட்டியங்களுக்கிடையே தூங்கியதை நினைத்துக்கொண்டாள். சற்றுநேரத்தில் அந்த விடுதி யாருமற்ற வெறுமையை உள்ளே கொண்டுவந்தது. அவள் மட்டுமே தனித்திருந்தாள். தனிமை என்றும் அவளுக்கு புதிதல்ல எனினும், கட்டிடங்களுக்குள் அடைக்கப்பட்ட வெறுமையின் அச்சுறுத்தும் இந்தத் தனிமை புதிதாக இருந்தது. சுவர்கள் சூழ்ந்த கிணற்றுக்குள் தனது அம்மை சிக்கிக்கொண்டபோது இப்படித்தான் இருந்திருப்பாளோ என்ற எண்ணமும் அடிக்கடி வந்துபோனது. அனைத்துக் கதவுகளும் பூட்டப்பட்டிருந்தன. ஜன்னல்களைத் திறந்து எட்டிப்பார்க்கிறாள். வகுப்பறைகளில் பிள்ளைகள் அமர்ந்திருக்கின்றனர். துணைக்கு யாருமற்ற ஆனால், தப்பிக்க வழியற்று கிணற்றினுள் விழுந்து கிடப்பதைப்போன்ற ஒரு பெரும் அச்சம் மனதிற்கு நெருக்கமாக வந்து பயமுறுத்தியது. தன்னைக் காப்பாற்றுவதற்காக நாய் எதுவும் குரைக்கிறதா என காதுகொடுத்துக் கேட்டுப் பார்க்கிறாள். எந்தச் சத்தமும் இல்லை.

அம்மையை காப்பாற்றச் சொல்லியாவது நாய் குரைத்தது. தனக்கு அதுகூட துணைக்கில்லையா என்று ஒரு கணம் யோசித்தாள். கிராமம் நினைவுக்கு வந்தது. நகரம் என்பது உண்மையில் சொர்க்கமா? அல்லது நரகமா? புதிரான புதிய கேள்வி ஒன்று அவளுக்குள் சலசலக்கத் தொடங்கியது. அந்த மூடப்பட்ட கட்டிடத்தின் மற்றுமொரு ஜன்னலைத் திறந்து பார்க்கிறாள். காற்றில் மரங்கள் அசைந்துகொண்டிருக்கின்றன. ஆட்களின் நடமாட்டம் தெரிகிறது. சத்தமிட்டு கத்தினால் யாராவது வந்து காப்பாற்றிவிடக்கூடிய வாய்ப்புள்ளது என நினைத்துக்கொள்கிறாள். தண்ணீர் விடாய்க்கிறது. அந்த கட்டிடம் முழுக்கத் தேடியதும், கக்கூசு அறைக்குள் ஒரு குழாய் இருந்தது. அதிலிருந்து தண்ணீர் எடுப்பது என்று அவளுக்குத் தெரிந்திருக்கவில்லை. ஜன்னல்களின் வழியே எங்கு பார்த்தாலும் கிணறுகள் எவற்றையும் காணவில்லை.

தாகம் அடங்கவில்லை. தொண்டை காய்ந்துவிட்டிருந்தது. உமிழ்நீரை விழுங்கி தாகத்தை தணிக்க முயற்சித்துக் கொண்டிருந்தாள். அவற்றால் விடாயைத் தணிக்க முடியவில்லை. நேரம் செல்லச் செல்ல பசியும் எடுக்கத்தொடங்கியது. இன்று பாடசாலைக்குப் போகாமையினால் பகலுணவும் கிடைக்காது என்று அவளுக்குத் தெரியாது. நரகத்திலிருந்து சொர்க்கத்திற்கு வந்ததாக நினைத்த நினைப்பில் யாரோ மண்ணள்ளிப்போட்டதை உணர்ந்தாள். இத்துப்போன கிடுவேலியில் பூனைகள் சண்டையிட்டதைப் போன்று அவளுடைய கனவுகள் கீலம் கீலமாய் கிழிந்து உதிர்ந்தன. இனம்புரியாத மன உளைச்சலிலும், உடல் களைப்பிலும் தும்பு மெத்தையில் குப்புற விழுந்தாள். அவளை அறியாமலே நித்திரை போயிருக்க வேண்டும். கிறீச்... கிறீச்... என அலறும் மணிச்சத்தம் அவளை திடுக்கிட்டெழச் செய்திருந்தது. பிள்ளைகள் அறைக்குள் நுழைந்து கொண்டிருந்தனர். யாரோடும் அவளுக்கு அறிமுகம் இருக்கவில்லை. அனைவரின் முகங்களிலும் ஏதோவொரு சோகம் படிந்திருப்பதைப்போன்று உணர்ந்தாள். சில அக்காமார் வந்து அவளை அழைத்துச் சென்றனர்.

மிக நேரத்தியாக அனைத்துப் பொருட்களும் அடுக்கப்பட்டும், தரை பளபளத்துக்கொண்டும் இருந்த அறைக்குச் சென்றாள்.

அவளை முன்னே விட்டுவிட்டு கைகளைக் கட்டியபடி சத்தமிடாமல் அசைவற்று அவளுக்குப் பின்னே அக்காமார் நின்றிருந்தனர். உணர்வே அற்ற கருங்கல் பாறை கால்களால் நடந்துவருவதைப் போன்று அந்த ஐம்பது வயது மதிக்கத்தக்க பெண் நடந்துவந்தாள். அங்கிருந்த மேசைக்கு எதிரே இருந்த கதிரையை ‘சரார்’ என சத்தம் வரும்படி நிலத்தில் ஊன்றி இழுத்து அதில் உட்கார்ந்துகொண்டாள். காளி உயிர்பெற்று நடந்தால் எப்படி இருக்குமோ அத்தனை பயங்கரமாக அவளின் செயல்பாடுகள் இருந்தன. வெளியே அன்னா இன்னா துள்ளிக் குதிப்பதற்கு தயாராக இருப்பதைப்போன்று அவளுடைய கண்கள் முகத்தில் உருண்டு கொண்டிருந்தன. எத்தனை பெரிய கண்கள் அவை. தாயத்தின்னிக்கு கைகால் உதறத்தொடங்கியது. அவளும் அந்த அக்காமாரைப்போல உறைந்து நின்றாள். ஏன் இன்று பள்ளிக்கு வரவில்லை? என்ற கேள்வியோடு தொடங்கிய அந்தக் கேள்விகளும், பல கட்டளைகளும் அந்த நடமாடும் காளியிடமிருந்து தெறித்த வண்ணமிருந்தன. வேகமாக பறந்துகொண்டிருக்கும் அனைத்தையும் துரத்தித் துரத்தி பிடித்து சேகரித்துக் கொண்டிருந்தது தாயத்தின்னியின் மனம். ஒன்று கூட தப்பிக்காமல் மனதிற்குள் சேகரிக்கத் தொடங்கினாள். கடைசியாக உதட்டின் இடதுபுறம் ஒரு பிளாஸ்டிக் புன்னகையை மலர்த்தி வழியனுப்பினாள். வரும் வழியெங்கும் காளியின் கட்டளைகளை மனனம் செய்தபடியே தாயத்தின்னி நடந்துவந்து, தனது ரங்குப் பெட்டியின் மேல் அக்காமார் நேற்று வைத்திருந்த பொருட்களை பிரிக்கத் தொடங்கினாள்.

குட்டான் அளவில் ஒரு மில்க்வைட் சோப்புத் துண்டிருந்தது. ஒரு பென்சில், ரப்பர் கட்டி ஒன்று, சில கொப்பிகள், ஒரு சட்டை, ஒரு பெஸ்ட், ஒரு நிக்கர், ஒரு சீப்பு, சில பூட்டூசிகள், இரண்டு பூல், ஒரு துண்டுத்தாளில் மடித்தபடி பற்பொடி கொஞ்சம், ஒரு சில்வர் பீங்கான், ஒரு சில்வர் டம்ளர் என அவளுக்கென்று தனிச்சொத்து உருவாகிவிட்டது. அவற்றை பராமரிக்க வேண்டும். ஒரு வாரத்திற்கு இவற்றை பயன்படுத்த வேண்டும். சிலவற்றை ஓராண்டிற்கு பயன்படுத்த வேண்டும். எப்படி இதைச் செய்வதென்று திட்டமிடத் தொடங்கிவிட்டாள்.

கிறீச்... கிறீச்... என அலறல் சத்தம் கேட்டது. இப்போது திணுக்குறவில்லை. ஓரளவு பழகிவிட்டதைப் போன்றிருந்தது. குளிக்குமிடம், காலைக்கடன்களை நிறைவேற்றுமிடம், படிப்பறை என அனைத்தையும் அந்த அக்காமார் கூட்டிச் சென்று காண்பித்தனர். இனி எதுவும் சுதந்திரமாகச் செய்ய முடியாதென்பதை உணர்ந்தாள். கிராமத்தில் வேண்டிய நேரம் வேண்டிய இடத்திற்கென்று அலைந்துதிருந்த மனம் புதிய வழிமுறைகளால் மேலும் மன உளைச்சல்களுக்குள் உட்பட்டது.

அந்த விடுதியில் கொடுக்கப்பட்ட பொருட்களில் வித்தியாசமாக இருந்த வெஸ்டை தூக்கிப்பார்த்து இதை என்ன செய்வதென்று அக்காக்களிடம் கேட்டறிந்து கொண்டாள். எனக்கு நீலக்கலர்தான் பிடிக்கும் இந்த "நிக்கர்" மஞ்சளாக இருக்கிறது என்று தாயத்தின்னி சொன்னதும் அங்கிருந்த அக்காமார் சிரித்துவிட்டனர். திரும்பி அவர்களின் முகத்தைப் பார்த்தாள். அதன் பெயர் நிக்கர் இல்லை "ஜங்கி" என்றனர். ஓஹ்... மனதிற்குள் நகரத்தில் இதற்கு வேறு பெயர் என்பதை புதிதாக கற்றுக்கொண்டாள். கிராமத்திற்கும் நகரத்திற்கும் உள்ள வேறுபாடுகளை மட்டுமல்ல, பயன்பாட்டுச் சொற்களையும் கற்றுக்கொள்ள வேண்டும் என்ற எண்ணம் தலைதூக்கியது. அவள் பேசும் பல சொற்கள் அவமானகரமானது என்ற வகையில் மன உளைச்சலுக்குள்ளானாள். இருந்தாலும் மிக விரைவில் நகரத்து மொழியைக் கற்றுக்கொண்டுவிட்டாள். பீங்கானை கையிலெடுத்து புரட்டிப் பார்த்தாள் அதன் அடியில் "தில்லை" என எழுதப்பட்டிருந்தது. கிராமத்திலும் இப்படித்தானே பாதகத்தி தனது பீங்கானுக்கு "தூ" என்று அடையாளமிட்டிருந்தாள். இங்கும் அப்படித்தான் நடத்தப்படப் போகிறோமா என ஒரு கணம் யோசித்தாள். கிராமத்திற்கும் நகரத்திற்கும் வேறுபாடுகள் இருப்பதைப்போன்று பல ஒற்றுமைகளும் இருப்பதை உணரத்தொடங்கினாள். எங்குதான் தப்பிச் சென்றாலும் சுதந்திரமாக வாழ முடியாதோ அதனால்தான் அம்மை தற்கொலை செய்திருப்பாளோ என்ற எண்ணமும் லேசாக மேலெழுந்து அமர்ந்தது. எது எப்படி இருந்தாலும் நிலையான ஒரு படுக்கை இருந்தது. அணிந்துகொள்ள ஒரு "ஜங்கி" கிடைத்தது போன்ற விசயங்களை ஒருவகை விடுதலையாக கருதினாள். குளிப்பதற்கு வரிசையில் நிற்க

தாயத்தின்னி | 139

வேண்டும். உணவுக்கு வரிசையில் நிற்க வேண்டும். பசித்தாலும் பசிக்காவிட்டாலும் குறித்த நேரத்தில் சாப்பிட்டேயாக வேண்டும். தட்டில் வைக்கப்படும் உணவைத் தவிர மேலதிகமாக ஒரு பருக்கைச் சோறு கூட கிடைக்காது. வாரத்தில் ஒரு முறைதான் மீனோ இறைச்சியோ கிடைக்கும். அதைக்கூட பீங்கானினுள் சுழியோடித்தான் கண்டுபிடிக்க வேண்டும். இல்லாவிட்டால் பூதக்கண்ணாடி வைத்துத்தான் கண்டுபிடிக்க வேண்டும். இந்தக் கண்டுபுடிப்பு விசயத்தில் தாயத்தின்னி கில்லாடி. அதனால் அந்த விடுதியிலுள்ள பிள்ளைகளின் மத்தியில் "விஞ்ஞானி" என்ற பட்டப்பெயரும் தாயத்தின்னிக்கு உண்டு.

என்னதான் செய்வதெனினும் கண்பெரட்டிக் காளியிடம் அனுமதி வாங்கிய பின்புதான் செய்யவேண்டும் என்ற கட்டாயமான சட்டமும் அங்கு அமுலில் இருந்தது. சட்டங்களை மீறினால் தண்டனை உண்டு. அந்த தண்டனைகள் எதுவும் தாயத்தின்னியை பாதித்ததில்லை. அவள் கிராமத்தில் வாழ்ந்ததே ஒரு வதை முகாமில்தான் என்பதால் சட்டையில் படிந்த புழுதியை உதறிவிட்டு நடப்பதைப்போன்று கடந்துசெல்வாள். ஆனால், மற்றப் பிள்ளைகளுக்கு இது ஆச்சரியமாக இருக்கும். "இரும்புப்பெட்டை" என்று சிலபோது தாயத்தின்னியை அழைப்பர். ஆனால், இரண்டே இரண்டு விசயங்கள் தாயத்தின்னிக்கு அசௌகரியமாக இருந்தது. காலை உணவும், இயற்கை உபாதைகளை நிறைவேற்றுவதும்தான்.

ஒரு பாணை எட்டாக வெட்டிய ஒரு துண்டும் இதை நகரத்தில் அரைக்காறாத்தல் என்று சொல்கிறார்கள். அதனோடு பாதியாக வெட்டப்பட்ட சீனிக்கதலி வாழைப் பழமும்தான். இரண்டையும் சம அளவில் சாப்பிட்டு முடிக்கும் தொழில் நுட்பம் தாயத்தின்னிக்கு கடைசிவரை கைகூடிவரவில்லை. வாழைப்பழத்தின் தோலை பிதுக்கிவிட்டு பாணில் அதைத் தேய்த்து தேய்த்து அப்பிவிட்டு, வாழைப்பழம் அப்பியிருக்கும் பகுதியை கடித்துத் தின்பது என்பதுதான் அவளுடைய காலை உணவு சாப்பிடும் வழிமுறை. இது எப்போதும் அவளுக்கு திருப்தியாகவே இருப்பதில்லை. பாடசாலை கலைந்து பகலுணவு சாப்பிடும் வரை ஒருவகை ஒவ்வாமையில்தான் நிலைகொண்டிருப்பாள். இதையும் ஒருவாறு சமாளித்துக்

கடந்துவிடுவாள். ஆனால், அவளுக்கு காலைக்கடன் மணிஒலி அலறும் போது சரியாக வருவதில்லை. மற்றப் பிள்ளைகளுக்கு எப்படி மணியடித்தால் பீயும் வந்துவிடுகிறது என்று அவளுக்கு புரியவேயில்லை. பின்னாட்களில்தான் பிள்ளைகளில் அதிகம்பேர் காலைக் கடனை முடிக்காமலே பாடசாலைக்குச் செல்லுவதை அறிந்தாள். கிராமத்திலிருக்கும்போது எல்லோரையும் விட முந்தி எழுந்துவிட வேண்டும். இவளுடைய காலைப்பொழுது மற்றவர்களிலிருந்து வேறுபட்டதாக இருந்தது. ஆனால், இந்த விடுதியில் அனைவருக்கும் ஒரே காலைப் பொழுதான் என்பது ஆறுதலாக இருந்தது.

காலைக்கடனை முடிக்க குளத்தோரம் போவதும், குளத்து நீரில் அலம்புவதும் பழக்கமாகியிருந்தது. அதுபோல் முடுக்கும் நேரமெல்லாம் போய்வர வாய்ப்புகள் இருந்தன. அந்தக் கட்டுப்பாடுகள் கிராமத்து வதை முகாமில் இல்லை. ஆனால், இந்தச் சிறைச்சாலையில் மிகவும் துயர் நிறைந்த ஒன்றாக அதுவே இருந்தது. கேட்காமலே முடுக்கும் போதெல்லாம் அவள் கடனைக் கழிக்கச் சென்றுவிடுவாள். அதன் நிமித்தமாகவே அந்த விடுதியில் அதிகமான தண்டனைகளை வாங்கியிருக்கிறாள்.

அந்த முகாமின் இறுக்கமான ஒழுங்குகளிலும் சட்ட திட்டங்களிலும் தாயத்தின்னி மீறிய முதலாவது சட்டம் பீகுந்துவதிலிருந்துதான் ஆரம்பிக்கிறது.

எல்லாப் பிள்ளைகளையும் போன்று இன்று விடுதியின் அனைத்து சட்டதிட்டங்களையும் கற்றுக்கொண்டு அவற்றை சீர்மையாக செய்துகொண்டு பாடசாலைக்குச் சென்றுவிட்டாள். முதல்நாள். அசம்பிளியில் நிற்கிறாள். ஏதோ பாடல் பாடப்படுகிறது. பெரியசேர் வந்து பேசிக் கொண்டிருக்கிறார். தாயத்தின்னி ஒருவகை அசௌகரியத்தில் நெளிந்துகொண்டிருக்கிறாள். காலிலுள்ள வாட்டாவின் பட்டியை இரண்டு விரல்களால் இறுக்கிப் பிடிக்கிறாள். இரண்டு கால்களையும் ஒன்றோடொன்று நெருக்கி பிணைக்கிறாள். தோள்கள் இரண்டையும் அசைத்து முதுகில் எறும்பு நடந்தால் என்ன செய்வோமோ அப்படி அசைக்கிறாள். நீண்ட நேரம் ஐங்கியும், வெஸ்டும்

போட்டுக்கொண்டிருப்பது இதுவே முதல்முறை என்பதால் அவளுக்கு இந்த வகையான உணர்வுகள் கிளர்ந்துகொண்டிருந்தன.

உண்மையில் இந்த புதிய ஆடைகள் உடலில் ஏற்படுத்திய உணர்வுகளையும் தாண்டி வேறு சில உணர்வுகளும் அவளுக்குள் கிளர்ந்திருந்தன. அதனால்தான் தாயத்தின்னி இத்தனை அசௌகரியத்திற்குள்ளானாள். கிராமத்திலிருந்து நகரத்துக்கு இடம்பெயரத் தொடங்கும்போது, நகரமென்றால் "வாட்டா" அவசியம் என்று சொன்னதை நினைத்துப் பார்க்கிறாள். அவளிடம் வாட்டா என்ற ஒன்றே இருக்கவில்லை. கிராமத்து தரவையிலுள்ள குப்பையில் அறுந்துகிடந்த ஒரு சோடி வாட்டாக்களை எடுத்துவந்து அதைப்போட்டுப் பார்த்தாள். காலைவிட சற்றுப் பெரிதாகவே இருந்தது. காலைவிட்டு கழன்றுவிடக்கூடாது என்றும், வலதுகால் வாட்டாவின் பட்டி அறுந்திருந்தது அதை சரிசெய்ய வேண்டும் என்பதற்காகவும், சைக்கிள் திருத்தும் கடைக்குச் சென்று டியூப்பொன்றை பொறுக்கி எடுத்துவந்து அதை வட்டமாக வெட்டி எடுத்து, வாட்டாப்பட்டியின் ஓட்டைகளுக்குள்ளாக நுழைத்துக் கட்டியிருந்தாள். அதோடு இன்னும் இரண்டு வளையங்களை வெட்டி, தலைமுடியை இரண்டாகப் பிரித்துப் பின்னி அதில் பூல்போல் போட்டிருந்தாள். கிராமத்திலிருந்து கொண்டுவந்த சட்டையின் பின்புறம் குத்துவதற்கு பூட்டூசி இல்லாததால், பச்சை ஓலையின் ஈர்க்கிலின் நுனியை உடைத்தெடுத்து சட்டையை நூலால் கட்டுவதைப்போன்றே கட்டியிருந்தாள். அதனால்தான் அசம்பிளியில் நிற்கும்போது, இவற்றில் ஏதாவதொன்று அறுந்து அவமானத்தை தந்துவிடுமோ என்ற உணர்வில் தவித்துக்கொண்டிருந்தாள்.

விடுதியில் புதிதாக தந்த ஆடைகளை அவள் அணியவில்லை. அவற்றை பாதுகாத்து வைக்க நினைத்தாள். அசம்பிளி முடிந்து வகுப்பிற்கு ஓடும்போது அவள் நினைத்ததைப் போன்றே வாட்டாவின் பட்டி அறுந்துவிட்டது. ஒரு காலை நிலத்தில் அரைத்து இழுத்தபடியே வகுப்பறைக்குச் சென்றாள். வகுப்பாசிரியர் வந்து புதிதாக வந்திருக்கும் தாயத்தின்னியை அனைவருக்கும் அறிமுகம் செய்துவிட்டு, நகம் வெட்டியிருக்கிறார்களா? முகத்தில் பவுடர் போட்டிருக்கிறார்களா என ஒவ்வொருவராக

சோதித்துக்கொண்டு வந்தார். இரண்டும் செய்யாத ஒருவராக அந்த வகுப்பில் தாயத்தின்னி மட்டுமே இருந்தாள். கண்ணை மூக்கைப்பார்த்து, தனது பற்களால் நகத்தை கடித்துத்துப்பி சரிசெய்ய முடிந்தது. ஆனால், முகத்தில் பவுடர் போட முடியாது போய்விட்டது. வகுப்பாசிரியர் தாயத்தின்னியை எழுந்து நிற்கச் செய்து கைகளில் மூன்று அடிகளை ஓங்கி அடித்தார். அவள் கைகளை உதறவோ கொழறவோ இல்லை. வகுப்பாசிரியருக்கு ஆச்சரியமாக இருந்தது. தாயத்தின்னிக்குத்தான் தெரியும் இதெல்லாம் ஒரு தண்டனையா என்று, இதைவிட அப்பன் தண்டனைகளை கடந்துவந்தவள் அவள். எனினும், முகத்தில் பவுடர் போடவில்லை என்பது உள்ளூர கூச்சமாக இருந்தது. வகுப்பாசிரியர் அடிக்கும்போது,

“விடுதியில எனக்கு பவுடர் தரல்ல” என்றாள். பிள்ளைகளெல்லாம் அவளை ஒரு மாதிரி திரும்பிப் பார்த்தனர். “பவுடரெல்லாம் இங்க தரமாட்டாங்க உன்ட பெற்றோர்தான் வாங்கி தந்திருக்கனும். உன்ன விடுதியில சேர்கக்கொள்ள அந்த போமுல பவுடரும் கொண்டுவரணும் எண்டு குறித்திருக்குமே” என உரத்த குரலில் சொன்னாள்.’ வகுப்பாசிரியர். அதற்கு பதிலாக அதே வேகத்தில், “எனக்கு ஒத்தருமில்ல” என்று சொன்னாள் தான் தாயத்தின்னி, அந்தச் சத்தம் வகுப்பாசிரியரின் காதுகளைச் சென்றடையவில்லை. காற்றில் கரைந்தே போனது. வகுப்பறையிலிருந்து பாடசாலை வளாகத்திலிருக்கும் மரங்களை திரும்பிப் பார்த்தாள். கிராமத்திலிருந்த மூன்று கிளை மரத்தைப்போன்று ஏதாவதொரு மரம் தனது கதைகளைக் கேட்காதோ என்ற ஏக்கம் அந்தப் பார்வைகளில் நிறைந்திருந்தன.

பாடங்களை எழுதும் போது பென்சிலின் கூர் மழுங்கியிருப்பதை உணர்ந்தாள். அதை தீட்டுவதற்கும் மனம் இடந்தரவில்லை. ஓராண்டு வரை இந்தப் பென்சிலைத்தான் பாவிக்க வேண்டும் தீட்டினால் முடிந்துவிடுமோ என்ற பயமிருந்தது. அழிரப்பரை அருகில் வைத்துக்கொண்டு, பிழையாக எழுதிய ஒருசொல்லை துப்புணியை விரலில் தொட்டு தேய்த்து அழித்துக் கொண்டிருந்தாள். அதே பயம்தான் காரணம். சரி, பவுடர் போடாமல் ஒவ்வொருநாளும் அடிவாங்கவும் பிள்ளைகளின் மத்தியில் அவமானப்படவும் போகிறோம் என்றுணர்ந்த

தாயத்தின்னி, தனது விஞ்ஞான மூளையை சொடுக்கிவிட்டாள். மாற்று வழியையும் கண்டுபிடித்துவிட்டாள்.

பாடசாலை முடியும் வரைக் காத்திருந்து, வகுப்பறையிலிருந்து பிள்ளைகள் வெளியேறிய பிறகு கரும்பலகையின் அடியில் சிதறிக்கிடந்த சோக்குக் கட்டித் துண்டுகளை சேகரித்து சட்டைக்குள் மறைத்துக்கொண்டாள். அவற்றை எடுத்துவந்து விடுதியில் வைத்து உடைத்து மாவாக்கி ஒரு தாளில் மடித்து வைத்துக்கொண்டாள். தாயத்தின்னி கண்டுபிடித்த பவுடர் அதுதான். அன்றிலிருந்து பவுடர் போடவில்லை என்பதற்காக அவள் தண்டிக்கப்பட்டதில்லை. வேறு எந்த தண்டனைகளிலும் சிக்கிக்கொள்ளாமல் இருக்க கற்றுக்கொண்டாள். அல்லது புதிய வழிமுறைகளை உருவாக்கிக்கொண்டாள். மணியடிக்கும்போது காலைக்கடன் அவளுக்கு வந்துவிடுவதில்லை என்பதால், அதற்காக மட்டுமே அவ்வப்போது தண்டிக்கப்படுவதாக ஒரு வழமை உருவாகியிருந்தது. விடுதியின் நுழைவாயிலில் படித்த ஒழுக்கமுள்ள சிறந்த மனிதர்களை இந்த விடுதி உருவாக்குகிறது என்ற வாசகம் பெரிய எழுத்தில் இருந்தது.

பாடசாலைகளும் விடுதிகளும் இந்த உலகில் மிக மோசமான அடக்குமுறைக் கருவிகள். மனிதர்களின் சுயமான சிந்தனைகளை கருவறுத்து அதிகாரத்திலிருக்கும் அரசு எப்படியான மனிதர்கள் வேண்டுமென்று நினைக்கிறார்களோ அவர்களை அடக்குமுறைகொண்டு உருவாக்கும் மர்மமான நிறுவனங்கள் என்பதை அவளின் அனுபவங்களிலிருந்து பிற்காலங்களில் உணர்ந்து கொண்டாள். மனிதர்களை மேம்படுத்தும் ஒன்றாக அவள் கல்வியை ஒருபோதும் கருதியதில்லை. மனிதர்களின் சிந்தனையை நலமடிக்கும் தந்திரோபாயங்களைச் செய்யும் அடக்குமுறை நிறுவனம் என்றே புரிந்துகொண்டிருக்கிறாள். கல்வியாளர்களைப் பார்த்தால் அவளுக்கு மரியாதை வருவதில்லை. எதோ ஒரு அதிகார மையத்திற்கு சேவகம்செய்யும் ஊழியர்களைப் போன்றே தோற்றமளிக்கும். இதுவும் ஒருவகை ராணுவ செயற்பாடுபோல்தான் அவளுக்குத் தோன்றும். விடுதிகளைப் பார்த்தால் மாபெரும் சிறைச்சாலைகளைப் போன்றே தோன்றும். மனிதர்கள் இந்த இரண்டு நிறுவனங்களும் மனிதர்களை மேம்படுத்துகிறது. அறிவை உற்பத்திசெய்கிறது

என நம்பவைக்கப்பட்டிருக்கிறார்கள் என்றே எண்ணத்தோன்றும். தான் கற்ற கல்வியையோ, விடுதிகளின் ஒழுங்கு முறைகளையோ எப்போதும் பெருமையாக கருதியதே இல்லை. அவற்றைப் பயன்படுத்திக்கூட தனது வாழ்வியலுக்கான வருமானத்தை ஈட்டிக்கொள்ள விரும்பியதுமில்லை. அவளின் கடந்தகால அனுபவங்களிலிருந்து தன்னேட்சியாக கற்றுக்கொண்ட விசயங்களையே தனது வேலையிடங்களில் கூட அதிகம் பயன்படுத்துவாள். குடும்பம், இராணுவம் போன்றவைதான் மோசமான அடக்குமுறைக் கருவிகள் என்கிறார்கள். அதிகார அடக்குமுறை சாதனங்கள் என்கிறார்கள். ஆனால், இவை அனைத்தையும்விட பயங்கரமான அடக்குமுறைக் கருவிகள் கல்வி நிறுவனங்களும் விடுதிகளும்தான். அதைவிட மோசமானது அவற்றை உன்னதமான ஒன்றாக மக்களை நம்பவைத்திருப்பதுதான். இவற்றில் மாற்றங்கள் உருவாக்கப்படாமல் மனித விடுதலை சாத்தியமே இல்லை என்ற நிலைப்பாட்டிற்கு பின்னாட்களில் வருவதற்கு அவளின் சொந்த அனுபவங்களே சாட்சியாக இருந்தன.

மிக மோசமான சமூக அடக்குமுறை கொண்ட வதை முகாமை அவள் கிராமத்தில் சந்தித்த போதும், அவற்றையெல்லாம் தூக்கிச் சாப்பிடும் அளவு மாபெரிய அடக்குமுறைக் கருவிகளாக கல்வி நிறுவனங்களும் விடுதிகளும் செயல்படுகின்றன. அதுதான் உண்மை. ஆனால், அந்த உண்மையை மக்கள் அறிய முடியாமல் மறைக்கப்பட்டிருக்கின்றனர்.

பாடசாலை முடிந்து விடுதிக்கு வந்ததும் திட்டமிட்ட நிகழ்ச்சி நிரல்கள் அவளுக்கு முன்னே இருந்தன. அவற்றுக்கிடையே சிறிது நேரம் விளையாடவும் அவகாசமிருந்தது. எல்லாப் பிள்ளைகளும் விடுதியின் சட்டங்களுக்கும் நிகழ்ச்சி நிரலுக்கும் உட்பட்ட விளையாட்டுக்களை விளையாடிக்கொண்டிருந்தனர். தாயத்தின்னி அவை எவற்றிலும் பங்குகொள்ளவில்லை. இந்த விளையாட்டு நேரம்தான் ஒப்பீட்டளவில் சுதந்திரமாக இருக்க அந்த விடுதியில் வழங்கப்படும் நேரம். தாயத்தின்னி வெளியேறி வாசலுக்கு வந்தாள். வகுப்பறையில் இருந்து பார்க்கும்போது தெரிந்த மரங்களை நோக்கிச் சென்றாள். ஒவ்வொரு மரமாக தடவிக்கொண்டும், கிளைகளை அசைத்துக்கொண்டும் தனது

தாயத்தின்னி | 145

ஏக்கங்களை பகிர்ந்துகொள்ளவும் தனது கதைகளை சொல்லவும் இடந்தருகிறதா என சோதித்துக்கொண்டிருந்தாள். அந்த விடுதி வளாகத்திற்குள் நிற்கும் மரங்கள் கூட ஏதோவொரு சட்டதிட்டங்களுக்கு கட்டுப்பட்டவை போலும், நிகழ்ச்சி நிரலுக்கு இயங்குபவைபோலும் தாயத்தின்னிக்குத் தோன்றியது. அந்த விடுதியில் மணி அடிப்பதற்கு நேரகாலம் இருப்பதைப் போன்றுதான், காற்றும் வந்துபோவதற்கு நேரகாலம் இருக்கிறதோ என்னவோ காற்றையும் காணவில்லை என சலித்துக்கொண்டாள். ஒரு அலறிமரத்தின் கிளையில் அமர்ந்துகொண்டு வீதியைப் பார்த்துக்கொண்டிருந்தாள். தன்னை மீட்டுச் செல்ல யாராவது வரமாட்டார்களா என்ற ஏக்கம் அவளை நிறைக்கத் தொடங்கியது. நெடுநாட்களுக்குப் பிறகு மனம்விட்டு அழத்தொடங்கினாள். அந்த அழுகையைக் கூட சத்தமிட்டு செய்யமுடியாத அச்சம் அவளின் தொண்டையை இறுக்கிப்பிடித்தது. ஒரு இலையை ஆய்ந்தாள் அதிலிருந்து பால் ஒழுகத்தொடங்கியது. சட்டையில் பட்டுவிடாமல் தொலைவில் எறிந்தாள். எறியும் போது சில துளிகள் அவளது கைகளில் தெறித்துவிட்டன. அதைத் துடைத்துவிட்ட போதும் சில நாட்களின் பின் அந்த இடங்களில் புண் ஏற்படத் தொடங்கியது.

கிராமத்தில் இருக்கும்போது தன்னை யாராவது மீட்டுச்செல்ல வரமாட்டார்களா என்ற ஏக்கம் அவளுக்குள் உருவானதில்லை. ஒவ்வொரு நாளும் விளையாட்டுக்கான நேரத்தில், அவள் மட்டும் சீரியசான ஒரு துயரத்தில், அந்த அலறி மரத்தில் ஏறியமர்ந்து வீதியைப் பார்த்தபடி தன்னை மீட்டுச்செல்ல யாராவது வரமாட்டார்களா என்று அழுவதே அவளுடைய விளையாட்டாக மாறிப்போய்விட்டது.

மணி அலறும் சத்தம் காதுகளை அடைந்தது. குண்டு வெடிப்பதைப் போன்ற ஒரு பதட்டம். அந்த விடுதியில் ஏனைய நேரங்களில் ஒலிக்கும் மணியோசை அவளுக்கு ஒரு பொருட்டே இல்லை. மரத்திலிருந்து இறங்கிய தாயத்தின்னி மரத்தை ஒரு முறை ஆழமாக பார்த்துக்கொண்டாள். அவளுடைய கதைகளைக் கேட்கும் விருப்பத்தை வெளிக்காட்டும் எந்த சமிக்ஞையையும் அந்த மரம் வெளிப்படுத்தவில்லை. கண்பெரட்டி காளியின் அறைப்பக்கம் பார்வையை ஓடவிட்டாள். ஜன்னல் கம்பிகளைப்

பிடித்தபடி காளி தாயத்தின்னியை நோக்கி கண்களை உருட்டிக் கொண்டிருந்தது. வேகமாக நடந்து விடுதியின் தனது பகுதிக்கு வந்துவிட்டாள். தும்பு மெத்தையில் அமர்ந்துகொண்டு யோசிக்கத் தொடங்கினாள்.

கோவில் கிணற்றுக்குள் கையடித்து தனது அம்மை துடிக்கும் காட்சி மனதிற்குள் வந்தது. நாய் குரைத்தபோதும் அதன் சத்தம் தாயத்தின்னியின் மனதிற்கு இன்று கேட்கவில்லை. தனது தாயைப்போலவே தனது கதைகளையும், துயரம் நிரம்பிய ஏக்கங்களையும் மனதிற்குள் புதைத்து மண்ணள்ளிப்போட்டு மூடிவிட தாயத்தின்னி விரும்பவில்லை. தனது கதைகளைக் கேட்பதற்கென்றிருந்த மூன்று கிளை மரமும் செத்துப்போயிருந்து. விடுதியிலுள்ள எந்த மரமும் தனக்கு நெருக்கமாக இருப்பதைப் போன்று மனம் உணரவில்லை. என்னதான் செய்வது கதைகளை தனக்கு தெரிந்த வழிகளில் எழுதிப் பதிவு செய்ய முடிவு செய்தாள். தாள்களில் எழுதி புதிய பூட்டூசிகளால் இணைத்து அம்மையின் ரங்குப் பெட்டிக்குள் அடுக்கத் தொடங்கினாள். நமது வாழ்நாளில் துணையாக இந்த ரங்குப் பெட்டியும், இந்தக் கதைகளும்தான் கூட வரும் என நம்பத் தொடங்கினாள். ஆனால், பென்சில் முடிந்தால் என்ன செய்வதென்ற பயம் தொற்றிக்கொண்டது. அதற்கும் மாற்றுவழியைக் கண்டுபிடித்தது அவளுடைய விஞ்ஞான மூளை. விடுதியிலுள்ள பிள்ளைகளுக்கு வேலை செய்து கொடுப்பது அதற்குப் பகரமாக பென்சிலை வாங்கிக்கொள்வது என முடிவெடுத்தாள். அன்றிலிருந்து ஆடைகள் துவைப்பது, துணிகளை காயப்போட்டு காய்ந்த பிறகு எடுத்துவந்து மடித்துக்கொடுப்பது, சாப்பிட்ட ஏனங்களை கழுவுவது, விடுதியின் நிகழ்ச்சி நிரலின் படி அவர்கள் அறையை கூட்டிச் சுத்தம் பண்ணும் வேலைகளை தாயத்தின்னியே செய்வதென்று கடூழிய உழைப்பில் இறங்கினாள். இந்த ஊழியம் அவளுக்கு வலிகளைத் தரவில்லை. இதற்கும் ஏற்கனவே கிராமத்தில் கடூழியம் செய்து பழக்கப்பட்ட வழிமுறையிருந்தது. கிராமத்தில் செய்த வேலைகளைப் போன்று இவை எதுவும் கடினமானதில்லை.

இங்கு ஒரு வேலைக்காரியைப்போல் மாறிவிட்ட தாயத்தின்னியின் செயல்கள் அந்த விடுதியெங்கும் ரகசியமாகப்

பரவியிருந்தன. அனைவரும் ஆள்மாறிஆள் என இவளை வேலைக்கு வைத்துக்கொண்டனர். இதற்குப் பகரமாக தங்களைப் பார்க்கவரும் பெற்றோர்களிடம் பென்சிலும் அதைத் தீட்டும் கட்டர்களையும் வாங்கிவரச் சொல்லத் தொடங்கினர். பெற்றோர்களோ தமது பிள்ளைகள் கடுமையாகப் படிக்கின்றனர். அதனால்தான் பென்சில் சீக்கிரமே ஒழிந்துவிடுகிறது என நம்பத் தொடங்கினர். இது கூட பெற்றோர்களை ஏமாற்றும் ஒருவகை மோசமான தந்திரோபாயம்தான். தாயத்தின்னிக்கு ஏமாற்றத்தான் யார் இருக்கிறார்கள்? அனைத்து இடங்களிலும் ஏமாற்றப்படுபவளாகவே அவள் இருக்கிறாள். சிலர் வேலைகளை செய்வித்துவிட்டு பென்சில் கொடுக்காமல் போனவர்களும் உண்டு. இதை அவள் யாரிடம் சொல்லுவாள்? சொன்னால் இந்த தவறான நடைமுறைக்கு தயாத்தின்னிதானே தண்டிக்கப்படுவாள். அதனால் அனைத்தையும் பொறுத்துக்கொண்டாள். கிடைப்பதே பெரிது என பென்சில்களைப் பாதுகாக்கத் தொடங்கினாள். சில பிள்ளைகள் இவளின் ரங்குப் பெட்டியில் பாதுகாத்து வைத்திருக்கும் பென்சில்களைத் திருடி மீண்டும் அவளிடம் வேலை வாங்கிவிட்டு கொடுப்பதும் நிகழ்ந்தது. தாயத்தின்னிக்கு பென்சில்கள் திருட்டுப்போவது பற்றி கவலையில்லை. ஆனால், தான் எழுதி வைக்கும் கதைகள் திருட்டுப்போனால் என்ன செய்வதென்ற அச்சம் உருவானது. பென்சிலுக்குப் பதிலாக ஒரே ஒரு முறை ஒரு பூட்டையும் திறப்பையும் வாங்கிக்கொண்டாள். அந்த ரங்குப் பெட்டியை பூட்டி தனது ஜங்கிக்குள்ளே திறப்பை வைத்து பாதுகாத்துக்கொண்டாள்.

கதையை எழுதும் பென்சிலைவிட பூட்டூசியின் மீதே தாயத்தின்னிக்கு அதிகமான விருப்பம் இருந்தது. கதைகள் எழுதப்பட்ட தாள்களை இணைத்திருப்பதும் ஒரு காரணம். சுவிஸுக்குப்போன பிறகு அவளின் வீடு முழுக்க விதம்விதமான பூட்டூசிகளை வாங்கி வைத்திருக்கிறாள். அவளின் வீட்டில் சேகரித்துவைக்கப்பட்டிருக்கும் அனைத்துக் கலைப்பொருட்களும் விதம்விதமான பூட்டூசிகள் மாத்திரம்தான். பூட்டூசிகளை அதிகம் விரும்புவதற்கு அவளுக்கு இருக்கும் பிரதானமான காரணம், அவளை பல இடங்களில் பாதுகாத்த பெரும் ஆயுதமும் அதுதான். ஆண்கள் கிட்ட நெருங்கி ஏதாவதொரு

அசௌகரியத்தை ஏற்படுத்த முற்பட்டால் அந்தப் பூட்டூசியால் குத்திவிட்டே தப்பித்திருக்கிறாள். முதன் முதலாக இந்த விடுதியில்தான் அதை ஒரு ஆயுதமாக உணர்ந்துகொண்டாள். அதைப்பாவித்ததும் இந்த விடுதியில்தான். அந்த விடுதியில் கேன்டீன் வைத்திருந்த ஒரு நல்லமனிதர் ஆதம் காக்கா. ஆனால், அவரும் ஒரு பொழுது கெட்டமனிதராக மாறிக்கொண்டார். அவரிடமிருந்து தப்பிப்பதற்கே முதன் முதலாக பூட்டூசியை ஆயுதமாக பாவித்திருந்தாள். அதனால், தனித்திருக்கும் தனக்கு மிகநெருக்கமான பாதுகாவலராக, தன்னை ஆபத்திலிருந்து காப்பாற்றும் ஆயுதமாக அந்தப் பூட்டூசியே பயன்பட்டது. ஆண்களிடமிருந்து மட்டுமல்ல, விடுதியிலுள்ள பல அக்காக்களிடமிருந்தும் காப்பாற்றியிருக்கிறது. கண்பெரட்டிக் காளியிடமிருந்தும் ஒருமுறை காப்பாற்றியிருக்கிறது. நான் பூட்டூசியால் குத்தினேன் என்று இதுவரை அவர்களுக்குத் தெரியாது. அவர்கள் கைகளால் அடிக்கும்போது திறந்திருந்த பூட்டூசி தற்செயலாக அவர்களின் கைகளில் குத்தியது என்றுதான் இன்றுவரை நம்பிக்கொண்டிருப்பார்கள். அதுவல்ல உண்மை.

தனது கதையின் முதலாவது பகுதியை எழுதியபோது மூன்று தாள்களை நிரப்பியிருந்தது. எனது எழுத்துக்கள் அப்போது போளை போளையாக பெரிதாக இருக்கும். இன்று அவற்றை எழுதுவதாக இருந்தால் ஒருபக்கம் கூட அதிகம். அந்த மூன்றுதாள்களையும் இணைத்து பூட்டூசியில் கோர்த்துவிட்டு ரங்குப் பெட்டியை மூடியபோது மனசு இலேசாகியிருந்தது. கதைகளை எழுதினால் அனைத்து துயரங்களும், வலிகளும் மனதிலிருந்து இறங்கிவிடும் என்பதை அன்று உணர்ந்தாள். அன்றிலிருந்து கொஞ்சம் கொஞ்சமாக எழுதத் தொடங்கினாள். எழுதியதும் உடல் காற்றைப்போல் ஆகி அந்த விடுதிக்குள் மிதக்கத் தொடங்கினாள். உள்ளூர ஏதோ ஒரு அற்புத உலகில் வாழ்வதைப் போன்றிருந்தது. உடனே தூங்க வேண்டும் போலிருந்தது. ஆனால், விடுதியின் விதிகள் எப்போது அறையின் மின்குமிழை அணைக்க வேண்டும் என சட்டமிருந்தது. வெளிச்சத்தை கடக்க வேண்டும். அதிலிருந்து தப்பிக்க வேண்டும். ரங்குப் பெட்டி பூட்டப்பட்டிருக்கிறதா என சரிபார்த்துவிட்டு தலையணையை எடுத்து முகத்தை மூடிக்கொண்டு தும்பு

மெத்தையில் தலைபுதைத்தாள்.. தூக்கம் போகவே இல்லை. மூன்று கிளை மரம் கிராமத்திலிருந்து தனது கிளைகளால் நீண்டு வந்து விடுதியின் ஜன்னல் வழியே நுழைந்து அவள் சொல்லச் சொல்ல அவளின் கதைகளைக் கேட்டுக்கொண்டிருந்தது. எப்போதோ பெய்த மழையின் துளிகளை சேகரித்துவைத்து அவளுக்காக அழுதுகொண்டிருந்தது. கிணற்றைச் சுற்றி நாய் குரைத்தபோதும் சப்தங்கள் எழவில்லை. தாயத்தின்னியின் அம்மைக்கு நகரம் கொடுத்த எந்த பரவசத்தையும், சுதந்திர உணர்வையும் தாயத்தின்னிக்கு கொடுக்கவில்லை. தனது கனவிற்குள்ளே தானே இறங்கி விளையாடிக்கொண்டிருந்தாள் தாயத்தின்னி. அந்தக் கனவுள்ளேயே அவளுடைய ரங்குப் பெட்டியும் ஒரு மூலையில் கிடந்தது.

ooo

குகை ஓவியம்

விடுதியைச் சுற்றிப் பார்க்கிறாள் தாயத்தின்னி. உயர்ந்த கற்சுவர்கள். கிராமத்தில் இருந்ததைப் போன்று வெளியே செல்ல முடியாதபடி அடைக்கப்பட்டிருப்பதை ஆழமாக உணர்கிறாள். இதை அவள் மனதால் ஏற்க முடியாதுள்ளது. அனைத்து செயல்களும் நிகழ்ச்சி நிரலின்படி ஒருவகை செயற்கைத் தனமான கட்டுப்பாடுகளினுள் சிக்கிவிட்டதைப் போன்றுள்ளது. கிராமத்திலிருந்த சிறிய சுதந்திரம் கூட அவளிடமிருந்து பறிபோய்விட்டதைப் போன்று உணரத்தொடங்கிவிட்டாள். எப்படியாவது இங்கிருந்து தப்பிச் செல்ல வேண்டுமென்ற உணர்வுகள் மேலெழுந்து தாயத்தின்னியை ஆட்டிப் படைக்கத் தொடங்கிவிட்டது. கற்களால் கட்டப்பட்ட கட்டிடங்களுக்குள் அடைக்கப்பட்டு தனித்துவிட்டதைப்போன்று உணர்ந்தாள். விடுதியிலுள்ள ஏனைய பிள்ளைகளுக்கு இப்படியான உணர்வுகள் ஏதுமற்றிருப்பதை அறிந்து ஆச்சரியமாக இருந்தது. அவர்கள் கட்டுப்பாட்டுக்கு பழகிவிட்டனர் என்பதுபோல் தோன்றியது. மனம் அதிக நெருக்கடியைச் சந்திக்கும் போதெல்லாம் மனதிற்குள் பதுக்கிவைத்திருந்த கிணற்றை வெளியே எடுத்து, கிணற்றுக்கொட்டில் இரண்டாக மாறி எதிரெதிரே இருந்து கதைத்துக்கொள்வது வழக்கம். இந்த நெருக்கடியான மனநிலைக்கு அதுவே தீர்வு என யோசித்த தயாத்தின்னி அம்மை விழுந்து செத்த அந்தக் கிணற்றை மனதிற்குள்ளிருந்து வெளியே எடுக்கத் தொடங்கினாள்.

மனதிற்குள்ளிருந்த கிணறு வெளியே வரவில்லை. எவ்வளவு முயற்சித்த போதும் வராமல் மனதின் ஆழத்திலேயே கிணறு இருந்தது. அவளால் முடிந்த வகையில் எல்லாம் கற்பனை செய்தும் கிணற்றை வெளியே கொண்டு வர முடியவில்லை. உடைந்தே போனாள். வெளியேற முடியாத ஏதோவொரு பயங்கரமான இடத்தில் சிக்கிவிட்டதைப் போன்று உணரத்தொடங்கினாள். மனதிற்குள் ஆழத்தில் இறங்கிவிட்ட கிணற்றை நோக்கி நடந்துசென்றாள். கிணற்றை எட்டிப்பார்த்தாள். கிணற்று

நீரில் கைகளை அடித்து அடித்து காப்பாற்றச் சொல்லும் ஒரு பெண் படும் அவதியைக் காண்கிறாள். தண்ணீரில் அந்தப் பெண் கைகளால் அடிக்கும் ஒலி பேரோசையாக எழுந்து மேலே வருகிறது. கிணற்றைச் சுற்றி குரைக்கும் நாயின் சத்தம் தாயத்தின்னியின் மனதிற்கு கேட்கவில்லை. அந்தப் பெண்ணின் உருவத்தை உற்றுக் கவனிக்கிறாள். தனது அம்மை விழுந்து செத்த கிணற்றினுள் கிடந்து காப்பாற்றச்சொல்லி கதறிக்கொண்டிருப்பது லிலித். அதாவது தாயத்தின்னியின் மற்றுமொரு பருவத்தின் உடல். இன்னும் துல்லியமாக உற்றுக் கவனிக்கிறாள். அந்த உருவம் இரைந்து தாயத்தின்னியை காப்பாற்றச் சொல்லிக் கதறுவதைப் பார்க்கிறாள். அப்படித்தான் தாயத்தின்னிக்குத் தோன்றுகிறது.

சட்டென்று சுதாகரித்துக்கொண்டு, மனதிற்குள் இருக்கும் கிணற்றை விட்டு விலகிச் செல்கிறாள். தலையை ஊன்றிச் சிலுப்பி மனதிலிருந்து வெளியே வருகிறாள். விடுதி தெரிகிறது. அந்த விடுதியின் நுழைவாயிலில் இருக்கும் அலறி மரத்தின் கிளைகளில் உட்கார்ந்திருக்கிறாள். மரக்கிளையில் இருந்தபடியேதான் தாயத்தின்னியின் பயணம் மனதிற்குள்ளிருந்த கிணற்றடிக்கு அழைத்துச் சென்றிருக்கிறது. இந்த விடுதியில் தான் சிக்கிக்கொண்டதைப் போன்றுதான் தனது அம்மையும் கோவில் கிணற்றில் சிக்கியிருக்க வேண்டும். அம்மைக்கு கிணற்றிலிருந்து வெளியேற வழிகள் தெரியாது போயிருக்கலாம். தான் அம்மையைப்போன்று சிக்கிவிடக்கூடாது என்பதில் பிடிவாதமாக இருந்தாள். எப்படியாவது விடுதியிலிருந்து தப்பிச் செல்ல வேண்டும். அதற்கான தந்திரோபாயங்களை உருவாக்க வேண்டும் என நினைத்துக்கொண்டாள். இன்று பாடசாலை இல்லை. சனி, ஞாயிறு தினங்கள் விடுமுறை நாட்களாக இருந்தன. ஆனால், அந்த விடுமுறை நாட்களிலும் பிள்ளைகள் என்ன செய்ய வேண்டும் என்ற சட்டதிட்டங்கள் அந்த விடுதியிலுண்டு. இருந்தாலும் ஓய்வு நேரங்கள் மற்றைய நாட்களைவிட சற்று கூடுதலாக இருந்தன. ஆடைகளைக் கழுவித்துவைக்க வேண்டுமென்ற எண்ணம் எழுந்தது. மரத்திலிருந்து இறங்கி விடுதியை நோக்கி நடக்கத் தொடங்கினாள். அப்போது ஒரு யோசனை வந்தது.

இந்த மரங்களில் அதிகமான பூக்கள் இருக்கின்றன. அவை ஒவ்வொரு நாளும் விழுகின்றன. அந்தப் பூக்களை யார் பொறுக்குகிறார்கள்? பொறுக்கி எங்கு கொண்டுபோகிறார்கள்? என சோதித்துக்கொண்டு மரத்தை திரும்பிப் பார்க்கிறாள். இவள் இறங்கிச் செல்லும்வரை காத்திருந்ததைப்போன்று சில அணில் பிள்ளைகளும், பூக்குடிச்சான் குருவிகள் சிலதும் அந்த மரத்தில் வந்து நின்றன. அவளிருந்த கிளையின் கொப்பில் பல வர்ணங்களைக்கொண்ட ஒரு ஓணாணும் நின்று தலையாட்டிக் கொண்டிருந்தது.

இந்தக் காட்சியைக் கண்டதும் கிராமத்தின் நினைவுகள் தாயத்தின்னிக்குள் விரிந்தன. கிராமத்தின் காட்சிகள் பசுமையாக அவளுக்குள் விரியும்போதெல்லாம் பாதகத்தியின் ஆக்கினைகள் நினைவுக்கு வந்து, கிராமத்திற்கு போகும் எண்ணங்களை துரத்தத் தொடங்கியிருந்தன. அதனால், தாயத்தின்னி நினைவுகளில் கூட பாதகத்தி வாழும் கிராமத்தை கற்பனை செய்வதில்லை. விறுவிறு என நடந்து சென்றவள் பாடசாலை யூனிபோர்ம்களை தூக்கிக்கொண்டு துவைக்கும் அறைக்குச் சென்றாள். அந்த விடுதியின் நிகழ்ச்சி நிரலில் ஆடை துவைப்பதற்கென்று கட்டளையிடப்பட்ட நேரமல்ல அது என்று தெரியும். இருந்தும் ஏதாவது வேலை செய்ய வேண்டும் என மனம் அவதிப்பட்டதனால்தான் விடுதியின் சட்டத்தை மீறி இந்த நேரம் ஆடைகளை துவைக்கச் செல்கிறாள். சட்டத்தை மீறியதால் பின்னர் கண்பெரட்டி காளியிடமிருந்து அடிவாங்கினாள் என்பது உண்மைதான். என்ன செய்வது? தனது மன உளைச்சலை எப்படிப் போக்குவது?

இந்த வெறுமையை நிறைக்கும் இனிமையான நினைவுகள் எதுவும் அவளுக்கிருக்கவில்லையே!

ஆடைகளை பச்சைத்தண்ணீரில் அலம்பிக்கொண்டாள். சோப்பை தேய்ப்பதற்கு அவளுக்குப் பயம். ஐம்பது சத நாணயக் குத்தியளவு சோப்பைத்தான் ஒரு வாரத்திற்கு பாவிக்க வேண்டும். அதற்குள் முடிந்துவிட்டாள் என்ன செய்வது என்ற அச்சம் இருந்தது. சட்டையைத் தூக்கி மேலும் கீழும் பார்த்தாள். அதிலிருந்த ஊத்தைகள் அவளுக்கு வெண்மையாகவே தெரிந்தது.

கமுக்கட்டை பார்த்தாள், அதில் வியர்வை தங்கிநின்று கறுத்துப்போயிருந்தது. தண்ணீரில் நனைத்து சோப்புக்கட்டியை உள்ளங்கையில் எடுத்து, சட்டையின் கமுக்கட்டு பகுதியை மட்டும் உள்ளங்கையிலிருந்த சோப்பில் உராய்ந்து தேய்க்கத் தொடங்கினாள். சோப்பை சட்டையில் தேய்க்கவில்லை. சட்டையின் ஊத்தை பட்ட இடத்தை சோப்பில் தேய்த்து அந்த ஊத்தையை அழிக்கத் தொடங்கினாள். ஊத்தை மங்கிமங்கி அழிந்துபோனது. என்றாலும், சட்டையின் மற்றைய பகுதிகளைவிட கமுக்கட்டு சற்று வெண்மை குறைந்திருந்தது. பரவாயில்லை என நினைத்துக்கொண்டு விடுதிக்கு வெளியே காயப்போடுவதற்குச் சென்றாள். அங்குதான் வெளியிலிருந்து விடுதிக்குள் பார்சல்களை எடுத்துக்கொண்டு ஆட்கள் வருவதை கவனித்தாள். அப்போதுதான், தெரிந்தது. விடுதியிலுள்ள பிள்ளைகளை பெற்றோர்கள் பார்ப்பதற்கு சனி மற்றும் ஞாயிறு தினங்களில் வருவார்கள் என்பதை அறிந்துகொண்டாள். ஒரு இனம் புரியாத உற்சாகம் மனதை தாக்கியது. தன்னையும் யாராவது பார்க்க வருவார்கள் என நினைத்துக்கொண்டு, ஓடோடிவந்து போட்டிருந்த சட்டையை மாற்றிவிட்டு உள்ளதில் புதியது என அவள் நம்பும் சட்டையொன்றை எடுத்து அணிந்துகொண்டு, தலையைக்கூட சீவிக்கொண்டு, சோக்குத் தூள்களால் செய்யப்பட்ட பவுடரையும் முகத்தில் தேய்த்தபடி, வரவேற்பறைக்குள் நுழைந்துவிட்டாள். நுழைந்து காத்துக் கொண்டிருந்தாள்.

தன்னைப் பார்ப்பதற்கு யாரும் வரவில்லை. எந்த பலகாரங்களையோ, தின்பண்டங்களையோ, சாப்பாட்டு பார்சல்களையோ அவளுக்கு யாரும் கொடுத்தனிப்பியுமிருக்க வில்லை. விடுதியிலுள்ள பிள்ளைகளின் முகத்தில் தெரிந்த மலர்ச்சியை கண்களால் பருகிக்கொண்டாள். அவர்களின் உணவுகளை உண்டும் மகிழ்வை மனதால் சாப்பிடத் தொடங்கினாள். இன்று மட்டுமல்ல, இந்த விடுதியில் வாழும் காலம்தோறும் எவரும் பிரத்தியேகமாக தன்னை பார்ப்பதற்கு வரப்போவதே இல்லை என்பதை அன்று தாயத்தின்னி உணரவில்லை. கற்பனைகூடப் பண்ணியதில்லை. என்றாவது ஒரு நாள் யாராவது ஒருவர் தன்னைத் தேடி வருவார் என்று

நம்பிக் கொண்டிருந்தாள். அதனால்தான், ஒவ்வொரு சனி ஞாயிறும் அந்த வரவேற்பறையில் ஒரு மணிநேரம் காத்திருக்கத் தொடங்கினாள். காலம் செல்லச் செல்ல அவளுடைய நம்பிக்கையின் வீரியம் குறைந்துகொண்டே போனது. காத்திருப்பதை தவிர்த்து விட்டு தனக்கான புதியதொரு நிகழ்ச்சி நிரலை உருவாக்கத் தொடங்கினாள்.

சனி, ஞாயிறு தினங்களில் நேரகாலத்தோடு எழுந்து சென்று நுழைவாயலில் நிற்கும் மரத்தில் ஏறி அமர்ந்துகொள்வாள். வீதியையே பார்த்துக்கொண்டிருப்பாள். வீதியின் மூலை முடுக்கெங்கும் தாயத்தின்னியின் கண்கள் அலைந்து திரிந்து உளவுபார்த்துக் கொண்டிருக்கும். தொலைவில் யாரும் வருவதைக் கண்டால் கூட போதும், சரியாக அவர்களை அடையாளம் கண்டு அவர்கள் யாருடைய பெற்றோர் என்பதை அந்தப் பிள்ளைகளிடம் வந்து சொல்லிவிடுவாள். இப்படிச் செய்வதால் அந்தப் பிள்ளைகள் பெற்றோர் கொண்டுவருவதில் கொஞ்சத்தை தாயத்தின்னிக்கு கொடுப்பார்கள். இப்படி தூதுவராக மாறி செயல்படத் தொடங்கினாள். அந்தச் செயலில்தான் விடுதியின் உணவுகளைத் தாண்டி சில உணவுகளை அவளால் உண்ண முடிந்தது. அந்தப் பிள்ளைகள் தரும் துண்டு உணவுகள் போதுமானதில்லை என்பது வேறு விசயம். அந்தப் பிள்ளைகள் அடுத்த வாரம் வரும்வரை அந்த தின்பண்டங்களை சேமித்து வைத்து இடைக்கிடை சாப்பிட்டுக்கொள்வர்.

அப்படி ஒருநாள் வந்த தின்பண்டங்களில் பணியாரத்தையும் பார்த்தாள். ஒரு துண்டை ஒரு பிள்ளை தாயத்தின்னிக்கு கொடுத்திருந்தாள். அந்த பணியாரத்துண்டை தாயத்தின்னி சாப்பிட விரும்பவில்லை. தனது அம்மையின் வாழ்வை புரட்டிப்போட்டது பணியாரம்தான் என்பதை அறிந்திருந்தமையால் அதைச் தான் சாப்பிடக்கூடாது என்று முடிவெடுத்தாள். வாழ்வின் மிகச் சிக்கலான திசையை பணியாரம் காட்டிவிடும் என்றும், தனது வாழ்வை நிலையானதொரு அழிவுக்குள் தள்ளிவிடும் என்றும் நம்பினாள். அதற்காக அந்தப் பணியாரத்தை தூக்கி வீசிவிடவுமில்லை. தனது அம்மையின் நினைவாக தன்னிடமுள்ள கண்ணுக்குத்தெரிந்த ரங்குப் பெட்டியினுள் ஒளித்து வைத்துக்கொண்டாள். பல மாதங்களுக்குப் பிறகு அந்த

ரங்குப் பெட்டியிலிருந்து துர்நாற்றம் எழுந்த போதுதான் அந்தப் பணியாரத்துண்டை எடுத்து மனமில்லாமல் வெளியே வீசினாள். அவளுக்கு பணியாரம் கடுமையாகப் பிடிக்கும். ஆனால், அவள் சாப்பிடவே மாட்டாள். இன்றுவரை பணியாரத்தைக் கண்டால் ஒன்றை வாங்கிக்கொள்வாள். அது கெட்டு துர்நாற்றம் வீசும்வரை பாதுகாத்து வைத்திருப்பாள் பின்னர் தூக்கி வீசிவிடுவாள். ஒருபோதும் சாப்பிடமாட்டாள்.

அந்த பாடசாலையில் உள்ள கேண்டீன் பக்கம் அடிக்கடி போவாள். அதிலுள்ள பொருட்களை எல்லாம் இன்ரவெல் முடியும்வரை பார்த்துக்கொண்டே அங்குமிங்கும் நடந்து திரிவாள். எதையும் வாங்கியதில்லை. வாங்குவதற்கு பணம் வேண்டும். அது அவளிடமில்லை. இந்தச் செயல்பாட்டை அவதானித்துக் கொண்டிருந்த ஆதம் காக்கா, ஓம் ஓம் அந்தக் கேண்டீனின் முதலாளி, தாயத்தின்னியைக் கையால் கூப்பிட்டு, தான் சாப்பாட்டுக்குப் போய்வரும்வரை கேன்டீனை பார்த்திருக்கச் சொல்லுவார். அந்த இடைவெளியில் தாயத்தின்னி சில தின்பண்டங்களை வியாபாரம் செய்து காசை வைத்திருப்பாள். கடைசியில் ஒரு பொரித்த வடைப்பருப்பு பக்கட் ஒன்றைக் கொடுப்பார். எடுத்துக்கொண்டு வந்துவிடுவாள். கிராமத்திலிருக்கும்போதும் உழைத்துத்தான் அவள் சாப்பிட்டாள். விடுதிக்கு வந்ததும் உழைத்துத்தான் சாப்பிடத் தொடங்கினாள். உழைத்து சாப்பிடும்போது அவளுக்குள் ஏற்படும் பெரிமிதமும், திமிரும் அலாதியானது. இந்த உழைப்பே நீண்டநாள் தொடர்ந்தது. இந்தத் தொழில் திடீரென இல்லாது போகுமென்று அவளுக்குத் தெரியாது. ஒரு நாள் ஆதம் காக்கா தனது வீட்டுக்குத் தாயத்தின்னியை அழைத்துச்சென்றார். அவளைப் பற்றி வீட்டிலுள்ள அனைவருக்கும் அறிமுகப்படுத்தி வைத்தார். வீட்டிலுள்ள அனைவரும் தங்கள் பிள்ளைபோலும், சகோதரிபோலும் நடத்தினர். குடும்ப உறவு இத்தனை இன்பமானதா என தாயத்தின்னி ஆச்சரியப்பட்டாள். இது அவளுக்குப் புதியதொரு அனுபவம்.

பெரிய ஒரு சில்வர்தட்டு வந்துவைக்கப்பட்டிருந்தது. "சுக்ரா" என்று சொல்லி பெரியதொரு பொலித்தீன் விரிக்கப்பட்டிருந்தது. அந்த பெரிய தட்டை "சஹன்" என அழைத்துக்கொண்டனர்.

அந்த சஹனைச் சுற்றி அனைவரும் உட்கார்ந்து கொண்டனர். ஆதம் காக்காவின் மனைவி தலையில் முந்தானையை எடுத்து போட்டுக்கொண்டு சோறு கறிகளை கொண்டு வந்து சஹனில் கொட்டினார். ஆதம் காக்காவின் பெண்பிள்ளைகளும் தலையில் ஏதோ ஒரு சீலையைப் போட்டுக்கொண்டனர். என்ன செய்வதென்று தெரியாமல் தாயத்தின்னி தடுமாறினாள். அவளுடைய தலையில் சீலையைப் போடுமாறு யாரும் சொல்லவில்லை. தன்னைப் புறக்கணிக்கிறார்களோ என்ற எண்ணம் தாயத்தின்னியின் மனதில் சட்டென்று தோன்றியது. “சாப்புடும்போது தலையில் சீலை போடுறது எங்கட மத பழக்கம். அதாலதான் உனக்கு தலையில போடசீல தரல்ல” என்றார் ஆதம் காக்காவின் மனைவி. ஆனால், தாயத்தின்னிக்கு எல்லோரும் சமமாக இருக்கணும் போன்ற உணர்வு எழுந்தது. தானும் ஒரு சீலையை கேட்டு வாங்கி தலையில் போட்டுக்கொண்டாள்.

சஹன் என்று அழைத்த அந்த பென்னம்பெரிய தட்டு நிரம்ப மஞ்சள்சோறும் கறியும் நிறைந்திருந்தது. அதிலிருந்து ஒரு மென்மையான சுகந்தம் வீசிக்கொண்டிருந்தது. தட்டின் நடுவே சரியாக ஒரு பெரிய பொரித்த கோழிவைக்கப்பட்டிருந்தது. எல்லோரும் வளைத்திருந்து சாப்பிடத் தொடங்கினர். தாயத்தின்னி சற்றுத் தயங்கியபடி பார்த்துக் கொண்டிருந்தாள். அவளையும் சாப்பிடச் சொன்னார்கள். அள்ளி அள்ளி சாப்பிட்டுக் கொண்டிருந்தாள். இடையிடையே கோழி இறைச்சியைப் புட்டு வாய்க்குள் வைத்துக்கொண்டாள். சாப்பிடும் வேளைகளில் அவர்கள் அனைவரும் தங்கள் கைவிரல்களை சூப்பி அதில் அப்பியிருந்த சோறு கறிகளையும் வாய்க்குள் எடுத்துக்கொண்டனர். வெளியே ஒரு பருக்கை சோறு கூட சிந்தக் கூடாது. கவனமாகச் சாப்பிடவேண்டும் என்று ஆதம் காக்கா அனைவருக்கும் சொல்லிக்கொண்டிருந்தார். குறியிடப்பட்ட பீங்கானில் கோழிக்கு உணவு வைப்பதுபோல் அள்ளி வைத்து, கோழிக் காலையடிக்கு சாப்பிடுவதற்கு பாதகத்தி துரத்திவிடும் காட்சியே நினைவுக்குள் வந்துகொண்டிருந்தது தாயத்தின்னிக்கு. கண்களிலிருந்து சாரை சாரையாக தண்ணீர் கொட்டிக்கொண்டிருந்தது. “என்ன புள்ள கடுமையாக உறைக்குதா” என ஆதம் காக்காவின் மனைவி விசாரித்தாள். ஓம் என்பதுபோல் தாயத்தின்னி தலையை

தாயைத்தின்னி | 157

ஆட்டினாள். ஆனால், தாயத்தின்னி அழுவது அவளின் கடந்த காலத்தை நினைத்து என்பதை அங்கு யாரிடமும் தாயத்தின்னி வெளிப்படுத்தவில்லை. சாப்பாடு முடிந்ததும், எல்லோரும் "அல்ஹம்துலில்லாஹ்" என்று சத்தமாகச் சொன்னார்கள். அது ஏன்னென்று தெரியவில்லை. பின்னர் ஒரு கப்பில் வட்டிலப்பம் வந்தது. சாப்பிட்டுவிட்டு விடுதிக்கு கூட்டிவந்து விட்டார் ஆதம் காக்கா. இந்த நிகழ்ச்சி விடுதியிலுள்ள யாருக்கும் தெரியாது. தாயத்தின்னி சொல்லவும் இல்லை. இது வெள்ளிக்கிழமைகளில் எப்போவாவது நடக்கும்.

அன்றிலிருந்து தாயத்தின்னி ஒரு அப்பாவைப் போன்று ஆதம் காக்காவை பார்க்க தொடங்குவதற்கு அடித்தளமாக அமைந்தது. ஆதம் காக்காவின் கேண்டீன் அவளுடையதைப் போன்று ஒரு உணர்வு அவளுக்கு ஏற்பட்டிருந்தது. இந்த நெருக்கமான உறவு விடுதி எங்கும் பரவியிருந்தது. விடுதியின் காவலராக இருந்த கண்பெரட்டிக் காளிக்குக் கூட தெரிந்திருந்தது. என்னதான் காளி கடும் கட்டுப்பாடும் அதிகாரமும் நிறைந்த ஒருவராக இருந்தபோதும், எனக்கு யாருமே இல்லை என்பதை அறிந்திருந்தாள். அதனால் அவளுடைய மனசில் ஓரளவு ஈரம் இருந்திருக்கிறது என்று நினைத்தாள். ஆதம் காக்காவின் உறவு பற்றி எதுவும் பேசவில்லை. அவர் மதப்பற்றுள்ள மிக நேர்மையான மனிதர் என்று அந்த விடுதி முழுக்க அனைவரும் பேசிக்கொள்வார்கள். தாயத்தின்னிக்கு ஒரு உறவாவது ஆறுதலாக இருக்கட்டுமே என கண்பெரட்டிக்காளி விட்டுவிட்டாள். தாயத்தின்னிக்கும் அது வாய்ப்பாக அமைந்துவிட்டது.

இப்படித்தான் ஒருநாள் ஆதம் காக்கா பகலுணவுக்கு வீட்டுக்குப் போகவில்லை. தாயத்தின்னியும் கேண்டீனுக்குள்தான் இருந்தாள். மொட்டை மாடியைக் காட்டி அங்கு வா ஒரு சாமான் தருகிறேன் என அழைத்தார். தாயத்தின்னியும் பின்னால் போனாள். மொட்டை மாடிக்குப் போனதும், ஆதம் காக்காவின் முகம் ஏதோ பதட்டத்திலிருந்தது. இடது கையால் சாறனுக்குள் இருந்த ஒன்றை கசக்கியபடி தாயத்தின்னியின் நெஞ்சில் மென்மையாக குவிந்திருந்த சதையை தடவத்தொடங்கினார். தாயத்தின்னி நெளிந்தாள். கைகளை விலத்திவிட்டாள். ஆதம் காக்காவின் சாரணை ஒரு

உல்லுக்கம்பு தள்ளிக்கொண்டு நிற்பதைப்போன்று இருந்தது. தனது நெஞ்சிலிருந்த ஆதம் காக்காவின் கைகளை விலத்தி விலத்திவிட்டு அங்கிருந்து வெளியேற முயன்றாள். அவரின் கைகள் இறுக்கமாக தாயத்தின்னியைப் பிடித்துக்கொண்டது. ஏதும் செய்யமுடியாத தாயத்தின்னி சட்டையில் மாட்டியிருந்த பூட்டூசியைக் கழற்றி ஆதம் காக்காவின் கைகளில் மூச்சிப்பிடித்து குத்தத் தொடங்கினாள். எத்தனை குத்தென்றே அவளுக்கு நினைவில்லை. உதறியபடி கைகளை விலத்திக்கொண்டார் ஆதம் காக்கா. அந்த இடைவெளியில் தப்பியோடிவந்த தாயத்தின்னி வகுப்பறைக்குப் போகாமல் விடுதிக்கே வந்துவிட்டாள். வந்து தும்பு மெத்தையில் சரிந்து கிடந்தாள். அன்பும் இரக்கமும் மதநம்பிக்கைகளும் நிறைந்திருக்கும் மனமாக இருந்தபோதும், அதற்குள்ளும் ஒரு வக்கிரம் இருக்கத்தான் செய்கிறது என்பதை உணர்ந்தாள்.

அன்பு என்பது வன்முறையை நிகழ்த்துவதற்கு பாவிக்கப்படும் ஒரு கருவிதான் என நினைத்துக்கொண்டாள்.

இரக்கம், கருணை என்பவை கூட, ஒருத்தரின் மீது அதிகாரம் செலுத்துவதற்கு பயன்படும் ஆயுதங்கள்தான் என நினைத்துக்கொண்டாள். இதுவரை கருணை வடிவாகத் தெரிந்த ஆதம் காக்கா ஒரு பிசாசைப்போன்று மனதிற்குள் வரத்தொடங்கினார். இடைவேளைக்குப் பிறகு வகுப்பறைக்கு ஏன் வரவில்லை என கேட்ட கண்பெரட்டி காளிக்கு தலைவலி என சொல்லிக்கொண்டாள். அதன் பிறகு கேண்டீன் பக்கம் தாயத்தின்னி போவதே இல்லை. தொலைவில் நின்று பார்த்துவிட்டு திரும்பிவிடுவாள். ஆதம் காக்காவும் கடைக்கண்ணால் பார்த்துவிட்டு தலையை கவிழ்த்து தனது வியாபாரத்தில் மூழ்கிவிடுவார். ஆதம் காக்காவுக்கு தாயத்தின்னி எங்கே இந்தச் சம்பவத்தை சொல்லிவிடுவாளோ என்ற அச்சம் கடைசிவரை இருந்தது. ஆனால், தாயத்தின்னி அந்த வீட்டில் சாப்பிட்டிருந்த நன்றிக் கடனுக்காக அவரை காட்டிக் கொடுக்கவே இல்லை.

பெற்றோர்களோ, பாதுகாவல்களோ அற்ற குழந்தைகள் அதிலும் பெண் குழந்தைகள் இந்த சமூகத்தில் வாழ்வது

தாயைத்தின்னி | 159

அத்தனை எளிதல்ல. அதைவிடப் பெரும் போராட்டம் வேறு எதுவுமில்லை. ஆதம் காக்கா விடுதி வார்டனிடம் ஒவ்வொரு நாளும் பொரித்த வடைப் பருப்பு பக்கட் ஒன்றை அனுப்பிக்கொண்டே இருந்தார். ஆனால், அவற்றை சேகரித்து வைத்து குப்பையில் போட்டுவிடுவாள். ஆதம் காக்காவின் இரக்கத்தையும் கருணையையும் எப்படி குப்பையில் போட்டாளோ அப்படியே. ஆதம் காக்காவின் மனைவி ஒருநாள் விடுதிக்கு வந்து ஏன் இப்போதெல்லாம் வீட்டுக்கு வருவதில்லை என விசாரித்திருந்தாள். அவளிடம் ஆதம் காக்காவின் செயலை சொல்லவில்லை. அந்தக் குடும்பம் பிரச்சினையின்றி வாழட்டும் என விட்டுவிட்டாள். விடுதியை விட்டு வெளியே செல்லக்கூடாது என இறுக்கமான சட்டங்களை போட்டுவிட்டார்கள் என சொன்னாள். அன்றிலிருந்து இஸ்லாமியர்களின் ஏதாவது விசேஷ தினங்கள், பண்டிகைகள் வந்தால் ஆதம் காக்காவின் மனைவி தாயத்தின்னிக்காக பலகாரங்களையும் பிரியாணிச் சோற்றுப் பார்சல்களையும் கொண்டுவந்து தந்துவிட்டுப் போவார்.

தாயத்தின்னிக்கு அந்த விடுதியில் உருவான புதிய கருணையுள்ள ஒரு உறவு, பயங்கரமான அச்சுறுத்தும் ஒன்றாகிப்போய்விட்டது. மனதில் அப்படியே பதிந்து நிலைத்தும் விட்டது. அதற்கு பிரதானமான காரணம் தாயத்தின்னி தனது உடலை நெருக்கமாக உணரக்கூடிய பருவத்தை எட்டியிருந்ததுதான் என்று சொல்லலாம். கிறிஸ்தவ பண்டிகைகள், இஸ்லாமியப் பண்டிகைகள், இந்து பண்டிகைகள் நடைபெறும் நாட்களில் அந்த விடுதிக்கும் உணவுகளும், தின்பண்டங்களும் வரும். இது வருடத்தில் சில நாட்களில் நடக்க கூடியதுதான். ஆனால், தாயத்தின்னியைத் தவிர அந்த விடுதியிலுள்ள அனைத்துப் பிள்ளைகளுக்கும் விடுதி உணவைத் தவிர தின்பதற்கு வேறு ஏதாவது தின்பண்டங்கள் கையிருப்பிலிருக்கும். தாயத்தின்னிக்கு விடுதி வரையறுத்த உணவு மாத்திரம்தான். அதை அனுபவிக்கத் தொடங்கினாள். எப்படியாவது விடுதியைவிட்டு வெளியேற வேண்டும் என்ற மனத்தேவை அதிகரித்தது. வெளியே சென்று எங்கே வாழ்வது என்ற கேள்வியும் கூடவே தொற்றிக்கொண்டது. ஆனால், இதிலிருந்து சில மாதங்களின் பின்னர் விடுதியைவிட்டு வெளியவே போகக்கூடாது. வெளியேறிடவே கூடாது என்ற

தலைகீழ் மாற்றம் அவளின் மனதை அழுத்தத் தொடங்கியது. அந்த அழுத்தமே இதுவரையான அவள் வாழ்வில் ஏற்பட்ட பெரும் சிக்கல். தீராத மன உளைச்சல். இத்தனை வேகமாக மனம்மாறிவிடும் என்று அவளுக்குத் தெரியாது. உடலில் ஏற்பட்ட ஒரு சிறிய மாற்றமே தனது மனதின் செயல்பாடுகளைக் கூட தலைகீழாகப் புரட்டிப்போட்டுவிடும் என நினைத்திருக்கவில்லை. அருகிலிருந்து சொல்லிக்கொடுப்பதற்கும் யாருமில்லை. தாயத்தின்னி என்பது தானாகவே வளர்ந்த காட்டு மரம்.

என்றும் போலில்லாதவாறு அந்த விடுதி ஒரே பரபரப்பாக இருந்தது. பிள்ளைகள் பாடிக்கொண்டும், சிரித்துக்கொண்டும் உல்லாசமாக இருந்தனர். கிண்டலும் சிரிப்புமாக எழும் பெரும் சத்தத்தை சற்றும் பொருட்படுத்தாமல் ஒய்யாரமாக நடந்தபடி கண்பெரட்டி காளி விடுதிக்குள் நடந்து வந்துகொண்டிருந்தாள். சிறிய சத்தம் எழும்பினாலும் கத்தி தனது குரலால் அனைத்துச் சத்தங்களையும் அமைதியாக்கவிடும் காளி ஏன் இப்படி இருக்கிறாள்? கட்டளைக்காக ஒலிக்கும் மணிச் சத்தங்களைக் கூட காணோம். கருங்கல்லில் செய்த உருவமாகத் தென்பட்ட காளி, தன்னை சோடித்துக்கொண்டு செவ்வரத்தம் பூவைப்போன்று மாற்றியிருந்தாள். அப்போதுதான் அவளுக்கு நினைவுக்கு வந்தது. இன்று சீகிரிய குகை ஓவியங்களை பார்க்கப்போவதற்கு விடுதியால் திட்டமிட்டிருந்தது. ஓடிப்போய் தாயத்தின்னியும் தன்னை அலங்கரித்துக்கொண்டாள்.

கண்பெரட்டிக் காளி அடிக்கடி சிரிப்பதும், யாரோ ஒருவரைப் பார்ப்பதுமாக இருந்தாள்.அவளின் முகத்தில் ஆங்காங்கே வெட்கம் துளிர்த்து உதிர்ந்துகொண்டிருந்தது. பஸ் விடுதிக்குள் நுழைந்தது. அனைத்துப் பிள்ளைகளும் ஏறிக்கொண்டனர். டாப்புக் கூப்பிடுவதைப்போல பெயரைக் கூப்பிட்டு அனைவரும் வந்துவிட்டனரா என செவ்வரத்தம் பூவாக மாறியிருந்த காளி உறுதிப்படுத்திக்கொண்டாள். முன் வரிசைச் சீட்டின் வலது புறம் செவ்வரத்தம் காளியும், இடதுபுறச் சீட்டில் வெள்ளிவேலு மாஸ்டரும் அமர்ந்துகொண்டனர். இருவரும் ஒருவரை ஒருவர் பார்த்து புன்னகைப்பதும் செவ்வரத்தம் பூ காளி வெட்கப்படுவதும் மறைக்க முடியாத ஒன்றாகத் தெரிந்தது. பஸ்ஸை ஓட்டும் சாரதி, ரோட்டைப் பார்ப்பதைவிட அதிகமாக பஸ் கண்ணாடி வழியே

பஸ்ஸூக்குள் இருக்கும் பிள்ளைகளையே பார்த்துப் பார்த்து பஸ்ஸை ஓட்டத்தொடங்கினார். பஸ்ஸூக்குள் பாடல்கள் ஒலிக்கத்தொடங்கின. சில பிள்ளைகள் அவர்களும் சேர்ந்து பாடிக்கொண்டிருந்தனர். செவ்வரத்தம் பூ காளி பிள்ளைகளைக் கண்டிக்கவில்லை. அவள் ஏதோ வெள்ளிவேலு மாஸ்டருடன் கண்களால் பேசிக்கொண்டிருந்தாள். இடையிடையே பாடலின் சிலவரிகளை வெள்ளிவேலு மாஸ்டரும், செவ்வரத்தம் பூ காளியும் முணுமுணுத்தனர். சீகிரியாவை பஸ் அடைந்தது. பிள்ளைகளை ஒழுங்குபடுத்தி வரிசையாக நிறுத்தினாள். வரிசையை குழப்பும் பிள்ளைகளை கண்பெரட்டும் காளியாக மாறி கட்டுக்குள் கொண்டு வந்தாள். வெள்ளிவேலு மாஸ்டரைப் பார்க்கும்போது செவ்வரத்தம் பூ காளியாகவும், பிள்ளைகளை பார்க்கும்போது கண்பெரட்டிக் காளியாகவும் இருவேறு உருவங்களில் வாடன் நடமாடத் தொடங்கினாள். சீகிரிய மலைக் குன்றில் ஏறிக்கொண்டிருந்தனர். குகை ஓவியங்கள் உள்ள பகுதிக்குச் சென்றுவிட்டனர். ஆடைகளில்லாமல் இருந்த ஒரு ஓவியத்தை அருகில் நின்று பார்த்தபடி ஏதோ மந்திரம்போன்று வெள்ளிவேல் மாஸ்டரும் செவ்வரத்தம் பூ காளியும் பேசத் தொடங்கினர். தங்கள் பாட்டில் பிள்ளைகள் ஓவியங்களை பார்த்தபடி நடந்துகொண்டிருந்தனர்.

உலக அதிசயங்களில் ஒன்றைப் போன்றுதான் சீகிரியா ஓவியமும் அனைவராலும் பார்க்கப்பட்டது. எல்லோரும் விழுந்து விழுந்து ரசித்தனர். அந்த ஓவியங்களைப்பற்றி எல்லோரும் இரகசியமாகவும் பரகசியமாகவும் பேசிக்கொண்டனர். சிலர் ஓவியத்தைப் பார்ப்பதும் கைகளால் முகத்தை மூடிக்கொண்டு ஒருவரை ஒருவர் பார்ப்பது ஏதோவொரு வெட்கத்திலும், பரவசத்திலும் குசு குசுப்பதைப் போன்றிருந்தது. அப்படியே அன்றையப்பொழுது கழிந்தது.

ஆனால், தாயத்தின்னி மற்றப் பிள்ளைகளைப் போன்று அப்படி எந்த நடவடிக்கைகளிலும் இறங்கவில்லை. வெறித்துப் பார்த்துக்கொண்டே இருந்தாள். ஆழமாக எதையோ தனக்குள் உள்வாங்குவதைப் போன்றிருந்தது தாயத்தின்னியின் பார்வைகள். உடலை மூடுவதற்கு அதிக ஆடைகளும் அவளிடம் இருந்தது இல்லை. ஆடை வாங்குவதற்கு பணம் தேவையில்லை என்றே

அவள் எண்ணிக்கொண்டாள். ஓவியங்களிலிருந்த பெண்கள் இதைத்தான் அவளுக்கு உணர்த்தினர் போலும். சீகிரியாவிலிருந்து விடுதிக்கு பேருந்து திரும்பிக்கொண்டிருந்தது. அவளின் பருவ வயதை நெருங்கிக்கொண்டிருக்கும் பிள்ளைகள் என்பதால் ஒருவகை மலர்ச்சியும் குதூகலமும் உடலிலும் முகத்திலும் மலர்ந்திருந்தது. ஆனால் தாயத்தின்னி அப்படி இருக்கவில்லை. தனக்கு மிக வேண்டப்பட்ட எதையோ தொலைத்துவிட்டு வருவதைப் போன்றிருந்தாள்.

"என்னடி நீ வெட்டிப்பொளக்கும் சிந்தனையில் மூழ்கி இருக்கிறாய்" என்று அவளின் அருகில் இருந்த கூட்டாளி கேட்காமல் இல்லை. தாயத்தின்னி வாய்திறந்து எதையும் பேசவில்லை. கண்பெரட்டிக் காளியும் அடிக்கடி திரும்பி தாயத்தின்னியைப் பார்த்துக்கொண்டாள்.

பேருந்து வேகமாக ஓடிக்கொண்டிருந்தது. தாயத்தின்னி பஸ்ஸுக்குள்ளேயே இல்லாத மாதிரி விறைத்துப்போயிருந்தாள். தாயத்தின்னி அந்த சீகிரிய குகைக்குள் உலாத்திக்கொண்டு இருந்தாள். பேருந்து பயணிப்பதை அவள் மறந்து கன நேரமாகிவிட்டது. அவளைச்சுற்றி சக மாணவிகள் இருப்பதையும் அவள் மறந்துபோய் விட்டாள். எதிரில் இருப்பவர்கள் எல்லாம் சீகிரிய ஓவியங்கள் போலவே தாயத்தின்னியின் கண்ணுக்குத் தெரிந்தார்கள்.

ஆயினும் ஆண்டுக்கணக்கான பின்னும் மிகப் பெறுமதியான நினைவுச் சின்னங்களாக இந்த ஓவியங்கள் இருப்பதை பற்றியே யோசித்துக் கொண்டிருந்தாள்.

இந்த ஓவியங்களைப்போல் தானும் ஒரு நினைவுச் சின்னத்தை உருவாக்க வேண்டும் என்ற கனவு அவளுக்குள் துளிர்க்கத் தொடங்கியது. மாணவர்களின் பேச்சுச் சத்தம் மேலெழும்ப திடுக்கிட்டு கண்விழித்தாள். விடுதியின் வாசலில் பேருந்து நின்றது.

தோள்ப்பையை மாட்டிக்கொண்டு தாயத்தின்னி காலை எடுத்து நிலத்தில் வைத்த போதுதான் அடித்தொடையில் சுள்ளென்று

வலித்தது. எப்போதும் இல்லாதபடி அடிவயிறு கடுக்கத் தொடங்கியது.

அவசர அவசரமாக கக்கூசுக்குள் நுழைந்தாள். ஜங்கியைக் கழட்டியதும் வேப்பம் பிசின் போல ஏதோ ஒட்டி இருந்ததைக் கண்டாள். துடைத்ததும் கைவிரல்களில் ஒட்டிக்கொண்டது. தொட்டுப்பார்த்த விரல்கள் எங்கும் இரத்தம். என்ன இரத்தம்? ஏன் இரத்தம் என்று அவளுக்குப் புரியவில்லை. இரத்தத்தை சுவரில் துடைத்தவள் சட்டென்று மனதின் மாயமான வழிநடத்தலுக்குள் ஆட்பட்டுவிட்டாள். தொட்டுத்தொட்டு இரத்தத்தை சுவரில் துடைக்கும் போதெல்லாம் ஒரு ஓவியத்தை வரைவது போல தனக்குள் பூரிக்கத் தொடங்கினாள். சீகிரிய ஓவியத்தை நினைத்துக்கொண்டு திரும்ப திரும்ப இரத்தத்தை துடைக்கத் தொடங்கினாள்.

சீகிரிய குகை ஓவியங்களை நினைத்துக்கொண்டு கழிப்பறைச் சுவற்றில் கிறுக்கத் தொடங்கினாள். ஊத்தை நிறத்திலிருந்த இரத்தம் முன்னும் பின்னும் கிறுக்கும் கோடுகளால் ஓவியங்களைப் போன்று சுவரில் பதிந்தன. ஒரு எல்லைக்கு மேல் இரத்தம் வரவில்லை. இதற்கு மேல் ஓவியத்தை கீறமுடியாதுபோனது. இடைநடுவே நிறுத்திவிட்டு இரத்தம் வடிந்த இடத்தை தண்ணீரால் கழுவிக்கொண்டு விடுதியறைக்குப் போனாள். சக பிள்ளைகளிடம் தனது பெண்குறியிலிருந்து இரத்தம் வருகிறது என சொல்லி, ஏன் என வினவினாள். ஒரு மூத்த அக்கா “நீ பெரிய புள்ளயாகிட்டாய்” என்றாள். அப்படி என்றால் என்னவென்று உடனே புரியவில்லை. அந்தக் கழிவறையில் இருந்த இரத்தக்கறைதான் பின்பு அவளுக்கு தண்டனையை வாங்கித்தரப் போகிறது என்று அவள் நினைக்கவில்லை.

அடுத்தநாள் கண்பெரட்டி காளியின் அழைப்பின் பேரில், அவளுடைய அறைக்குப் போனாள் தாயத்தின்னி. ஏதோ விபரீதம் நடக்கப்போகிறது என உணர்ந்த தாயத்தின்னி, தனது கண்டுபிடிப்பான ஆயுதத்தை எடுத்துக்கொண்டாள். பூட்டூசிதான். அதை சட்டையின் பின்புறம் கொழுவி, பூட்டாமலே திறந்தபடி வைத்துக்கொண்டாள். கண்பெரட்டி காளி கைகளால்தான் முதுகில் அடிப்பது வழக்கம். ஓங்கி தாயத்தின்னியின் முதுகில் அடித்ததும்

கைகளை உதறியபடி "அம்மோய்" என காளி அலறினாள். தாயத்தின்னியோ கல்லுப்போல் நின்றாள். கண்பெரட்டிக் காளிக்கு கோபம் தலைக்கேறிவிட்டது. தாயத்தின்னியின் உடம்பு முழுக்க கையில் கிடைக்கும் அனைத்தாலும் அடித்து தனது "இனிங்ஸ்" ஆட்டத்தை நிறுத்திக்கொண்டாள். அப்போது கூட கண்பெரட்டிக் காளி நொட்அவுட் பிளேயர்தான். தாயத்தின்னிக்கு இப்படி அடிப்பதற்கு கழிப்பறைச் சுவரில் இவள் கிறுக்கி வைத்தது மட்டுமே காரணமில்லை என்று கண்பெரட்டியின் கேள்விகளில் இருந்து தெரிந்தது.

கண்பெரட்டிக் காளியும் வெள்ளிவேல் மாஸ்டரும் செய்த சில்மிசங்களையும், சரசங்களையும் சீகிரியாவில் வைத்து தாயத்தின்னி கவனித்துக்கொண்டிருந்தாள் என கண்பெரட்டி காளி ஊகித்ததுதான் பிரதான காரணம். அதற்கு தண்டிப்பதற்கு கழிப்பறைச் சுவரில் தாயத்தின்னி கிறுக்கியதும் வாய்பாகப் போய்விட்டது.

"உனக்கு ஏதுடி கலர் பென்சில்கள். கழிப்பைறையில கிறுக்க" என்று மிரட்டும் குரலால் கண்பெரட்டி கேட்டாள்.

அது கலர் அல்ல. எனது இரத்தம் என்றாள் தாயத்தின்னி. உடனே தாயத்தின்னியின் கைகால்களை சோதித்துப் பார்த்தாள் கண்பெரட்டி. எங்கும் காயங்களைக் காணவில்லை. இவள் ஆபத்தானவள் கையக்காலக் கிழித்து தற்கொலை செய்துவிட்டால் அது பெரிய பிரச்சினையாகிப் போய்விடும் என மனதிற்குள் நினைத்த கண்பெரட்டி,

"சரி... சரி... உன்ட காயத்தக் காட்டு. அப்பதான் ரெத்தத்தால நீ கிறுக்கியிருப்பாய் என நம்புவன்" என்றாள் கண்பெரட்டி.

"காயத்தைக் காட்ட முடியாது" என்றாள் தாயத்தின்னி. கண்பெரட்டிக்கு கோபம் பொத்துக்கொண்டு வந்தது. மீண்டும் சில அடிகளைப் போட்டாள். அப்படியே நின்ற தாயத்தின்னி மறுபக்கம் திரும்பி, தனது சட்டையைக் கிளப்பி வைத்துக்கொண்டு தனது விரல்களால் கவுட்டைத் தடவி, மறுபக்கம் திரும்பி கண்பெரட்டி காளியிடம் இரத்தத்தைக் காட்டினாள். பேயறைந்ததைப் போன்று சில நிமிடங்கள்

உறைந்துபோன கண்பெரட்டிக் காளி, தனது அறைக்குள் ஓடிச் சென்று ஒரு சீலைத்துண்டை கொண்டுவந்து கொடுத்து கவுட்டுக்குள் வைக்கும்படி சொன்னாள்.

கண்பெரட்டிக் காளியின் குரல் தழுதழுத்தது. கண்களிலிருந்து நீர் பெருகிக்கொண்டிருந்தது. யாரையும் உள்ளே கூட்டிச்செல்லாத தனது அறைக்குள் தாயத்தின்னியை அழைத்துச் சென்று, தனது கட்டிலில் அமர்ந்து தனது மடியில் தாயத்தின்னியை அமரச் செய்து தலையைத் தடவிக்கொடுத்துக் கொண்டிருந்தாள். பிறந்ததிலிருந்து ஒரு தாயின் அரவணைப்பை முதன் முறையாக உணரத் தொடங்கினாள் தாயத்தின்னி. இதற்கு மேலும் நெஞ்சை அடைத்திருந்த வெப்புசாரத்தை கட்டுப்படுத்த முடியாமல் வாய்விட்டு கதறி அழத்தொடங்கினாள் தாயத்தின்னி. கண்பெரட்டிக் காளியின் உடலும் முகமும், தாய்மை நிரம்பிய பஞ்சுமெத்தைப் புல்வெளியைப் போன்றிருந்தது. தலையைக் கோதியபடி அந்த புதிய தாயும் தாயத்தின்னியோடு சேர்ந்து அழத்தொடங்கினாள். ஒரு வாரகாலம் தனது அறையிலேயே தாயத்தின்னியை வைத்திருந்தாள். விடுதியிலுள்ள பிள்ளைகளுக்கு இது ஆச்சரியமாக இருந்தது. நீர்சுடவைத்து அடிவயிற்றில் ஒத்தடம் கொடுத்தது தொடங்கி, தலைகோதி உறங்கச் செய்வதுவரை அனைத்தையும் அந்தப் புதிய தாய் செய்துகொண்டிருந்தாள். அந்த நாட்களில் காளியம்மா சொன்ன கதைகளில் இருந்துதான் இன்னும் அவளும் திருமணம் முடிக்கவில்லை என்று தாயத்தின்னிக்குத் தெரிந்தது. அதன் பின்னர் காளியம்மாவின் குழந்தையாகவே தாயத்தின்னி மாறிவிட்டாள். வெள்ளிவேல் மாஸ்டருக்கும் காளியம்மாவுக்கும் இடையே மறைவாக ஓடும் அன்பையும் அறிந்துகொண்டாள். ஆனால், தாயத்தின்னிக்கு வெள்ளிவேல் மாஸ்டரைப் பிடிக்கவில்லை. அவரின்மீது நம்பிக்கையும் வரவில்லை. இதை பலமுறை காளியம்மாவிடம் சொல்லியிருக்கிறாள். அவர்களிருவருக்கும் இடையே ஒரு தூதுவரைப் போன்று மாறிவிட்டிருந்தாள்.

அந்த விடுதி தாயத்தின்னிக்கு சொந்த வீடுபோல் மாறி ஒரு தாயும் கிடைத்ததைப்போன்ற ஒரு உணர்வு மேலெழுந்திருந்தது, அந்த விடுதியை விட்டு வெளியேறும் எண்ணம் மறைந்துவிட்டது.

ஆனால், விடுதியின் சட்டதிட்டங்கள் அதற்கு அனுமதிக்குமா என்ன?

பாடசாலைக் காலம் முடிந்துவிட்டது. விடுதியை விட்டு வெளியேற வேண்டிய கட்டாயம் வந்துவிட்டது. எங்கே செல்வது? எங்கே தங்குவது? திகைத்துப்போய் நின்றாள் தாயத்தின்னி. முன்பெல்லாம் வயிற்றுப் பசிக்கும், உறங்குவதற்கும் ஒரு இடம் என்ற போராட்டம் மட்டுமே இருந்த தாயத்தின்னிக்கு, இப்போது தனது உடலையும் காப்பாற்ற வேண்டும் என்ற புதிய அச்சமும் கூடவே எழுந்திருந்தது. காளியம்மாவும் தாயத்தின்னியும் இணைந்து ஒரு திட்டம் தீட்டினர். அந்தத் திட்டம் விடுதியின் சட்டதிட்டங்களுக்கு மிக முரணானது. காளியம்மா விடுதி நிருவாகத்தின் திட்டங்களைக் கூட மீறக்கூடியவள் என்பதை அப்போதுதான் தாயத்தின்னி உணர்ந்தாள். அதற்கு தாயத்தின்னி மீதான அன்ஃபே காரணமாக இருந்தது.

“பகலில் எங்கயாவது போய் இருந்துகொள். இரவைக்கு படுக்கிறதுக்கு மட்டும் விடுதிக்கு வா” என்று ஒரு அனுமதியைக் கொடுத்திருந்தாள். விடுதிக்குள் வரும் நேரம் சற்று இருட்டுப் பட்ட பின்னரே இருக்க வேண்டும். அந்தச் செக்கலுக்க வந்தால் பிரச்சினையில்லை என்று சொல்லிவிட்டாள். தாயத்தின்னிக்குப் பகல் பொழுதை எங்கே கழிப்பது என்று தெரியவில்லை. அந்த நகரின் பகுதிகளெங்கும் அலைந்து திரிந்து ஓரிடத்தை கண்டுபிடித்தாள். அதுதான் அந்த நகரிலிருந்த பொதுநூலகம். அந்த நூலகம் தான் தனது வாழ்விலும் சிந்தனைகளிலும் பெரிய திருப்பத்தை ஏற்படுத்தியது. பகல் முழுக்க நூலகங்களிலுள்ள புத்தகங்களை வாசித்துக்கொண்டிருப்பாள். அந்த நூலகத்திலுள்ள நூலகர் தனது பகலுணவில் தாயத்தின்னியையும் இணைத்துக்கொள்வது வழக்கமாகிவிட்டது. ஒவ்வொரு செவ்வாய் கிழமையும் அந்தோணியார் கோவிலில் பாண் கொடுப்பார்கள். அனைத்து நாளும் செவ்வாய்க்கிழமையாக இருந்தால் எப்படியிருக்கும் என நினைத்துக்கொள்வாள். முஸ்லிம்களின் நோன்பு காலம் ஒரு மாதம் நீடிக்கும். அந்த ஒரு மாதமும் உணவுக்குப் பஞ்சமே இல்லை. தாயத்தின்னிக்கு மதங்கள் மனிதர்கள் பற்றியெல்லாம் எந்த வேற்றுப் பிரிப்புமில்லை. தனக்கு

உணவு, பாதுகாப்பு இவை இரண்டும்தான் பிரதானமானதாக அமைந்திருக்கும். நோன்பு காலங்களில் பலர் தாயத்தின்னியை முஸ்லிம் பெண் என்றே நினைப்பர். நோன்புக் கஞ்சி வாங்கப் போகும் ஒவ்வொரு முறையும் கேண்டீன் ஆதம் காக்காவையும் காணுவாள். ஒரு முறை அவர் தலையை குனிந்துகொண்டு கஞ்சூத்திக் கொண்டிருப்பார். ஒரு முறை அருகில் வந்து மன்னிப்பும் கேட்டிருந்தார்.

புத்தகங்களை திறந்து வாசிக்கும்போதுதான் அவளுக்கொன்று புரிந்தது. தனது அம்மை கோவில் கிணற்றினுள் சிக்கிவிட்டதைப் போன்றுதான், பெரு நகரங்கள், கிராமங்கள், பல சமூகங்கள், மனிதர்கள் என எத்தனையோ பேர், இந்தப் புத்தகங்களினுள் சிக்கிக்கொண்டு தவிக்கின்றனர் என்பதை உணர்ந்தாள். எத்தனை முறை வாசித்த போதும் அவர்களைக் கரையேற்ற முடிந்ததே இல்லை. மனிதர்கள் இப்படித்தான், கிணறுகளிலும், விடுதிகளிலும், சிறைச்சாலைகளிலும், கல்வி நிறுவனங்களிலும், நாடுகளினுள்ளும், புத்தகங்களினுள்ளும் காலங்காலமாக சிக்கித் தவித்துக்கொண்டிருக்கின்றனர். அவர்கள் ஒருபோதும் அவற்றிலிருந்து வெளியேறுவதே இல்லை என்று முடிவுசெய்துகொண்டாள். கடைசியாகப் படித்த நாவலில் ஒரு குழந்தை வாகனத்தில் மோதி இறந்துவிடுகிறது. அதை திருப்பி எத்தனை முறை வாசித்தாலும் அந்தக் குழந்தையைக் காப்பாற்ற முடியாதுள்ளது. திரும்ப வாசிக்கும் அத்தனை முறையும் அந்தப் புத்தகத்தினுள் குறித்த பக்கத்தில் அந்தக் குழந்தை விபத்துக்குள்ளாகிறாள். எனவே அந்த புத்தகத்தை இனிவாசிக்கக் கூடாது என்று முடிவெடுத்தாள். அதுமட்டுமல்ல, அந்த விபத்து நடக்கும் பக்கத்தை நூலகத்திலுள்ள அனைத்து புத்தகங்களிலிருந்தும் கிழித்து எறிந்துவிட்டாள். அதைச் செய்துவிட்டு, அந்தக் குழந்தையைக் காப்பாற்றி விட்டதாக பெருமூச்செறிந்து நூலகத்தை விட்டு விடுதிக்கு திரும்பிக் கொண்டிருந்தாள்.

இருள் சற்று அதிகரித்திருந்தது. ஓட்டமும் நடையுமாக வந்தவளுக்கு விடுதியின் நுழைவாயிலருகே நாய்ச் சங்கிலியில் துப்பாக்கியைக் கட்டி இடுப்பில் பிணைத்துக்கொண்டு நின்ற சில இந்தியன் அமைதிப் படையினரைக் காண்கிறாள். விடுதிக்கு

வெளியே நிற்பது வழக்கம்தான். அவசரமாக கதவைத் திறந்து உள்ளே நுழையும் போது ஒரு சத்தம் கேட்டது. திரும்பிப் பார்த்தாள். தனது ரவுசர் சிப்பை திறந்து ஆண்குறியை வெளியே எடுத்து அசைத்துக்கொண்டிருந்தான். பயத்தில் ஓடிவந்து காளியம்மாவிடம் சேர்ந்துவிட்டாள். இந்தப் புதுனம் ஒன்டும் புதுசில்ல என்டு சமாதானப்படுத்தினாள் காளியம்மா. இருட்டிய பிறகும் யாரோ ஆட்கள் இந்த விடுதிக்குள் நுழைகிறார்கள். எங்களுக்கு சந்தேகமாக இருக்கிறதென்று. இந்திய ராணுவம் விடுதி நிருவாகத்திற்கு சொல்லிவிட்டது. அந்த நெருக்கடியே தாயத்தின்னியை விடுதியை விட்டும் வெளியேற்றும் நிகழ்வாகிப் போனது.

விடுதிக்கு வந்த ஆரம்பத்தில், எவ்வளவு ஆழமாக இந்த விடுதியை விட்டு வெளியேற வேண்டுமென்று உணர்ந்தாளோ அதைவிட ஆழமாக அந்த விடுதியைவிட்டு வெளியேறக்கூடாது என உணரும்போது, கழுத்தைப் பிடித்து தள்ளிவிடுவதைப்போன்று உணர்ந்தாள். எங்கு போவது? எங்கே தங்குவது? தான் நிலையற்ற ஒருத்தியாக இருப்பதை உணர்ந்துகொண்டாள். அந்த உணர்வின் கிளர்வுகள், தாயத்தின்னியின் மனதிற்குள் ஆழத்தில் இருந்த கிணற்றை கண்முன்னே கொண்டு வந்து நிறுத்தியது. அதை எட்டிப்பார்க்கிறாள் தாயத்தின்னி. இப்போது கிணற்றினுள் தவித்துக் கரையேறுவதற்காகப் போராடுவது அவளின் அம்மை இல்லை. அது தாயத்தின்னியாகவே இருக்கிறாள். கிணற்றுக்கு வெளியே நின்றபடி தில்லையும், லிலித்தும் கைகளை நீட்டி தாயத்தின்னியை கரையேற்ற முயற்சிக்கின்றனர். இவர்களின் கைகள் கிணற்றின் ஆழத்துக்குள் சைக்கிள் டீப்பைபோன்று நீண்டுகொண்டே செல்கின்றன. அதே வேகத்திற்கு கிணற்றின் ஆழமும் கூடிக்கொண்டேபோகிறது. கைகளையும் கால்களையும் தண்ணீரில் அடித்து அடித்து தத்தளித்துக் கொண்டிருக்கிறாள் தாயத்தின்னி. மனதுக்கு மட்டும் மீண்டும் கேட்கத் தொடங்குகிறது கிணற்றைச் சுற்றி நாய் குரைக்கும் சத்தம். இனம் புரியாத ஆபத்துக்கள் தாயத்தின்னியை சூழ்ந்திருக்க வேண்டும். அதனால்தான் மீண்டும் நாய் குரைக்கும் சத்தம் அவளுக்கு கேட்கத் தொடங்குகிறது. கண்களை இறுக மூடியபடி படுத்துக்கொண்டிருக்கிறாள். நாளை முதல் விடுதியை

விட்டு வெளியேறிவிட வேண்டுமென்ற விடுதி நிருவாகத்தின் கட்டளைகளை காளியம்மாவால் கூட தடுக்க முடியவில்லை. காளியம்மா அவளருகே அமர்ந்துகொண்டு சிகரெட் ஒன்றை எடுத்து புகைக்கத் தொடங்கினாள். சின்னச் சிவன் சிலை நெடுநாட்களின்பின் மனதிற்குள் நடனமிடத் தொடங்கியது. அம்மைக்கு வாழ்வில் ஏற்பட்ட அதே ஆபத்து தனக்கும் வரப்போகிறது என்ற எச்சரிக்கையாகக் கூட அந்த சின்ன சிவன் சிலையின் நடனமாக இருக்கலாம். ஆனால், அவற்றை புரிந்துகொள்ளும் மனநிலையில் தாயத்தின்னி இல்லை. நாளை எங்கே போய்ப் படுப்பது என்ற எண்ணம் மட்டுமே மனதில் பாரிக்கத் தொடங்கியது.

நிலையற்றவள்

ஏமாறுவதும் ஏமாற்றப்படுவதும் சாதாரணமான ஒன்றுதான். அனைத்து மனிதர்களுக்கும் ஏதோவொரு தருணத்தில் நடந்துவிடக்கூடியதுதான். ஆயினும், அளவுக்கதிகமாக நம்புகிறவர்கள், அப்படி நம்புவதற்கான தேவையை உருவாக்குகிறவர்கள் போன்ற மனிதர்களால் ஏமாற்றப்படும்போது ஏற்படும் நிலைக்கும், அந்த நிலையில் எதிர்கொள்ளும் வாழ்வுக்கும்தான் நரகம் என தீர்க்கமான ஒரு பொருளை நாம் கற்பித்துக்கொள்ளலாம் என்று நினைக்கிறேன்.

அப்படி ஒரு நிலை தாயத்தின்னிக்கும் ஏற்பட்டது. தொட்டாச் சிணுங்கியைப் போன்று தனது உடலையும் மனதையும் உள்ளிழுத்துக்கொண்டு வாழ்ந்தவள்தான். அதையும் கடந்து தனது சிணுங்கும் இலைகளை அவளுடைய பருவமும் உணர்வுகளும் உள்ளிழுத்துக்கொள்ளாமல் ஒரே ஒருவனுக்கு முன் விரித்துக்கொண்டது எத்தனை கொடுமையானது. அதுவே தனது வாழ்வை புரட்டிப்போட்டு தகிக்கும் வேதனைகளில் அலைக்கழிக்கப்போகிறது என்பதை அறியாமல் விடுதியை விட்டு நாளை வெளியேற வேண்டும் என்ற எண்ணத்தில் துவண்டு கிடந்தாள். எங்கு செல்வது? யார்தான் இருக்கிறார்கள்? இந்த நிலையற்ற காலத்தை எப்படி எதிர்கொள்வது? அவளுடைய சிந்தனை சுழன்று கொண்டிருந்தது.

வாரத்திற்கொரு முறை, மாதத்திற்கொரு முறை என தனது இருப்பிடத்தை மாற்றிக்கொண்டபடி அந்த நகரத்தின் தெருக்களில் ஒரு நாடோடியைப் போன்று அலையத் தொடங்கினாள். கூடவே ரங்குப் பெட்டியும் அலைந்துகொண்டிருந்தது. இடையிடையே அதற்குள் குறித்து வைத்திருந்த சம்பவங்களை படித்துப் படித்து மனதை ஆற்றிக்கொள்ள முயன்றாள். ஆனால், அந்தக் குறிப்பிலுள்ள கதைகள் மேலும் மேலும் வலிகளையும் துயரங்களையும்தான் பெருகச்செய்தன. கிராமத்தில் ஒரு இருப்பிடம் இருந்தது. விடுதியிலும் ஒரு இருப்பிடமும்

தாயத்தின்னி | 171

படுக்கையும் இருந்தது. ஆனால், இன்று அனைத்தையும் இழந்து நின்றாள். கிராமத்திற்கு தனது அம்மையைப்போன்று திரும்பிச் செல்லும் எண்ணம் கிஞ்சித்தும் இருக்கவில்லை. அதை வெறுத்தாள். தனது அம்மையைப் போன்று எந்த முடிவுகளையும் எடுத்துவிடக் கூடாது என்பதில் கவனமாக இருந்தாள்.

கிராமத்து நினைவுகளும், விடுதியின் நினைவுகளும் இடையிடையே வந்துபோயின. அவற்றில் தண்டனைகள் தான் அதிகம் நினைவிலிருப்பதை உணர்ந்துகொண்டாள். சாப்பாடு முடிந்தும் கூட மேலும் தேவைப்படும்போது தட்டத்தை பாதகத்தியிடம் நீட்டும் போதெல்லாம் கறிச்சட்டியின் சூடு கைகளில் படாமல் பிடித்துத் தூக்கும் அழுக்குச் சீலையால் முகத்தில் எறிவது நினைவுக்கு வந்தது. சில வேளைகளில் தும்புத்தடியை அழுக்கு நீரில் துவட்டி தாயத்தின்னியின் உடம்பில் ஓங்கி அடிப்பது நினைவுக்கு வந்தது.

இப்படித்தான் ஒரு முறை விடுதியிலுள்ள கழிப்பறையில் தனது முறை வரும்வரை வெளியே காத்திருந்தாள். உள்ளே சென்றவள் வெளியேறத் தாமதமாகிவிட்டது. மூத்திரத்தை அடக்கமுடியாமல் ஐங்கியினுள் போய்விட்டாள். அதற்காக ஒரு பகல் முழுதும் கழிப்பறையை சுத்தம் செய்தது நினைவுக்குவந்தது. மற்றுமொருநாள் அந்த விடுதியில் நின்ற மாதுளை மரத்தின் கிளைகளை இழுத்துப்பிடித்தமைக்காக நாள்தோறும் முட்டுக்காலில் நின்றது நினைவுக்கு வந்தது. எத்தனை தண்டனைகள்தான். விதம் விதமான தண்டனைகள். அனைத்தையும் அவள் அனுபவித்து கடந்துதான் வந்திருந்தாள். ஆனாலும், ஏதுமறியாத, இனிமேல் எப்படி வாழ்கையைக் கடப்பதென்றே எதுவும் புரியாத ஒரு தனித்த இடத்தில் மாட்டிக்கொண்டதைப் போன்று அவளுக்கிருந்தது.

கிராமத்தின் வதை முகாமில் சந்தித்த மனிதர்களும், விடுதியில் சந்தித்த பெண்களும் முற்றிலும் வேறுபட்டவர்கள். இப்போதுதான் சமூகத்தின் இன்னுமொரு விரிந்த வெளிக்குள் வருகிறாள். ஆண்களை அதிகம் காண்கிறாள். பரபரப்பாக இருக்கும் உலகத்தை தரிசிக்கிறாள். எந்த ஒழுங்குமற்று

இயங்கும் ஒரு உலகத்தில் தூக்கி வீசப்பட்டிருப்பதைப் போன்று உணர்ந்தாள். இதுவரை கட்டுப்பாடுகளுக்குள் இருந்து பழக்கப்பட்ட தாயத்தின்னிக்கு, சுதந்திரமான கட்டுப்பாடற்றதாக இயங்கும் உலகம்போல் தோன்றும் மனிதர்களும், அவர்களின் நடத்தைகளும் புதிதாகவும் ஆச்சரியமாகவும் இருந்தது. காலப்போக்கில் இதுகூட சுதந்திரமான வெளியல்ல. ஒரு திறந்தவெளிச் சிறைச்சாலைதான் என்பதை உணர்ந்தாள்.

நூலகத்தில்தான் தனது அதிக நேரத்தை செலவிட்டாள். இந்தப் புத்தகங்களினுள் இருக்கும் ஏதாவதொரு நகரத்தில், ஏதாவதொரு வீட்டில் குடியேற முடியாதா என்று தனது இயலாமையினால் சிந்தித்தாள். புத்தகங்களினுள்ளே இருக்கும் நகரங்களில் குடியேற முடியாது என்று தெரிந்திருந்தும், தாயத்தின்னியின் மனம் குடியேறவே அதிகம் விரும்பியது. இந்த நூலகமும், அதிலுள்ள புத்தகங்களும் தனக்கு மிக நெருக்கமாக இருப்பதைப்போன்று உணர்ந்தாள். நூலகத்தினுள் நுழைந்ததும் அங்கே உருவாகியிருக்கும் அமைதி, மௌனம் தாயத்தின்னியை பல நேரங்களில் அச்சமூட்டியது. இதற்கு முன்பு பலமுறை தனிமையில் இந்தவகை அமைதியையும், மௌனத்தையும் உணர்ந்திருக்கிறாள். ஆனால், அவற்றிலிருந்து முற்றிலும் வேறுபட்ட அமைதிதான் நூலகத்தினுள் இருப்பது. அந்த அச்சமூட்டும் ஆழ்ந்த அமைதியில் புத்தகங்களின் பக்கங்களைத் திறந்தால், பக்கங்களில் இருக்கும் மனிதர்களும், அவர்கள் எதிர்கொள்ளும் சிக்கல்களும் அந்த ஆழ்ந்த அமைதிக்குள்ளும் கூக்குரலிடுவதைப் போன்று தாயத்தின்னியை அச்சமூட்டும். புத்தகங்களினுள்ளே இருக்கும் மனிதர்களோடும், கதைகளோடும் வாழத் தொடங்கினாள். ஒவ்வொரு நாளும் வெவ்வேறு மனிதர்கள். வெவ்வேறு பிரச்சினைகள், வெவ்வேறு உலகங்கள். புத்தகங்களினுள்ளே யாரோ ஒருவர் தன்னைக் காப்பாற்றும்படி அழுது புலம்பிக்கொண்டே இருப்பதை ஒவ்வொரு நாளும் சந்தித்துக் கொண்டிருந்தாள். தன்னைப்போன்று எத்தனையோ மனிதர்கள் தப்பிக்கவே முடியாத துயரங்களுடன் அழுது புலம்பிக்கொண்டு இந்த புத்தகங்களுக்குள் வசிக்கின்றனர் என்பதை உணர்ந்தாள். தாயத்தின்னிக்கும் தனது கதைகளையும் இப்படி ஒரு புத்தகத்திற்குள் குடியேற்றி வசிக்கச்செய்ய

தாயத்தின்னி | 173

வேண்டுமென்ற எண்ணம் அதிகரித்தது. ரங்குப் பெட்டிக்குள் எழுதிவைத்த குறிப்புக்களை போன்றல்லாது கதைகளாக குறிப்பெடுக்கத் தொடங்கினாள்.

அந்த நூலகத்தில் அடிக்கடி வாசகர் வட்ட நிகழ்வுகள் நிகழ்ந்தேறின. தாயத்தின்னியோடு சேர்த்து மூன்றே மூன்று பெண்கள்தான் அவற்றில் பங்கேற்றனர். மற்ற அனைவரும் ஆண்களாக இருந்தனர். இத்தனை காலத்திலும் ஆண்களோடு பழகும் வாய்ப்பு அப்போதுதான் அவளுக்கு அதிகம் கிடைத்தது. வாசகர் வட்ட நிகழ்வுகளில் சிலருடைய புத்தகங்களை கொண்டு வந்து அங்கே பேசவும் உரையாடவும் தொடங்கினர். ஆரம்பத்தில் தாயத்தின்னிக்கு இவர்கள் பேசுவதெதுவும் புரியவில்லை. காலம் செல்லச் செல்ல மெதுவாகப் புரியத்தொடங்கியது. கவிதை என்ற ஒரு புதிய விசயம் தாயத்தின்னிக்கு அறிமுகமானது.

மூளைச் சலவை செய்யப்பட்டவர்களைப் போன்று, அந்த நிகழ்வில் பேசும் அனைவரும் ஒரே விசயத்தைத்தான் வேறு வேறு கோணங்களில் பேசுவதைப்போன்று தாயத்தின்னி உணர்ந்தாள். ஏதோ அரசியல் கூட்டமொன்றுக்குள் நுழைந்ததைப் போன்று பலமுறை தனக்குள் உணர்ந்திருக்கிறாள். அவர்கள் சொல்லும் கவிதைகள் தனது மனதை நெருங்கி வராமல் எங்கோ தொலைவில் நிற்பதைப் போன்ற அனுபவத்தை ஏற்படுத்தியிருக்கிறது. கவிதைக்கு வெளியே சென்று ஏதோ புரட்சிகரமான செயலுக்கு ஆட்களைத் திரட்டுவதைப்போன்ற தொனியில் அவர்களின் உரைகள் இருந்தன. தாயத்தின்னியைப் பொறுத்தமட்டில், அவளே நிலையற்றுத் தடுமாறி என்ன செய்வதென்றே தெரியாத ஓரிடத்தில் தவித்துக்கொண்டிருக்கிறாள். இவர்களென்னவோ போராடுவதற்கு ஆட்கள் திரட்டுவதைப் போன்று ஆவேசமாக கவிதைகளைப் படிப்பதும், காட்டுக் கத்தல்கள் போன்று உறுமிப் பேசுவதுமாக இருப்பது மேலும் அச்சத்தை அவளுக்கு கொண்டுவந்து தந்தது. பாதகத்தியைப் போன்றுதான் அனைத்து உரையாளர்களும் அவளின் மனதில் தோன்றினர். வீ. ஆனந்தனின் உரைகள் மட்டுமே தாயத்தின்னியின் மனதை ஓரளவு நெருங்கச் செய்தது. பின்நாட்களில் வீ. ஆனந்தன் கலந்துகொள்ளும் நிகழ்வுகளுக்கு மட்டுமே போகத் தொடங்கினாள். வீ. ஆனந்தனுடன் உரையாடவும் பழகவும்

தொடங்கினாள். கவிதைகள் பற்றியும், இங்கே நடக்கும் கூட்டங்களில் தனக்கு ஏற்படும் அசௌகரியங்கள் பற்றியும் பலமுறை உரையாடியிருக்கிறாள். வீ. ஆனந்தனுக்கும் அதே உணர்வு இருந்ததை தாயத்தின்னி அறிந்துகொண்டாள்.

சில நாட்களில், இப்படியான இலக்கியக் கூட்டங்களிலிருந்து இடைநடுவே வெளியேறி நூலகத்திற்கு அருகிலுள்ள பூங்காவில் தனியே வந்து உட்கார்ந்து கொள்வாள். அங்கே பரபரப்போடு நகர்ந்து கொண்டிருக்கும் உலகத்தை பார்த்துக் கொண்டிருப்பாள். இதைவிட மகிழ்வாக தாயத்தின்னிக்கு இலக்கியக் கூட்டங்கள் இருந்ததில்லை. அவர்கள் சொல்லும் கவிதைகள் கூட அவர்கள் வாசிக்கும்போது, கொள்ளிச் சிராய்களால் காதை சுரண்டுவதைப் போன்று கூசும். சில நேரங்களில் அந்த நகரத்தின் குறுக்கே உள்ள பாலத்தின் ஒரு புறத்தில் அதன் தூண்களைப் பிடித்துக்கொண்டு கீழே நகரும் ஆற்றைப் பார்த்துக்கொண்டிருப்பாள். பலமுறை அதற்குள் குதித்துவிடலாமா என்றும் யோசித்திருக்கிறாள். குதிக்க நினைப்பது குளித்து நீச்சலடிப்பதற்கல்ல என்பதை இதை வாசிக்கும் நீங்கள் அறிவீர்கள்.

பாலத்தில் நின்று ஆற்றைப் பார்க்கும் தருணங்களில் மெய்மறந்து போய்விடுவாள். தன்னைச் சூழ என்ன நடக்கிறதென்றே அவளுக்கு மறந்துவிடும். மாபெரும் அமைதி மனதை பீடித்துவிடும். ஆனால், மனதிற்குள் நாய் குரைக்கும் சத்தமும், கிணற்றுக்குள் அம்மை தத்தளிக்கும் காட்சியும் மட்டுமே அவளோடு இருக்கும். அந்த ஆறு, தாயத்தின்னியைப் போன்றே வளர்ந்துவிட்ட கிணறு என்று நினைத்துக்கொள்வாள். தன்னை அறியாமலே தனது கைகளை நீட்டி அம்மையைக் காப்பாற்றுவதைப் போன்று பாவனை செய்வாள். இதை ஒருமுறை அவதானித்த வீ. ஆனந்தன் அது குறித்து தாயத்தின்னியிடம் கேட்கவும் செய்தார். அவளும் சிறிதளவு சொல்லியும் இருக்கிறாள். வீ. ஆனந்தன் மலையாளக் கவிதைகள் குறித்து பேசும்போது அந்தக் கவிதைகளோடு அதிகமாக நெருக்கமுறுவதை உணரத் தொடங்கினாள். அன்றிலிருந்து அவர் கொண்டு தரும் மலையாளக் கவிதைகளையும் படிக்கத் தொடங்கினாள். நூலகத்தின் அனைத்து ராக்கைகளிலும் அலைந்து மொழிபெயர்ப்புக் கவிதைகளை

படிக்கத் தொடங்கினாள். மிகக் குறைவான மொழிபெயர்ப்புக் கவிதைகளே அங்கிருந்தன.

வாசகர் வட்டத்தின் நிகழ்வுகளில்தான் பல கவிஞர்களை சந்திக்கத் தொடங்கினாள். கவிஞர் முறுக்கனையும் அங்குதான் சந்தித்தாள். அப்போது கவிஞர் முறுக்கன் ஒரு சிற்றிதழையும் கொண்டுவருவதாக அடிக்கடி கூறிக்கொள்வான். கவிதை குறித்த உரையாடல்கள் அதிகமிருக்கவில்லை. அவர்களிடம் கவிதை குறித்த சொந்த பார்வைகள் இல்லை என்றே நினைத்திருந்தாள். ஏனெனில், யாராவதொரு வாய்க்குள் வராத பெயரைச் சொல்லி அவர் அப்படிச் சொல்லியிருக்கிறார். இவர் இப்படிச் சொல்லியிருக்கிறார் என்றே சொல்லுவான். தாயத்தின்னி நகைச்சுவையாக "கவிதையைப் பற்றி நீ என்ன சொல்கிறாய்?" என அடிக்கடி கேட்பாள். அதற்கு ஒரு பதிலும் வராது. இப்படியொரு நாள்தான் கவிஞர் திண்டான் பாஞ்சானை சந்தித்தாள். அவனுடைய உண்மையான பெயரல்ல இது. பின்னாட்களில் இலக்கிய வெளியில் அவனுக்கு என உருவான பட்டப்பெயர்.

எத்தனை துயரங்கள்தான் சூழ்ந்து கழுத்தை இறுக்கிப் பிடித்த போதும், இந்த நகரத்தைவிட்டு பிரிந்துசெல்ல எனக்கு மனமில்லை. ஏன் இத்தனை நெருக்கமாக இந்த நகரத்தோடு பிணைக்கப்பட்டிருக்கிறேன் என்று தெரியவில்லை. ஒருநாள் அந்த மர்மத்தை கண்டுபுடித்துவிடுவேன் என்று அடிக்கடி தாயத்தின்னி நினைக்கும் காலங்களும் அவளுக்குண்டு. அவை பற்றியும் பலமுறை கவிஞர் திண்டான் பாஞ்சானிடம் கூறியிருக்கிறாள்.

இந்த உலகில், குறிப்பிட்ட தினத்தில், குறிப்பிட்ட பகுதியில் ஏன் பிறந்திருக்கிறோம் என்ற கேள்விகள் தாயத்தின்னியின் பருவ வயதில் அதிகம் சிந்திக்கப்பட்ட ஒன்று. அதற்கு காரணம் அவளின் வாசிப்புப் பழக்கமாகவும் இருக்கலாம். இல்லை, அவள் இதுவரை கடந்துவந்த வாழ்வாகவும் இருக்கலாம். இந்த மாபெரும் உலகமும், இத்தனை மனிதர்களும், எத்தனையோ மரஞ்செடிகொடிகளும், மிருகங்களும் பறவைகளும் நிறைந்திருந்தாலும் தன்னைப் போல்தான்

அனைவரும் தனிமையாக உணர்வார்களா? இல்லை தான் மட்டும்தான் தனித்துவிடப்பட்டிருக்கிறேனா? என்ற கேள்விகள் தாயத்தின்னியைத் துளைக்கத் தொடங்கியிருந்த காலம் அது. இருப்பிடமும் அற்று, உண்ண உணவுமற்று வெறும் துயர் நிறைந்த அலைச்சலே அவளுக்கு வாய்த்திருந்தது. ஏதோவொரு பாதுகாப்பற்ற உணர்வு அவளை பீடித்திருந்தது. முதலில் அதற்கு ஒரு தீர்வு வேண்டும் என சிந்திக்கத் தொடங்கினாள். இந்தப் பெரும் மன உளைச்சல்களோடு புத்தகங்களைக் கூட வாசிக்கவும், கவிதைகளோடு நெருங்கவும் அவளால் முடியாதிருந்தது.

அந்த நகரத்தில் உள்ள எத்தனையோ நிறுவனங்களை அணுகிப் பார்த்தாள். எதுவும் சாத்தியப்படவில்லை. தாயத்தின்னி எதிர்பார்ப்பதைப் போன்று படுக்கவும், உண்ணவும் பாதுகாப்பான ஒரு இடம் எந்த நிறுவனங்களிடமும் சாத்தியமாகவில்லை. கடைசியாக்கத்தான் அந்த நிறுவனம் நினைவுக்கு வந்தது. தனக்குத் தெரிந்த ஒருவரோடு அந்த நிறுவனத்தை அணுகினாள். அவளின் எதிர்பார்ப்புக்கள் அனைத்தும் அங்கே நிறைவேறுவதற்கான வாய்ப்பிருந்தது. ஓம்... ஓம்... அதுதான் சூரியா பெண்கள் அமைப்பு. தங்க இடமும், உணவும் கிடைத்தது. அத்தோடு ஒரு சிறிய வேலையும் தாயத்தின்னிக்கு கிடைத்தது. அந்த சூரியா நிறுவனத்தில் முதல்நாள் அவளுக்கு வாழ்வில் ஏதோ சாதித்ததைப் போன்றும், பாதுகாப்பு கிடைத்ததைப் போன்றதுமான ஒரு பெரும் உணர்வு ஏற்பட்டது. அந்த உணர்வே அவள் வாழ்வில் முதலாவதாக கிடைத்த ஆத்மார்த்தமான ஆறுதல். அந்த நிறுவனத்திற்குள் நுழையும்போது ரங்குப் பெட்டியோடுதான் நுழைந்தாள். சித்திரலேகா மிஸ் அவர்கள் கைகளில் பொத்தி தாயத்தின்னிக்கு கொடுக்கப்பட்ட பணம்தான் அவளின் வாழ்வில் கிடைத்த முதலாவது பெரும் சம்பளமும் கூட. பூரித்துப்போனாள். சித்திரலேகாவின் பல செயற்பாடுகளில் தாயத்தின்னிக்கு விமர்சனங்கள் பிற்காலத்தில் எழுந்தபோதும், ஒருபோதும் சித்திரலேகா மிஸ்ஸை தாயத்தின்னி மறந்ததே இல்லை. தனது வாழ்வில் மறக்க முடியாத, மறக்கக் கூடாத சம்பவங்களில் ஒன்றாக அதை பாதுகாத்து வந்தாள். ஆனால்,

சித்திரலேகா மிஸ்ஸுக்கு இதுவெல்லாம் நினைவிருக்குமோ தெரியாது.

சூர்யா நிறுவனத்தின் வேலைகள் பல. அவற்றில் நூலக வேலைகள் அலாதியானது. அப்படி ஒரு நூலக வேலைதான் தாயத்தின்னிக்கும் கிடைத்தது. கூடுதலாக பெண் தலைமைத்துவக் குடும்பங்களை கவனத்திற்கொள்வது சூர்யாவின் பிரதான பணியாக இருந்தபோதும், பெண்கள் சிறுவர்கள் குறித்த பிரச்சினைகளை ஆவணப்படுத்துவதும், அவர்களுக்கான பிரச்சினைகளை தீர்ப்பதற்கு முயற்சிப்பதும் கவனத்திற் கொள்ளப்பட்டது. ஆவணப்படுத்தல்களில் தீவிரமாக இயங்கிய தாயத்தின்னி, வாசிப்பை மீண்டும் தொடரத் தொடங்கினாள். வாசிப்பும், ஆவணப்படுத்தலும் அதிகரிக்க அதிகரிக்க தனக்குள் “லிலித்” போன்ற ஒரு பெண் உருவாகுவதை மென்மையாக அடையாளம் கண்டாள்.

கள வேலைகளுக்குச் சென்ற பிறகுதான், மனிதர்களையும் அவர்களுடைய பிரச்சினைகளையும் அறியத் தொடங்கினாள். இப்போது தூரத்திலிருந்து மனிதர்களை பார்ப்பதைவிட்டுவிட்டு, அவர்களில் ஒருவராக மாறி அவர்களின் பிரச்சினைகளிலும் கலந்துகொள்ளத் தொடங்கினாள். எத்தனை மனிதர்கள்? எத்தனயோ பிரச்சினைகள்? அனைத்து மனிதர்களும் விதம் விதமான பிரச்சினைகளில் சிக்கியிருப்பதை உணர்ந்தாள். தனக்கிருக்கும் பிரச்சினை போல் எவையுமில்லாத போதும் கூட மனிதர்கள் பிரச்சினைகளால்தான் உருவாக்கப்பட்டிருக்கிறார்கள் என்பதை உணர்ந்தாள். வாழ்க்கை என்பது பரவசங்களாலும், இன்பங்களாலும் ஆனதல்ல. அவை பிரச்சினைகளாலும் துயரங்களாலும் மட்டுமே உருவானது என்பதை உணர்ந்தாள். இந்தப் பிரச்சினைகள் எங்கிருந்து வருகின்றன என்ற கேள்வி அவளுக்குள் எழுந்தன. கலாச்சாரம், பண்பாடு, மதங்கள், அரச சட்டங்கள் என்ற ஒழுங்குமுறைகளால்தான் பிரச்சினைகள் எழுகின்றன என்பதை அறிந்துகொண்டாள். சமூகம் பல நூற்றாண்டுகளாக உருவாக்கியிருக்கும் சடங்குகள் ஒழுங்கு முறைகளால்தான் பிரச்சினை என்ற ஒன்றே உருவாகியிருக்கிறது. என்றபோதும், மக்கள் அதிக துன்பத்தை அனுபவிப்பது

பொருளாதார நெருக்கடியினால்தான் என்பதையும் உணர்ந்து கொண்டாள்.

பலவகையான கலாச்சாரங்களை பின்பற்றும் மக்கள் கூட்டங்களை அறியவும் முடிந்தது. இது தாயத்தின்னிக்கு சற்று நெருடலாக அமைந்திருந்தது. தமிழ் மொழியைப் பேசும் சமூகங்களிடையே பிரதானமான ஒரு பிளவை உணர்ந்தாள். அது முஸ்லிம்கள் என்றும் தமிழர்கள் என்றும் ஒரு பிரிகோட்டின் அடியாக பிளவுபட்டிருப்பதை உணர்ந்தாள். அதை புரிந்துகொள்ளவும் செய்தாள். அதே நேரம் அந்தப் பிரதானமான பிரிகோடுகளின் எல்லைக்குள்ளாக வாழும் மக்களிடமும் பல பிளவுகள் இருப்பதை உணர்ந்தாள். இந்தப் பிரிகோடுகளை அத்தனை கடுமையானதாக தாயத்தின்னி உணரவில்லை. அவற்றிக்குப் பின்னாலுள்ள வெறுப்புக்களையும், எதிர்ப்புக்களையும் உணர்ந்திருக்கவில்லை. இதுவரை இறுக்கமான கட்டுப்பாடுகள் நிறைந்த சிறியதொரு உலகத்திற்குள் தாயத்தின்னி சிக்கிக்கிடந்ததே காரணம்.

முஸ்லிம்களைப் பற்றிய ஒருவகை வெறுப்பும், நம்பிக்கையீனமும் தமிழர்கள் அனைவரிடமும் அவ்வப்போது வெளிப்பட்டன. அதேபோல், முஸ்லிகளிடமும் தமிழர்கள் பற்றிய அச்சமும் வெறுப்பும், நம்பிக்கையீனமும் வெளிப்பட்டன. இந்த இரண்டு வகை சிக்கல்களுக்குமிடையே தாயத்தின்னி முள்ளில் நடப்பதைப்போன்று கவனமாக நடந்துகொண்டிருந்தாள். இந்த வெறுப்பையும் நம்பிக்கையீனத்தையும் களைந்துவிடும் எந்த முற்போக்குச் செயற்பாடுகளும் நடைமுறையில் இருந்ததாக அவளுக்கு நினைவில்லை. கவிஞர் முறுக்கனிடம் மட்டுமல்ல, கவிஞர் திண்டான் பாஞ்சானிடமும் அவ்வப்போது இந்த வெறுப்புக்களும், நம்பிக்கையீனமும் அவர்களை அறியாது வெளிப்படுவதை அறிந்திருந்தாள். இந்த வெறுப்புத்தான் தாயத்தின்னி கவிஞர் திண்டான் பாஞ்சானுடன் பழகும் போது, அடிக்கடி தனது சக தோழிகளாலும் சமூகத்தினாலும் அவளுக்கு சொல்லப்பட்டிருந்தது. அதேபோல்தான், கவிஞர் திண்டான் பாஞ்சானும் காத்தான் குடியில் விடுதலைப் புலிகள் பள்ளிவாயலில் சுட்ட சம்பவத்தை கண்கள் சிவத்து கோபத்தோடு தாயத்தின்னியோடு பகிர்ந்துகொண்டதை அவள் எடுத்துக்கொண்டாள். எல்லாச் சமூகத்திலும் நல்ல மனிதர்களும்

இருப்பார்கள். ஒரு சிலரால் முன்னெடுக்கப்படும் செயற்பாடு என்பதை, ஒரு சமூகத்தின் மீது திணிப்பது அத்தனை சரியான புரிதலல்ல என்பதை தாயத்தின்னி தனது இரண்டு சமூகத்தைச் சேர்ந்த நண்பர்களிடமும் பலமுறை விவாதித்திருக்கிறாள்.

களப்பணியில் தாயத்தின்னிக்கு கிடைத்த ஒரு தகவல் அவளை ஆச்சரியத்தில் ஆழ்த்தியிருந்தது. பொதுவாக இரண்டு சமூகத்தைச் சேர்ந்த பெண்களும் எதிர்கொண்ட பெரும் பிரச்சினையாக இருந்தது பொருளாதார சிக்கல்தான். அவற்றிலும் வெளிநாடுகளுக்குச் செல்வதும், வெளிநாடுகளுக்கு அனுப்புவதாகக் கூறப்பட்டு அவர்களுக்கு ஏற்பட்ட பிரச்சினைகள்தான் மிக அதிகம். இந்தப் பிரச்சினைகளையே பிறகு தனது தனித்த ஆய்வாகவும் தாயத்தின்னி மேற்கொண்டாள். அவற்றை தொகுத்து இன்னும் அவள் புத்தகமாக போடவில்லை. இத்தனை ஆய்வுகளிலும் தன்னை நிலைகுலையச் செய்ததும் அச்சப்படுத்தியதுமான ஒரு தகவல் இருந்தது. அது தாயத்தின்னியை பெரும் குழப்பத்திற்குள் கொண்டு சென்றது.

அரச கெடுபிடிகள் நிறைந்த காலம் அது. இராணுவங்களிடமிருந்து தப்பிக்கொள்வது எனில், தங்களை முஸ்லிமாக காட்டிக் கொள்வதும் ஒரு வழிமுறையாக இருந்தது. கேதி என்ற ஒருத்தியை முஸ்லிம் இளைஞனொருவன் பயன்படுத்திய சம்பவம்தான் அது. கேதிக்கு ஒரு வேலை நிமித்தமாக கொழும்பு செல்ல வேண்டிய தேவை ஏற்பட்டது. அவளின் காதலன் முஸ்லிம் சமூகத்தைச் சேர்ந்தவனாக இருந்தான். அவனோடு இந்த விசயத்தை சொன்னதும் “சரி நான் கூட்டிப் போகிறேன்” என்று சொல்லி முஸ்லிம்களைப் போன்று கேதிக்கு ஆடை உடுத்தி கொழும்புக்கு அழைத்துச் சென்றிருந்தான். அங்கே ஒரு ஹோட்டலில் இருவரும் தங்கியிருக்கின்றனர். காதலர்கள் என்பதாலும், தனிமையில் நீண்ட நேரம் தங்க வேண்டி வந்ததாலும் உடல்சார்ந்த உறவும் சாதாரணமாக நடந்தேறிவிட்டிருந்தது. கொழும்பிலிருந்து ஊர் வந்த பிறகு தனது காதலன் கேதியை சந்திப்பதோ பேசுவதோ குறைந்துவிட்டது. இதுபற்றி ஒரு முறை கேதி தனது காதலனிடம் வினவியிருக்கிறாள்.

“நீங்கள் ஆயுதங்களை வைத்துக்கொண்டு எங்களை தாக்குகிறீர்கள். நாங்கள் இப்படித்தான் பதிலுக்கு தாக்க வேண்டும். எங்களிடம் வேறு வழிமுறைகளில்லை” என்று சொல்லி கேதியைக் கைவிட்டு விட்டதாகச் சொன்னாள். இந்த வார்த்தைகளும் அதன் கொடூரமான நடைமுறையும் எத்தனை ஆபத்தானது. இந்தச் செய்தி தாயத்தின்னியை திகிலடையச் செய்தது. ஒரு சமூகத்திலுள்ள ஒரு ஆயுத அமைப்பை தாக்குவதற்கு பெண்களின் உடலும் காதலும் தானா மாற்று ஆயுதமாக மாறிப்போனது என்பதை நினைத்து கதிகலங்கிப்போனாள். இந்த ‘அசைமென்டை’ அவள் சூர்யா அமைப்பிடம் வழங்கவில்லை. ஏற்கனவே சமூகங்களுக்கிடையே இருக்கும் முறுகல் நிலையும் வெறுப்பும் போதாதென்று மேலும் கொடூரமான நிகழ்வுகள் அரங்கேறலாம் என்பதை உணர்ந்தாள். அதே நேரம், இத்தனை கால ஆய்வுகளிலும் இதைப்போன்ற சம்பவம் ஒன்றை மட்டுமேதான் அவள் சந்தித்திருந்தாள் என்பதால் கேதியின் கதைகளை நம்பவும் தாயத்தின்னிக்கு தயக்கமா இருந்தது. இதற்கு நிகரான வேறு சம்பவங்களை இதுவரை தாயத்தின்னி கேள்விப்பட்டிருக்கவில்லை. கேதி மட்டுமேன் இப்படிச் சொல்லியிருந்தாள் என யோசிக்கத் தொடங்கினாள். தனக்கும் முஸ்லிம் சமூகத்தைச் சேர்ந்த காதலன் இருந்தபோதும், கேதி சொல்வதைப்போன்று தாயத்தின்னி ஒருபோதும் உணர்ந்ததில்லை. அதனால் இந்தக் கதையை தாயத்தின்னி நம்பவில்லை. நம்ப விரும்பியதும் இல்லை.

தாயத்தின்னி கடும் பிஸியாக இருந்தாள். கலை நிகழ்வுகள், பயிற்சிப் பட்டறைகள், புத்தக வாசிப்புக்கள் என ஒரு புறமும், களச் செயற்பாடுகளின் மூலம் எத்தனையோ மனிதர்களின் குறிப்பாக பெண்களின் வாழ்வும், அதைச் சுற்றி மதிற்சுவராக எழுந்து நிற்கும் துயரங்களும், அந்தப் பெண்கள் தப்பிக்கவே வழியின்றி புதைகுழியில் சிக்கிவிட்டதைப்போன்ற வாழ்வும் என தனக்கு வெளியேதான் அதிகம் சிந்திக்கத் தொடங்கியிருந்தாள். அதிலும் குறிப்பாக இந்தப் பெண்கள் அனைவரும் தன்னைப் போன்றும் தனது அம்மையைப் போன்றும் தப்பிக்கவே முடியாத ஆழமான கிணறுகளில் சிக்கிக்கிடப்பதைப்போன்ற எண்ணமே தாயத்தின்னியை அதிகமாக அலைக்கழித்தது. இப்படியாக சிக்கிச் சுழன்றடித்துக் கொண்டிருக்கும் ஒரு

காலத்தில்தான் அவளைத்தேடி அந்தக் கவிஞன் வந்தான். தன்னை மேலோட்டமாக அறிமுகம் செய்துகொண்டான். தனக்கும் முன்பே உன்னைத் தெரியும் என்று தன்னையும் மேலோட்டமாக அறிமுகம் செய்துகொண்டாள். தான் இயக்கப்போகும் ஒரு படத்தில் ஒரு கதாபாத்திரத்தில் நடிப்பதற்கு புக்கிங் செய்துகொள்ளவே வந்திருப்பதாகக் கூறினான். கலைகளோடு அவளுக்கிருந்த ஆழமான உறவும் ஈடுபாடும், மனிதர்களை ஆசுவாசப்படுத்தவும் அவர்களின் பிரச்சினைகளை முன்வைக்கவும் கலைகளின் அவசியம் பற்றி அவளுக்கு ஏற்கனவே தெளிவுகளிருந்தமையால் ஒத்துக்கொண்டாள்.

படப்பிடிப்புகள் அந்த நகரத்திலும் அதற்கு அப்பாலும் நகர்ந்துகொண்டிருந்தன. அந்தக் காலங்களில் கவிஞர் திண்டான் பாஞ்சானோடு அவளுக்குப் பழகக்கிடைத்தது. அவனும் பழகத்தொடங்கியிருந்தான். தங்கள் இருவரின் தனிப்பட்ட வாழ்க்கை பற்றியோ எதிர்பார்ப்புக்கள் பற்றியோ எவற்றையும் பகிர்ந்துகொள்ளவில்லை. பகிர்ந்துகொள்ளும் அவசியமும் ஏற்படவில்லை. அவனுக்கு அவளை ஏதோவொரு வகையில் பிடித்திருப்பதைப் போன்றே அவனுடைய செயல்கள் மாறியிருந்தன. அவளுடைய செயல்களும் அப்படியேதான். சமிக்ஞைகளாலும், கண்களாலும், உடல் மொழிகளாலும் அதிகம் பகிர்ந்துகொண்டனர். அந்தப் பகிர்வுகள் அவளுக்குள் உணர்வுரீதியிலான ஒரு புதிய உலகத்தை திறந்திருந்தது. அவனுக்குள்ளும் அப்படித்தான் திறந்துவிட்டிருக்கும் என நம்பினாள். கவிஞர்கள் சொற்களையும் தாண்டி மர்மமான உணர்வுகளினூடாக பேசவும், புரிந்துகொள்ளவும் ஆற்றல் கொண்டவர்கள் என படித்திருக்கிறாள். அவள்கூட அதை நிகழ்த்தவும் புரிந்துகொள்ளவும் முடிகிறபோது அவன் ஒரு கவிஞன் அவனாலும் முடியும் என்றே நம்பிக்கொண்டாள். அவனுடைய செயற்பாடுகளும் இந்த சொற்களற்ற உரையாடல்களால் அவனுக்குள் உணர்வுரீதியிலான ஒரு உலகத்தை அவளுக்காக உருவாக்கியிருக்கிறான் என நம்பும்படியாகவே அவளுக்குத் தெரிந்தது.

அவளுக்கு பசிக்கும் போது உடனே அவன் உணவோடு வந்து நிற்பதையும், அவளுக்கு பார்க்கத் தோன்றும் போதே அவனும்

அவளை திரும்பிப்பார்ப்பதும் - அவனுக்குள் தாயத்தின்னிக்கான ஒரு உணர்வுபூர்வமான உலகை உருவாக்கி, திண்டான் பாஞ்சான் வாழ்கிறான் என்றே முடிவு செய்துகொண்டாள். இந்த மர்மமான உறவும், கவித்துமான உரையாடல்களும் மனதாலும் உணர்வாலும் வளரத்தொடங்கியது. அவன் வேறு சமூகத்தைச் சேர்ந்தவன் ஏமாற்றிவிடுவான். என்று முஸ்லிம் சமூகத்தைப் பற்றி ஏற்கனவே இருந்த மதிப்பீடுகளை தூக்கி ஒரு புறம் வீசி எறிந்திருந்தாள். மனிதர்களிடையே கலாச்சாரங்களுக்கும் சமூகங்களுக்கும் என்ன வேலை என திமிராக நினைத்துக்கொண்டாள். பிரமிளின் உதிர்ந்த சிறகுபோலும், கலீல் ஜிப்ரானின் முறிந்த சிறகுகள் போலும் அல்லாது, தாயத்தின்னியின் சிறகுகள் காற்றில் சுதந்திரமாக மிதக்கத் தொடங்கியிருந்தன. இதுவரை சிக்கித்தவித்த அடக்குமுறைகள் நிறைந்த உலகத்தை விட்டு வானில் சுதந்திரமாக பறப்பதைப்போன்று அவளின் உணர்வுகள் அசைந்து கொண்டிருந்தன. கவிஞர் திண்டான் பாஞ்சான், இவளின் நடிப்பை பாராட்டும் ஒவ்வொரு தருணத்திலும் அது தனிப்படையாக தன்னைப் பாராட்டுவதைப் போன்றே உணர்ந்தாள். அங்கு காதாபாத்திரங்களில் நடிக்கவந்தவர்களாகட்டும், தொழில் நுட்பக் கலைஞர்களாகட்டும் அனைவரையும் விட விசேசமாக இவள் மீது அக்கறை காட்டுவதை உணர்ந்தாள். அத்தனை மனவிரிவுக்குப் பின்னாலும் சுமக்கவே முடியாத பாரிய துயரம் இருந்ததை அவள்மறந்திருந்தாள். அந்தத் துயரங்களை உணர்வுகள் மறக்கச் செய்திருந்தன. தான் வாசித்த கவிதைகளும், கதைகளும் நினைவைப் போட்டு ஆட்டியது. அதே உணர்வோடு அவனும் இருப்பதாக தன்னை வெளிப்படுத்திக்கொண்டான். அவனுடைய வெளிப்படுத்தல்களில் மெல்லியதாக இழையோடிக்கொண்டிருந்த போலித்தன்மையை பிரித்தறிய முடியுமாக அவளுக்கிருக்கவில்லை. அப்படிப் பிரித்தறியவும் அவளுக்குத் தெரிந்திருக்கவில்லை. மிகக் கொடூரமானதொரு ஏமாற்றுதலுக்கும், துரோகத்திற்கும் அவன் தன்னை தயார்படுத்திக் கொண்டிருப்பதுதான், இத்தனை நெருக்கமான மனதினதும் செயிலினதும் விளைவு என்பதை தாயத்தின்னி அறிந்திருக்கவில்லை.

உணர்வுகளால் அவளுக்குள் உருவாகியிருக்கும் அந்த விசித்திரமான உலகம் விரைவில் அழிந்துவிடப்போகிறது. இல்லை அவனே அதை அழித்துவிடப்போகிறான் என்ற எந்தச் சிறு சலனத்தையும் அவளுடைய மனது அவளுக்கு சொல்லியிருக்கவே இல்லை. இந்த உணர்வுக்கு அவள் காதலுக்கு முன்பான இரண்டு மனங்களின் பகிர்தல் என பெயர்வைத்துக்கொண்டாள். எப்படியாவது வாய்ப்புக் கிடைக்கும் தருணத்தில் இருவரும் பேசிக்கொள்ள முடியும் என நம்பினாள்.

படப்பிடிப்புக்கள் முடிவடைந்து சில நாட்களுக்குப் பின்னர், டப்பிங் வேலைகளுக்கு கொழும்பு போக வேண்டும் வாருங்கள் என தாயத்தின்னியை அழைத்திருந்தான். அவளும் சரி என சொல்லிவிட்டாள். அந்த நாள் வந்தது. கவிஞர் திண்டான் பாஞ்சானோடு புறப்பட்டாள். கொழும்பில் ஒரு வீட்டில் அல்ல ஒரு ஹோட்டல் அறையில் அவளைக் கொண்டுபோய் தங்கவைத்தான். இரவுணவை இருவரும் சாப்பிட்டுக்கொண்டனர். அந்த அறையில் ஒரு கதிரையும் ஒரு கட்டிலுமே இருந்தது. உடல் களைப்பாக இருந்தது. அவள் போய் கட்டிலில் சாய்ந்துகொண்டாள். கவிஞர் திண்டான் பாஞ்சான் ஏதாவது பேச்சைத் தொடங்குவான், நாமும் நமது கதைகளைப் பகிர்ந்துகொள்ளலாம் என தாயத்தின்னியின் மனம் தயாராகத் தொடங்கியிருந்தது. முன்புபோல் மனதாலும் உணர்வாலும் பேசியதை விடுத்து சொற்களால் ஒருவரை ஒருவர் அறிந்துகொள்ள முடியும். அதற்கான சரியான தருணமும் இதுதான் என நினைத்துக்கொண்டாள். நடந்தது வேறு.

பாத்றூமிலிருந்து வந்த கவிஞர் திண்டான் பாஞ்சான் தாயத்தின்னி படுத்திருந்த கட்டிலருகே நெருங்கி வந்தான். ஆடைகளை உரிந்து அருகே போட்டான். அவள் சுதாகரித்துக் கொள்வதற்குள், பேச தொடங்குவதற்கு முன் அவளின் மேலே ஏறிக்கொண்டான். உடலில் எங்கெங்கோ கைகள் ஊர்ந்தன. கவுட்டுக்குள் எதுவோ நுழைவதுபோலிருந்தது. அவளுக்கு நோவெடுத்தது. மெல்ல சத்தமிட்டாள். அதே வேகத்தில் எழுந்துவிட்டான். தாயத்தின்னியின் உடல் தயாராவதற்கு முன்பே அவனுக்கு அவளின் உடலின் மீதிருந்த தேவை

முடிந்துவிட்டிருந்தது. அவளுடைய உணர்வுகளோடும், மனதிற்குள் கொதித்துக்கொண்டிருந்த சொற்களோடும் எந்த வேலைகளுமிருக்கவில்லை. அவன் தாயத்தின்னியின் உடலோடு கூட நீண்ட நேரம் உறவாடவும் பேசவும் இல்லை. வாயடைத்துப்போய் கிடந்தாள். அழுகை மட்டுமே பீறிட்டுக்கொண்டு வந்தது. அதன் பிறகு அந்த அறையில் என்ன நடந்ததென்று அவளுக்கு நினைவே இல்லை. அவளுடைய மனமும் உடலும் ஒன்றை ஒன்று பிரிந்து தனித்தனியே பயணிக்கத் தொடங்கியிருந்தது. மனதிற்குள்ளிருந்து கிணறு வெளியே வந்து அவள் நினைவுகளில் அலையடித்துக்கொண்டிருந்தது. கிணற்றைச் சுற்றி நாய்குரைத்துக்கொண்டே இருந்தது. இப்போது கிணற்றினுள்ளே அம்மையோடு தாயத்தின்னியும் தத்தளித்துக் கொண்டிருந்தாள். அவளைப் பற்றிய எந்த உணர்வுமற்று, அவளிடம் அருகிலிருந்து எந்தக் கேள்விகளையும் கேட்காது யாரோ ஒருவருடன் தொலைபேசியில் பேசிக்கொண்டான். பேசி முடிந்ததும்

ஒரு பெண் கவிஞரின் பெயரைச்சொல்லி, அவள் நாளை தன் கணவனோடு கொழும்புக்கு வருகிறாள். அவளின் பிறந்தநாள். அவள் எப்படியாவது கணவனை விட்டு வந்து தன்னைச் சந்திப்பாள். அவளுக்கு பிறந்தநாள் பரிசாக இதை வாங்கி வைத்திருக்கிறேன் என 'ஒரு சிறிய பளிங்கு' பொம்மையைக் காட்டினான்.

தாயத்தின்னி அவளுக்கு நடந்த இந்தச் சம்பவத்தின் அதிர்ச்சியிலிருந்து மீளவே இல்லை. மறுபக்கம் திரும்பி தனது தலையை தலையணையில் புதைத்துக்கொண்டு விம்மி விம்மி அழுதுகொண்டிருந்தாள். அழுகைச் சத்தம் தொண்டையில் சிக்கி மூச்சுத்திணறியபடி இருந்தது. பளிங்குச் சிலையைக் கண்டதும், தனது அம்மைக்கு சிற்ப அழகன் கொடுத்த சின்னச் சிவன் சிலையே மனதில் எழுந்தாடியது. விடியும்வரை காத்திருந்தாள் கவிஞர் திண்டான் பாஞ்சான் எதுவுமே பேசவில்லை. மனதின் உணர்வுகளாலும்,செயல்களாலும் இருவரும் பகிர்ந்துகொண்ட உணர்வுகள் கருகிப்போய்க்கிடந்தன. உணர்வுகளால் தனக்குள் உருவாக்கியிருந்த உலகம் உடைந்து சுக்குநூறாகிக் கிடந்தது.

களச் செயற்பாட்டின் போது பல பெண்கள் தங்கள் கணவன்மார் எந்தக் கேள்விபார்வையுமற்று ஏறியிறங்குவதைப் பற்றி சொன்னவைகள் நினைவுக்கு வந்தன. ஆண்களைப் பொறுத்தமட்டில் பெண்களின் உடல் ஒரு உபயோகப்பொருள் அவ்வளவுதான். காமம் என்பதே ஒரு பக்கம் கூர்தீட்டப்பட்ட கத்தி மாத்திரமே. அந்தக் கத்தி அவர்களின் கவுட்டுக்குள் இரத்தவெறியோடு காத்திருக்கும். குத்திக் குதறினால் போதுமானது என்றாகிவிட்டது. பாலியல் தொழிலாளியிடம் கூட கொஞ்ச நேரம் உரையாடுவார்கள். இதுவரையும் கவிஞர் திண்டான் பாஞ்சான் வெளிப்படுத்திய சமிக்ஞைகளும், செயல்களும் அவனுடைய மனதிற்குள் உணர்வுகளால் உருவாக்கப்பட்ட தனக்கான உலகத்திலிருந்து வெளிப்பட்டவை என்றுதான் நம்பிக்கொண்டிருந்தாள். அனைத்தும் பொய்த்துப் போயின. தனது கத்தியின் கூரை தனது உடலிலும் பரிசோதித்துப் பார்த்திருக்கிறான் என்று புரிந்துகொண்டாள். அந்தக் கணத்திலிருந்து அவள் வாசித்த புத்தகங்களின் சாரங்கள் அவளைத் தாக்கத் தொடங்கின. ஆண்களைப் பற்றிய மதிப்பீடுகள் குலையத் தொடங்கின. பிற சமூகங்களைப் பற்றி உலவிய கதைகள் உண்மையோ என்று கூட ஒரு கணம் மனம் பதைபதைப்போடு உணர்ந்தது. கவிஞர் திண்டான் பாஞ்சானும் அவனுடைய ஊரில் பள்ளிவாயலில் விடுதலைப் புலிகளால் நிகழ்ந்தேறிய கொலைகளுக்குப் பழிவாங்கும் ஒரு செயலாக தன்னில் அந்தப் பழியைத் தீர்த்துக் கொண்டானோ என்று கூட மனம் நினைத்து அந்தரித்தது. இருக்கலாம் என அடிக்கடி மனதில் திரண்ட உணர்வுகள் சொல்லாமலும் இல்லை. எனினும், அப்படியிருக்க எந்த நியாயங்களுமில்லை என்பது அவளுக்குத் தெரியும். ஆனால், மனதின் தீராத அந்தரிப்பு சில கணங்கள் அப்படிச் சிந்திக்க தூண்டியது என்னவோ உண்மைதான். எத்தனை பெண்கள் தன்னைப்போன்று காதலின் பெயராலும், காதலுக்கான நெருக்கத்தின் போதும் அந்தச் சூழ்நிலைக்கேற்ப தங்களை பறிகொடுத்து தவித்துக்கொண்டிருப்பர்? காதலைச் சொல்லுவதற்கும் புரிந்துகொள்வதற்கும் அவற்றைப் பகிர்ந்துகொள்வதற்கும் முன் லஞ்சமாக தனது உடலை பறிகொடுக்க வேண்டியிருந்திருக்கும் என யோசித்தாள்.

அந்த எண்ணங்கள் தாயத்தின்னியை லிலித்தாகவே முழுமையாக உருமாற்றியிருந்தது. கவிஞர் திண்டான் பாஞ்சானின் முகத்தை பார்க்கவே அவளுக்குப் பிடிக்கவில்லை. மேலும் ஒரு பயம் மனதில் தொற்றிக்கொண்டது. தனது அம்மையைப் போன்று தானும் ஒரு குழந்தையை பெற்றுவிடுவேனோ என்ற பயம் தாயத்தின்னியை ஆட்கொண்டது. அம்மைக்கு நடந்த எதுவும் தனக்கு நடந்துவிடக்கூடாது, அந்த அனுபவங்களிலிருந்து வெளியேறி புதிய ஒரு பெண்ணாக மாறவேண்டும் என நினைத்தவள் இந்த இடத்தில் மட்டும் தோற்றுப்போனாளோ என்ற உணர்வு அவளின் உடலெங்கும் பரவியிருந்தது.

விடிந்துகொண்டிருந்தது. அதிகாலை இருள் நீலமாக வானில் படர்ந்திருந்தன. அவளோ கருகிப்போய் அந்த அறையில் சுருண்டு கிடந்தாள். ஊரை நோக்கிப்போகும் பஸ்ஸில் ஜன்னலோரம் உட்கார்ந்துகொண்டாள். பஸ் ஓடும் வேகத்திற்கு ஈடாக, வீதியோரங்களில் நின்ற மரங்கள் எதுவும் ஓடிக்கொண்டிருக்கவில்லை. உறைந்துபோய் நின்றன. சிறகு முறிந்த பறவை ஒன்று அவளைப் பின்தொடர்ந்து கதறிக்கொண்டே மரங்களில் அடிபட்டு எழுந்து பறந்துகொண்டிருந்தது. ஊர் வந்து சேருமட்டும் அந்தப் பறவையும் கதறுவதை நிறுத்தவில்லை. பஸ்ஸைவிட்டு இறங்கியவள் நேராக ஊரிலுள்ள பாலத்தருகேதான் போய்நின்றாள். கீழே அலையடித்து ஓடும் ஆறு அவளை வா வா என அழைப்பதைப் போன்றிருந்தது. தாயத்தின்னி இரண்டாகப் பிரிந்து ஒருத்தி ஆற்றில் குதித்தாள். கரையில் நின்ற மற்றத் தாயத்தின்னி கைகளைக் கொடுத்து கரையேற்றிவிட்டாள். அம்மையைப்போல் தற்கொலை செய்வதில்லை என முடிவெடுத்திருந்த போதும் கூட, 23 நாட்கள் வரை அந்தப் பாலத்தடிக்கு வருவதும் தற்கொலை செய்வதும் கரையேறுவதுமாக இருந்தாள். நல்லவேளை அனைத்து தற்கொலை முயற்சியின் போதும் தாயத்தின்னி இரண்டாகப் பிரிந்து அதில் ஒருத்தி மட்டுமே தற்கொலை செய்ய முயன்றாள். மற்றய தாயத்தின்னி பிடிவாதம் நிரம்பிய லிலித்தாக உருமாறியிருந்தாள். இந்த உலகில் வரும் எதையும் எதிர்க்கவும் துணிச்சலோடு சாமாளிக்கவுமான ஒரு பெண்ணாக லிலித் மாறியிருந்தாள். அன்றிலிருந்து ஒரே உடலுக்குள்

தாயத்தின்னியும் லிலித்தும் வசிக்கத் தொடங்கினர். அந்த உடலுக்குள் தில்லை மிக அண்மையில்தான் குடியேறியிருந்தாள். மாதவிடாய் இரத்தம் வந்துவிட்டது. ஓரளவு நிம்மதியடைந்தாள். அந்த இரத்தத்தை துடைத்து கவிஞர் திண்டான் பாஞ்சான் போன்ற ஆண்களின் முகத்தில் வீசியெறிந்துவிட வேண்டும் என நினைத்துக்கொண்டாள். பாலத்தின் விளிம்பில் கடைசி தற்கொலைக்காக நின்றபோது, தாயத்தின்னி இரண்டாகப் பிரிந்திருக்கவில்லை. அன்று அவளின் நண்பி அந்த வீதியால் வராது போயிருந்தால் உண்மையில் தாயத்தின்னி தற்கொலை செய்திருப்பாள். அன்று தனது நண்பி தாயத்தின்னியைக் கூட்டிச் சென்று ஒரு கூத்து நிகழ்ச்சியைக் காட்டியிருந்தாள். அந்தக் கூத்து நிகழ்ச்சியே தாயத்தின்னி முழுமையாக லிலித்தாக மாற காரணமாகவும் ஆகிவிட்டது.

Human zoo

இன்று விடுமுறைநாள். தாமதமாக எழும்பிய தில்லை தேநீர்க் கோப்பையை எடுத்துக் கொண்டு பெரிய கதிரையில் மெல்ல அமர்கிறாள். இன்னும் பலர் இருக்கப் போதுமான இடைவெளி அந்தக் கதிரையில் விரிந்து கிடந்தது. அந்த வீடும் எந்தச் சலனமுமற்று கிடந்தது. இரவு கேட்டுக்கொண்டு தூங்கிய பாடல்களின் சொற்கள் சில பாடிக்கொண்டு நாக்கிலிருந்து காற்றில் விழுந்தன. அந்தச் சொற்களைத் தொடர்ந்து தொண்டை வழியே ஊர்ந்துகொண்டிருந்த மற்றச் சொற்களை வெளியேற இடம் கொடாமல் தேநீரை இரு மிடர்கள் அருந்திக்கொண்டாள். தளர்வாக இருந்த குட்டைக் களிசன், தனது கால்களை தூக்கி முக்கோணத்தைப் போன்று கதிரையில் வைத்துக்கொள்வதற்கு தடையாக இருக்கவில்லை. வலதுகைச் சந்தை விட்டு வழிந்து விழுந்து கிடந்த சட்டையை சரிசெய்ய அவளுக்கு அலுப்பாக இருந்தது. இந்த வெறுமையான தனித்த அறையில் யார்தான் நம்மைப் பார்க்கப் போகிறார்கள் என நினைத்துக் கொண்டாள். இந்த வீடெங்கும் ஆடைகளே இன்றி அலைந்து திரியும் லிலித் நினைவுக்கு வந்ததும் சிரிப்பு வந்துவிட்டது. அவள் கிடக்கிறாள் என நினைத்துக்கொண்டு எழுந்து பாதி அருந்திய தேநீரை மேசையில் வைத்துவிட்டு, புத்தக ராக்கையை நோக்கிச் சென்றாள்.

விடுமுறை நாட்களில் அநேகமாக ஐரோப்பாவில் பெண்கள் வீடுகளில் இருப்பதேயில்லை. அதிலும் பெண்ணியம் பேசுபவர்கள் வீட்டில் இருப்பதை பேஷனாக கருதுவதுமில்லை. ஆனால், தில்லை அப்படியல்ல. வேலையிடம் தவிர அவளுடைய வீடுதான் அவளுக்கு எல்லாமே. பாடல்களும் புத்தகங்களும் தரும் நெருக்கத்தை வேறு எந்த களியாட்ட நிகழ்வுகளும் தருவதில்லை என்பது அவளுடைய எண்ணம். எத்தனை சுதந்திரமான மனநிலையை இந்தத் தனிமையும், அங்கே உள்ள புத்தகங்களும், அறைச் சுவர்களிலும், திரைச் சீலைகளில் மோதியும் தழுவியும் மெலிதாக ஒலித்துக்கொண்டிருக்கும் இசை

தருகிறதென்று அவள் நினைத்துக்கொள்வாள். பாடல்களை விட, சொற்களற்ற இசைக் கோர்வைகளை கேட்பது அவளுக்கு அலாதியான உணர்வைத்தரும் ஒன்று. வாத்தியக் கருவிகளின் ஒலிகளின் அலைச்சல்களை பின்தொடர்ந்து மனதின் ஆழமான பிரதேசங்களுக்கு பயணிப்பது இலகுவானது மட்டுமல்ல. பரவசமானதும் கூட என்பது தில்லையின் அனுபவம்.

வாத்தியக் கருவிகளின் விதம் விதமான ஒலிகளில் அதன் வேகத்திற்கேற்ப மனதால் தாவித்தாவி பயணிப்பதென்பது சவாலான ஆனால் அதிகம் விரும்பும் விளையாட்டு அவளுக்கு. ஜேர்மனிய கிளசிக் காலத்தைத் சேர்ந்த பெண் இசைக் கலைஞர் *fanny Mendelssohn* அவர்களின் பியானோ இசைக் கோர்வையை ஒலிக்கவிட்டு விட்டு, இன்று வாசிக்க வேண்டும் என நினைத்த புத்தகத்தை ராக்கை அடுக்கில் தேடத் தொடங்கினாள். அவள் நினைத்த புத்தகத்தைக் காணவில்லை. எங்கு சிக்கிக்கொண்டு விட்டதோ என்று தெரியாமல் குழம்பிக் கொண்டிருந்தவளுக்கு தேநீர் ஆறிவிடுமே என்ற உணர்வு மேலெழுந்தது. வேகமாக நடந்துவந்து கொண்டிருந்தாள். அவளின் நடைக்கேற்ப அந்த பியானோ இசையும் இணைந்து கொண்டதைப் போன்ற ஒரு பேரானந்த உணர்வு ஏற்பட்டது. மீண்டும் மீண்டும் புத்தக ராக்கையடிக்குச் சென்று தேநீர் இருந்த மேசையடிக்கு திரும்பவும் நடந்து நடந்து பார்த்தாள். பியானோ அவளின் அந்த நடைக்கேற்பவே மாறிவிட்டதைப் போன்று உணர்ந்தாள். இந்த விடுமுறை நாளில் நான் இப்படி நடப்பேன் என்று, பல வருடங்களுக்கு முன்பு எப்படி *fanny Mendelssohn*-க்கு தெரிந்திருக்கிறது என யோசித்துக்கொண்டாள். பியானோ இசையின் அலைச்சல் தில்லையை பின்தொடர்ந்தபடியேதான் அந்த வீட்டின் அனைத்துப் பகுதிக்குள்ளும் படர்ந்து கொண்டிருந்தது. வொஸ் றூமுக்குள் போய் கதவை மூடிக்கொண்ட பிறகும் ஏதோ ரகசியம் சொல்வதைப் போன்று காதில் கிசுகிசுத்துக் கொண்டிருந்தது அந்தப் பியானோவின் ஓசை. தன்னோடு எதையோ பேச முயற்சிக்கிறது என உணர்ந்தாள். கதிரையில் அமர்ந்து கண்களை மூடி பியானோவின் பேச்சுக்கு மட்டும் காதுகளை திறந்துவிட்டாள். சத்தங்களால் எதையோ பியானோ சொல்லிக் கொண்டிருந்தது. மறக்க முடியாத ஒரு

துயரச் சம்பவத்தை தனக்குள் நிறைப்பதைப் போன்றிருந்த போதும், உள்ளே கிளரும் உணர்வுகள் தெரியாத ஆனால், மகிழ்வான ஒரு தேசத்தில் சஞ்சரிப்பதைப் போன்றிருந்தது.

துயரங்களும் மனிதர்களுக்கு இன்பத்தை தரக்கூடியதுதானோ என்ற எண்ணம் இலேசாக தில்லையின் மனதிற்குள் கிளர்ந்தன. இன்று வாசிக்கத் திட்டமிட்டிருந்த புத்தகத்தை எப்படியாவது தேடிக் கண்டு பிடித்துவிட வேண்டும் என்று நினைத்துக் கொண்டாள். லிலித் சிலவேளை அவளது அறையில் கொண்டுபோய் வைத்திருப்பாளோ என்ற எண்ணமும் வந்தது. ஓம், உண்மைதான். ஒரே உடலில்தான் தில்லையும், லிலித்தும் வசித்தாலும் அந்த உடலில் லிலித்தின் ஆதிக்கம் அதிகரித்தால் நடவடிக்கைகள் முற்றிலும் மாறிவிடும். சாப்பிடும் உணவுகள் தொடங்கி, அணியும் ஆடைகள், கேட்கும் பாடல்கள், உறங்கும் படுக்கையறை என அனைத்திலும் புதியதொரு தேர்வு வந்துவிடும். இது விசித்திரமான ஒன்றுதான். அதே நேரம் தாயத்தின்னியும் அந்த உடலுக்குள் வந்து இணைந்துகொண்டால் உரையாடல்கள், சண்டைகள், விளையாட்டுக்கள் என இன்னுமொரு புதிய மாற்றம் ஏற்பட்டுவிடும். இந்த மூவரும் தான் ஒரே உடலில் வசிக்கிறார்கள். அந்த வீடும் மூவருக்குமானதுதான். மூவருக்குமான தேர்வுகளில் நிரம்பிய பலவகையான பொருட்கள் அந்த வீட்டில் நிறைந்திருக்கும். யாராவது அந்த வீட்டிற்கு வந்தால், பலர் அங்கே குடியிருக்கிறார்கள் என்றுதான் உணர்வார்கள். அவர்கள் எவருக்கும் ஒரே உடலில் மூன்றுபேர் வசிக்கும் ரகசியம் தெரியாது. ஒருவகையில் இது பாதுகாப்பானதுதான் என நினைத்துக் கொள்வாள். என்ன ஆச்சரியமென்றால், லிலித்துக்கு "நெஞ்சம் மறப்பதில்லை அது நினைவை இழப்பதில்லை" என்ற பாடலே அதிகமாகப் பிடிக்கும். புத்தகங்களை வாசிக்கும்போது லிலித் பாடல்களையோ இசையையோ கேட்பது அவளுக்குப் பிடிக்காது.

தில்லை எழுந்து சென்று அவளின் விருப்பத்திற்குரிய உணவான தேனை பிரிஜ்ஜிலிருந்து எடுத்து தனது உள்ளங்கைகளில் நிரம்ப ஊற்றிக்கொண்டாள். நாக்கால் நக்கி நக்கி பொலித்தீனில் வைக்கப்பட்டிருந்த பாணின் சில துண்டுகளையும் எடுத்துக்கொண்டாள். பாணில் தேனைத் தடவியபோதும்,

உள்ளங்கையிலிருந்து நக்கித் தின்பதே தில்லைக்குப் பிடிக்கும். நக்கும் போது ஒரு துளி தெறித்து நிலத்தில் வீழ்ந்தது. ஆனாலும் அந்தத் துளி சிதறவில்லை. பளிங்கு உருண்டைபோன்று நிலத்தில் மினுங்கிக் கொண்டிருந்தது. டிசுவால் துடைத்து டஸ்பினில் போட்டுவிட்டாள். எறும்புகள் எவற்றையும் காணவில்லை. ஒரு கையில் பாண்துண்டு, மறு கையில் தேன் என இருக்கும் போதுதான், பியானோ இசையின் அலைவுகளை ஊடறுத்து தனது தொலைபேசி ஒலிக்கும் சத்தம் கேட்டது. பாண் துண்டை மேசையில் வைத்துவிட்டு தொலைபேசியில் அழைத்தவரோடு பேசினாள். அப்போதுதான் நினைவுக்கு வந்தது. இன்று ஓவியக் கண்காட்சி நடைபெறுவதும், அதை பார்ப்பதற்கு போவதாக பெண் தோழர்களோடு நேற்று பேசிக்கொண்டதும். அவசர அவசரமாக ரெடியாகிக்கொண்டாள். புத்தக வாசிப்பை நாளைக்கு ஒத்திவைத்துக் கொண்டாள். வீட்டின் கதவை மூடிவிட்டு புறப்பட்டிருந்தாள். பியானோ அந்த அறையில் தனது துயரத்தை இடைவிடாமல் பேசிக்கொண்டே இருந்தது.

காத்திருந்த தோழர்களோடு காரில் ஏறிக்கொண்டாள். தீவிரப் பெண்ணிய நிலைப்பாடு கொண்ட தோழர்களோடு உரையாடுவதும், இணைந்து பயணம் போவதும் தில்லைக்கு ஓரளவுதான் பிடிக்கும். இருந்தாலும் அதை முற்று முழுவதுமாக தவிர்ப்பதில்லை. ஏனெனில், அவள் வாழும் நாட்டில் அநேகமானவர்கள் இப்படி தீவிரமான நிலைப்பாடு கொண்டவர்கள்தான். இவர்களைவிட்டால் நண்பர்களும் கிடைப்பது கடினம். என்னவொரு சிக்கல் என்றால், இவர்களோடு செயல்படும்போதும், உரையாடும் போதும் அந்த உடலுக்குள் லிலித்தும் வந்துவிடுவாள். எங்கிருந்துதான் வந்து சேர்கிறாளோ தெரியவில்லை. லிலித் தனித்த ஒருவகைக் கருத்தை உடையவள். எவற்றுக்கும் அஞ்சாமல் தனது கருத்துக்களை முகத்திலேயே சொல்லிவிடக் கூடியவள். அவளை சமாளிப்பதே தில்லைக்கு பெரும்பாடாகிப் போய்விடும். அந்த சிக்கலைத் தவிர வேறு எதுவும் தில்லைக்கு இருப்பதில்லை.

"ஐரோப்பாதான் பெண்களுக்கு சுதந்திரமானது." என காருக்குள் இருந்த ஒரு தோழி சொன்னதும், சட்டென்று லிலித் "ஓம் ஓம்... சூனியக்காரிகள் என்று பெண்களை கொத்துக் கொத்தாக

கொன்று குவிக்குமளவு சுதந்திரம் கொடுத்தவர்கள். இங்குதானே மிகப்பெரிய கொலைக் கிணறு கூட இருக்கிறது" என்றாள். காருக்குள்ளிருந்த தோழர்கள் தில்லையை ஒரு மாதிரியாகப் பார்த்தார்கள். ஒரே உடலுக்குள் என்னோடு இன்னும் ஒருத்தி தற்போது இருக்கிறாள் எனச் சொல்ல தயக்கமாக இருந்தது தில்லைக்கு. ஒருவாறு சமாளித்துக் கொண்டாள். ஓவியக் காட்சி நடைபெறும் அரங்கம் வந்துவிட்டது. அனைவரும் காரிலிருந்து இறங்கி அரங்கத்தினுள் நுழைந்தனர். தில்லை ஐப்பேட்டை எடுத்துக் கொண்டாள். அங்கிருக்கும் தனக்குப் பிடித்த ஓவியங்களை படம்பிடித்துக்கொள்வது என்று முடிவுசெய்தாள். விதம்விதமான ஓவியங்கள், உலகின் பல பண்பாடுகளை காலாச்சாரங்களை, அதன் மனிதர்களை அறிமுகம் செய்யும் எத்தனையோ ஓவியங்கள். அனைத்தையும் பார்த்து முடிக்கும்போது பின்நேரமாகியிருந்தது. பகலும் சாப்பிடவில்லை. எங்காவது சாப்பிடுவதென்று முடிவெடுத்துக் கொண்டனர். ஒரு ரெஸ்டூரண்டுக்குள் நுழைந்து சாப்பாடுகளை ஓடர் பண்ணிக்கொண்டனர். தில்லை ரெஸ்டூரண்டில் சாப்பிடுவது குறைவு. ஆனால், லிலித் ஒரு சாப்பாட்டை தனக்காக ஓடர் பண்ணிக் கொண்டாள். எல்லாரும் ஆச்சரியத்தில் பார்த்தனர். "நீ ரெஸ்டூரன்டில் சாப்பிடமாட்டாயே" என வியப்பாக கேட்டனர். சிரிப்போடு இன்றைக்கு சாப்பிடுவோமே என்றாள். உண்மையில் இதைச் சொன்னது தில்லை அல்ல லிலித் என்பது தோழர்களுக்குத் தெரியாது.

ஓவியக் கண்காட்சி குறித்த கதைகள் வந்தன. ஓவியங்களின் பின்னாலுள்ள அரசியல் குறித்த பேச்சுக்களைவிட, பிற பண்பாட்டைச் சேர்ந்த மனிதர்களைப் பற்றிய கிண்டல்களே மேலெழுந்தன. நாகரிகமற்றவர்கள், இன்னும் முழுமையான மனிதர்களாக மாறாத மக்கள் கூட்டம் என்றெல்லாம் பேசத்தொடங்கினர். தில்லைக்கு சங்கடமாகிவிட்டது. லிலித் பதிலளிப்பதற்கு தனக்குள்ளிருந்து துடிப்பதை தில்லை அறிந்துகொண்டாள். உடனே அந்த இடத்திலிருந்து, அந்தத் தோழர்களை விட்டு வீட்டுக்குச் செல்வதுதான் சரியானது. இல்லாவிட்டால் லிலித் பேயாடத் தொடங்கிவிடுவாள். அந்த இடத்தில் சிக்கல்கள் உருவாகிவிடும் என்பதை சரியாகக்

கணித்திருந்தாள். இதற்குமேலும் லிலித்தை தடுத்துவைக்க முடியாதென்று தெரிந்ததும் அவர்களிடம் அவசரமாக வீட்டுக்குச் செல்ல வேண்டுமென்று வேறு ஒரு காரணத்தை கூறிவிட்டு ரெஸ்டூரண்டை விட்டு வெளியேறினாள். வெளியே பஸ்ஸில் ஏறி அமர்ந்துகொண்டாள். லிலித் பீறிக்கொண்டு தில்லையோடு சண்டையிடத் தொடங்கினாள். பஸ்ஸூக்குள் சண்டை வேண்டாம். வீட்டுக்குச் சென்றதும் நாம் பேசிக்கொள்வோம் என லிலித்திடம் சொன்னாள். லிலித் பஸ்ஸின் ஜன்னல்பக்கம் முகத்தை திருப்பிவைத்துக்கொண்டு இடையிடையே இருமிக்கொண்டும் வீதியை வெறித்தபடி இருந்தாள். கால்களை பஸ்ஸின் கீழ்பகுதியில் உரசுவதும், கைகளால் சீட்டின் முன்புற இரும்பை ஊன்றிப் பிடிப்பதும் என்று உழன்றுகொண்டே இருந்தாள். லிலித்தின் கண்கள் சிவத்துக் கனன்றுகொண்டே இருந்தது.

இறங்குமிடம் வந்தது. பஸ்ஸை சரியாக நிறுத்துவதற்கு முன்பே லிலித் துள்ளிக் குதித்து இறங்கினாள். கீழே விழுந்துவிடுவதைப் போன்ற பதட்டத்தை உருவாக்கியது. வீட்டை வந்தடைந்துவிட்டனர். வீட்டினுள்ளே பியானோ இசை தில்லையைத் தேடி அலைந்துகொண்டிருப்பதைப் போன்றிருந்தது. உரத்து சத்தமிட்டு அந்த இசையை நிறுத்தும்படி லிலித் கத்தினாள். அவளின் கோபம் சற்றும் குறையவே இல்லை. இன்னும் அதிகரித்திருப்பதைப் போன்றிருந்தது. சாப்பிட்ட கைகளை கழுவாமலேதான் லிலித் வந்திருக்கிறாள் என்று தெரிந்தது. உடனே கைகளைக் கழுவிவிட்டு தண்ணீர் போத்தலை அருகில் வைத்துக்கொண்டு லிலித், தில்லையோடு பேசத் தொடங்கினாள். தில்லை மிக நிதானமாக என்றும்போல் கவனமாக சூழலைப் புரிந்துகொண்டு உரையாடலில் இறங்கினாள். ஒரே உடலில்தான் இருவரும் இருந்தமையால் ஒருவகைக் கோபமும், நிதானமான உணர்வுகளும் வேகமாக மாறிமாறி அந்த உடலை இயக்கிக்கொண்டிருந்தது. அதைத் தாங்குவது அத்தனை எளிதல்ல. இரண்டு வகையான வெவ்வேறு உணர்வுகளை ஒரே நேரத்தில் எதிர்கொள்வது உடலுக்கு ஆபத்தானதுதான்.

"உனது தோழர்கள் என்ன அடிமுட்டாள்களா" என கோபத்தோடு வினவினாள் லிலித்.

"இல்லை. இல்லை. பெண்ணியச் சிந்தனையாளர்கள். நிறையவே வாசிப்புள்ளவர்கள்"

"என்ன...? பெண்ணியச் சிந்தனையாளர்களென்றால், நாலு புத்தகத்தை படித்துவிட்டு, ஒரு சிறந்த கருத்தை கூத்தடிப்பதற்கு தோதாக பயன்படுத்தும் கூட்டத்தைச் சேர்ந்த பெண்ணியச் சிந்தனையாளர்களா?"

"இல்லையே ஏன் அப்படி மோசமாகச் சொல்கிறாய்? அவர்கள் அப்படி என்னதான் செய்துவிட்டார்கள்? இயல்பாக எல்லோரும் இங்கு கதைப்பதைப் போன்றுதானே கதைத்தார்கள்?"

"ஓம்... ஓம்... இயல்பாகத்தான் கதைத்தார்கள். ஐரோப்பியர்களின் இயல்பே பிற தேசத்தைச் சேர்ந்தவர்களை மனிதர்களாக மதிக்காமல் இருப்பதுதான் அவர்கள் இயல்பு. இங்கு அதுதான் அவர்களின் இயல்பு. சிந்தனையாளர்கள் ஒருபோதும் அப்படி இருக்கமாட்டார்கள். அவர்களுக்கு வரலாற்றுரீதியிலான அறிதலும், அதன் நுணுக்கமான புரிதலும் நிச்சயம் இருக்கும். உனது தோழர்கள் பெஷனுக்கு பெண்ணியம் பேசுற கூட்டம் மாதிரிக் கிடக்கு"

"எனது வேலையிடத்தில் பணிபுரியும் சிலரும் அதில் இருக்கிறார்கள். நாங்கள் இணைந்து பல பெண்ணிய செயற்பாடுகளில் இயங்கியிருக்கிறோம்"

"அறியாமல் கிடக்கு அவர்களின் செயற்பாடுகளும், அரசியல் நிலைப்பாடுகளும். நீயும் அவர்கள் கதைப்பதைக் கேட்டுக்கொண்டு கொடுப்புக்குள்ள சிரித்துக் கொண்டிருக்கிறாய். அவர்கள் கதைக்கும் கதைகளுக்கு ஏன் பதில் சொல்லாமல் இருந்தாய்?"

"முகத்தை முறித்துக்கொள்ள விரும்பவில்லை. இலேசாக அட்ஜஸ் பண்ணிக்கொண்டுதான் இந்த நாட்டில், இந்தச் சூழலை கடக்க வேண்டும். இதுதான் நடைமுறைச் சாத்தியமானது என நான் நம்புகிறேன். மிஞ்சிப்போகும் இடங்களில் அவர்களைவிட்டு

வெளியேறிவிடுவதுதான் சரி. ஆனால், எனது நிலைப்பாடுகளை நான் இலக்கியங்களின் வாயிலாகவே வெளிப்படுத்துகிறேன். அதுதான் எனது வழிமுறை"

"அந்தந்த இடத்தில் அதற்கான பதில்களைச் சொல்லிவிட வேண்டும். இலக்கியங்களில் வெளிப்படுத்துவது மிகச் சிலருக்கே கிடைக்க கூடிய ஒன்று. எந்த கருத்துக்களையும் மக்கள் மயப்படுத்த வேண்டும். அப்படிச் செய்வதென்றால் அவர்களின் தவறான புரிதலை அந்த இடத்திலேயே புரியவைத்துவிட வேண்டும். பேப்பர்களில் கொட்டிப் புலம்பக் கூடாது"

"மக்கள் மயப்படுத்துவதற்கு நீ சொல்வதைப்போன்று அந்தந்த இடங்களிலேயே எதிர்ப்புக்களையும், அதற்கான தெளிவுகளையும் விவாதிக்கத் தொடங்கினால். சண்டைபோடுவது மட்டுமே நமது வாழ்நாள் பணியாகிவிடும்"

"ஐரோப்பாவுக்கு பஞ்சம் புழைக்க வந்தவர்கள் என்றும், ஏதோ அவர்கள் சேர்த்து வைத்திருக்கின்ற பொருளாதார வசதிகளை அள்ளி பிறதேசத்து அகதிகளுக்கு கொட்டுவதைப் போன்றும் கிண்டல் செய்யும்போது நீ ஏன் மௌனமாக இருந்தாய்?"

"நான் தற்போது அந்த நாட்டுப் பிரஜைதானே!" எனக் கூறிவிட்டு ஒரு கோப்பையில் தேநீரை ஊற்றிக்கொண்டு வந்து அமர்கிறாள் தில்லை. என்ன பாட்டுக் கேட்போமா என்று கூலாக லிலித்திடம் விசாரிக்கிறாள். லிலித்தின் பார்வை வெளியே நிறைந்திருக்கும் பனிக்குவியலை உருகச் செய்துவிடும் என்பது போன்று தகித்துக் கொண்டிருந்தது.

"ஐரோப்பாவுக்குள்ள தங்கமும் வைரமும் வானத்திலிருந்து கொட்டி வசதியான நாடுகளாக மாறல்ல தெரியுமா?. உலகிலுள்ள பல நாடுகளைக் கைப்பற்றி அங்கிருந்த வளங்களை பல நூற்றாண்டுகளா சுரண்டியும், கொள்ளையடித்தும் தான் இவர்கள் செழிப்பானவர்களாக மாறினார்கள். நாம் அகதியாக வருவதற்கு நமது நாட்டில் ஒரு பிரச்சினை இருந்தது என்பது உண்மைதான். அதுபோலதான் உலகெங்கிலும் பிரச்சினைகள் இருக்கின்றன. பிரச்சினைகளிலிருந்து தப்பிக்கவும் உயிர் வாழவும்தான் ஐரோப்பாவுக்குள் நம்மைப்போல் பலரும்

அகதியாக வந்திருக்கின்றனர். ஆனால், அந்தப் பிரச்சினைகள் உருவாவதற்கு இந்த ஐரோப்பாதான் காரணம். காலனித்துவ காலங்களில் இவர்கள் அனைத்து வளங்களையும் கொள்ளை அடித்துவிட்டு அந்த நாடுகளுக்கு கொடுத்துவிட்டு வந்த கொடைதான் இந்தப் பிரச்சினைகள். இவற்றை எல்லாம் தெரியாத இந்த மக்கு பெண்ணிவாதிகளோடு, சிந்தனையாளர்களோடு நீ உறவுவைத்துக் கொண்டிருப்பதுதான் ஆச்சரியமாக இருக்கிறது"

"நான், கருத்தியல் நிலையையும் அவர்களாலே மாற்றமுடியாத மரபான பழக்கவழங்கங்களின் காரணமாக உருவாகி நிலைத்திருக்கும் பிறதேசங்கள், அந்தத் தேசத்து மக்கள் மீதான வெறுப்புணர்வை எனது படைப்புக்களினால்தான் எதிர்கொள்ள விரும்புகிறேன். ஏனெனில், இங்கு நான் தனியாகவே இருக்கிறேன். எனக்கு என்னுடைய பாதுகாப்பும் முக்கியமானது"

"நீ என்னையாலும் செய். ஆனால் என்னால் உன்னைப்போல் பெருந்தன்மையாக நடந்துகொள்ள முடியாது. இன்று நீ ஓவியக்காட்சிக் கூடத்திற்கு போயிருக்கக் கூடாது. இந்த கண்காட்சிகள், சர்கஸ் நிகழ்வுகள் என்பன எதன் நீட்சி என்று உனக்குத் தெரியுமா?"

"ஆமாம் எனக்கு நன்றாகவே தெரியும்"

"தெரிந்திருந்தால் நீ எப்படி அங்கு போவாய்?"

"எனக்கு ஓவியங்களை எப்படிப் பார்ப்பதென்றும், அவற்றிலிருந்து உருவாகும் அரசியல் உரையாடலையும் புரிந்துகொள்ளத் தெரியும். நான் இந்தக் கண்காட்சிகளைப் பொழுதுபோக்காக கருதுவதில்லை"

"நீ கருதினாலும் கருதாவிட்டாலும் அவை மிக மோசமான ஒரு நிகழ்வின் நீட்சியாக ஐரோப்பாவில் உருவான ஒன்று. அந்தக் கொடுமையான செயலை புறக்கணிப்பதென்றால், அதற்கு எதிர்ப்புக்களை வெளிப்படுத்துவதென்றால் அங்கு போகாமல் புறக்கணிப்பதுதான் சரியான நடைமுறை. பத்தொன்பதாம் நூற்றாண்டுகளில் தொடங்கி ஒரு நூறு ஆண்டுகளுக்கு மேலாக

உலகிலுள்ள பல தேசத்தைச் சேர்ந்த ஐரோப்பியர் போன்றல்லாத மனிதர்களைப் பிடித்துவந்து கூண்டுகளில் அடைத்துவைத்து, பொழுதுபோக்கு என்ற பெயரில் டிக்கட்டுகளை அச்சிட்டு விற்று காசு பார்த்தனர். "Human Zoo" என்று அதற்குப் பெயர். இப்படி ஏகப்பட்ட ஹியுமன் சூக்களை உருவாக்கி மனித குலத்தையே தலைகுனியச் செய்தவர்கள். அதன் தொடர்ச்சியாகவேதான் இன்றும் இந்தக் கண்காட்சிகளை நடாத்துகிறார்கள். பொழுதுபோக்காக மாற்றியிருக்கிறார்கள். மிகச்சிலரே இந்தக் கண்காட்சிகளை அரசியல் பண்பாடு சார்ந்த பக்கத்தில் இருந்து புரிந்துகொள்கிறார்கள். ஐரோப்பிய பொதுமன உணர்வுகளின் திரட்சி என்பதே, அவர்களிலிருந்து வேறுபட்ட அனைத்து பிரதேசங்களையும் சேர்ந்த மனிதர்கள் பொழுதுபோக்கிற்காக ரசிக்கப்படும் ஒரு மிருகக் கூட்டங்களாக ஆக்கப்பட்டனர்."

இப்படி நீண்டு கொண்டே இருந்தது அந்த உரையாடல். தில்லையால் லிலித்தை நிறுத்தவே முடியவில்லை. லிலித்தின் கோபங்கள் நியாயமானது. அவற்றை தில்லை எப்போதும் மறுத்ததில்லை. "ஹியுமன் சூ" என்ற ஐரோப்பாவின் பொழுதுபோக்கு கண்காட்சிகளை, தில்லையால் கூட சகித்துக்கொள்ள முடிவதில்லை. மனித வரலாற்றில் நடந்தேறிய எத்தனையோ கொடுமைகள் பற்றி தில்லை அறிந்துதான் வைத்திருக்கிறாள். படுகொலைகள், வதை முகாம்கள், கூட்டுப் படுகொலைகள் என அனைத்தையும் ஏதோவொரு வகையில் கடந்துவிட மனதால் முடிந்தாலும், "ஹியுமன் சூ" கண்காட்சிகளை மட்டும் கற்பனை செய்து பார்க்கும்போது தூங்கவே முடியாதிருக்கும். ஐரோப்பா கூட மறக்க நினைக்கும் வரலாற்றுத் தவறாக அதையே கருதும் என்ற நம்பிக்கை தில்லைக்கு உண்டு.

லிலித்தை ஆறுதல்படுத்த வேண்டும் என்ற எண்ணம் தில்லைக்குள் ஓடிக்கொண்டே இருந்தது. அவளுக்கு மிகவும் பிடித்த பாட்டை இசைத் தட்டிலிருந்து சுழலவிட்டாள். கோபத்தோடு கொஞ்ச நேரம் பார்த்துவிட்டு "நெஞ்சம் மறப்பதில்லை..." என்ற பாட்டோடு கலந்துவிட்டாள். அவளுக்கு இந்தப் பழைய பாட்டை எதற்காக பிடிக்கும் என்று

இதுவரை தில்லைக்கு தெரியாது. லிலித் சொன்னதும் இல்லை. அனைத்தையும் வெளிப்படையாக எந்த தயக்கமுமின்றி பேசும் லிலித் அந்தப் பாட்டின் பின்னால் மறைந்திருக்கும் கதையை மர்மமாகவே வைத்திருந்தாள். இப்படித்தான் தில்லை நினைத்தாள். ஆனால், லிலித்துக்கு கூட ஏன் இந்தப் பாட்டு தனக்கு அதிகம் பிடிக்கிறதென்று தெரியவில்லை. அதற்குப் பின்னால் எந்த மர்மங்களும் இல்லை.

திரும்பத் திரும்ப அந்தப் பாட்டு மட்டும்தான் ஒலித்துக் கொண்டிருந்தது. சமையறைக்குள் நுழைந்த தில்லை எதையோ தயாரித்துக்கொண்டு வந்து கதிரையில் உட்கார்ந்து கொண்டாள். அந்த உடலுக்குள் இருந்தாலும் அமைதியாக உறக்கமற்று புரண்டு புரண்டு படுத்துக்கொண்டிருந்தாள் லிலித். இரவாடைகளை அணிந்துகொண்டு உணவை சாப்பிட்டுக் கொண்டிருந்தாள். எங்கோ பசியோடு அலைந்து கொண்டிருந்த தாயத்தின்னியும் அந்த உடலுக்குள் வந்துவிட்டாள். பசியின் கொடுமை தில்லை மற்றும் லிலித் இருவரையும் விட தாயத்தின்னிக்குத்தான் தெரியும். கிராமத்திலிருக்கும்போது பக்கத்து வீடுகளில் உண்ணுவதை பார்த்து ஏங்கியவள் அவள். நகரத்திலிருந்த போதும், ஹோட்டல்களை இலகுவாக தாயத்தின்னியால் கடக்கவே முடிந்ததில்லை. நின்று நடையை தளர்த்தி கண்களால் எதையாவது சாப்பிட்டுவிட்டுத்தான் கடந்து செல்வாள். அதனால்தான் தில்லை உணவை சமைத்து எடுத்ததும் உடனே தாயத்தின்னி உடலுக்குள் வந்துவிட்டாள். இன்னொரு வகையில் சொன்னால் தாயத்தின்னியை சந்திக்க தில்லை விரும்பினாள் என்றால் எதையாவது சமைத்து எடுத்துக்கொள்வாள். உடனே வந்துவிடுவாள். அதுபோலதான் லிலித்தை சந்திக்க விரும்பினால் கருத்தியல் சார்ந்த முற்போக்கான நபர்களாக கதைப்பவர்களை சந்தித்தாலோ, அல்லது புத்தகங்களில் அப்படியான ஒரு சம்பவத்தை படித்தாலோ போதும் உடனே லிலித் வந்துவிடுவாள். தில்லை தனது தனிமையை கடப்பதற்கு மிக நெருக்கமான இந்த இருவரையும் அந்த உடலுக்குள் கொண்டுவந்துவிடுவாள். அல்லது, அவர்கள் அந்த உடலுக்குள்தான் வசிக்கிறார்கள். அவர்கள் மேலெழுந்து வருவதற்கான சில தருணங்களாக அவை அமைந்துவிடுகின்றன.

தாயத்தின்னி அந்த உடலுக்குள் வந்ததும் வராததுமாக தான் கடந்தகாலங்களில் எழுதிவைத்து பாதுகாக்கும் ரங்குப் பெட்டி இருக்கிறதா என ஒரு முறை சோதித்துப் பார்த்துவிட்டுத்தான் வருவாள். இப்போதும் அப்படித்தான் ரங்குப் பெட்டியை திறந்து அதில் சேகரிக்கப்பட்டிருக்கும் ஆவணங்களிலிருந்து எதையோ எடுத்து வாசிக்கத் தொடங்கினாள். லிலித்தும் விழித்துக் கொண்டாள்.

“என்ன தாயத்தின்னி ரங்குப் பெட்டியிலிருக்கும் உனது பொக்கிஷத்தை அச்சடித்து புத்தகமாக போட்டுவிடுவோமே” என்று வினவினாள் லிலித்.

“ஆமாம் என வெட்கத்தோடு தலையை அசைத்தாள்” தாயத்தின்னி. அதே வேகத்தில் “இல்லை” என்றும் தலையை ஆட்டிக் கொண்டாள்.

“இதுக்குள்ள இருக்கிற எல்லாத்தையும் வெளிய கொண்டு வந்தா, பலருக்கு ஆபத்து. எனக்கும் ஆபத்தாகிடும். என்ர கதையைக் கேட்டு எங்கட கிராமத்துல நிண்ட பென்னாம் பெரிய மரம்கூட செத்துப் பெய்த்து தெரியுமா” என்றாள் தாயத்தின்னி.

“படிக்கிற ஆக்கள் செத்துப் போகட்டுமே. இந்த சமூகமும் உலகமும் தானே உன்னை இப்படியாக்கியது. அதற்கு பழிவாங்குவதுதானே சரியான முறை” என்று சொல்லி முடிப்பதற்குள் தாயத்தின்னி ரங்குப் பெட்டியை மூடிவைத்துவிட்டு அதற்கு மேல் ஏறி உட்கார்ந்து கொண்டாள். தாயத்தின்னிக்கு பயம் பிடித்துவிட்டது. லிலித்தை நம்ப முடியாதென்று தாயத்தின்னியின் மனம் உள்ளூர பதறிக்கொண்டே இருந்தது.

சுவிஸ் நாட்டுக்கு வந்த நாள் முதல் இன்று வரை என்னால் நிம்மதியாக இருக்க முடிந்ததில்லை. என்னை யாரோ பின்தொடர்ந்து வருவதுபோலவும், அவர்கள் என்னை பிடித்து கொல்லுவதற்கு முயற்சிப்பது போலவும்தான் இருக்கும். ஏதோ ரகசியங்களை நான் இந்த ரங்குப் பெட்டியினுள் மறைத்து வைத்திருப்பது போலவும், அவற்றை திருடிக்கொண்டு என்னையும் பிடித்துக்கொண்டு போவதுபோலவும்தான்

இருக்கும். நிம்மதியான நீண்ட தூக்கமே சாத்தியப்பட்டதில்லை என்று தனது அவசத்தை வெளிப்படுத்திக் கொண்டிருந்தாள் தாயத்தின்னி.

இந்த ரங்குப் பெட்டியிலிருக்கும் அனைத்துக் கதைகளையும் ஒருபோதும் வெளிப்படுத்த முடியாது என்று பிடிவாதமாக சொல்லிவிட்டு, சூத்தை அசைத்து கால்களை மடித்து ரங்குப் பெட்டியின் மேல் ஏறி உட்கார்ந்துகொண்டாள். லிலித் பறிக்க முயற்சிப்பதைப் போன்றும் அதை காப்பாற்றுவதற்கு போராடுவதைப் போன்றும் இருந்தது. திடீரென்று தனது நினைவுகளில் இருந்து தில்லை மீண்டு புன்னகைத்தபடி அவளுக்குப் பிடித்த இசையமைப்பாளரின் ஒலிக்கோவையை இசைக்கவிட்டுவிட்டு கதிரையில் வந்தமர்ந்தாள்.

“தாயத்தின்னியின் அச்சத்தையும், அவளின் ஆதங்கத்தையும் நாம் மதிக்க வேண்டும். அதில் எந்த அத்துமீறல்களையும் செய்துவிடக்கூடாது” என்று லிலித்திடம் உறுதியாகச் சொல்லிவிட்டாள். அதைப் பொருட்படுத்துவதாக லிலித்தின் பார்வைகள் சொல்லவில்லை. ரங்குப் பெட்டியை விட்டு தாயத்தின்னி இறங்கவேயில்லை. அவளுக்கு லிலித்தின் மீது நம்பிக்கை குறைந்துவிட்டது. அண்மையக் காலங்களில் அனைத்து இடங்களிலும் லிலித் சட்டென்று அந்த உடலுக்குள் வந்து எதெற்கெடுத்தாலும் சண்டையிடுவதை தில்லையும் உணர்ந்திருந்தாள். லிலித் எல்லை மீறிச்செயல்பட்டுக் கொண்டிருக்கிறாள். அவளைக் கட்டுப்படுத்துவது இனி சாத்தியமில்லை என்றே தோன்றியது. இந்த ரங்குப் பெட்டியினுள் இருக்கும் ஆவணங்களை வெளியே கொண்டுவந்துவிடுவாள் என்ற அச்சம் தாயத்தின்னியை அதிகம் பீடித்திருந்தது.

எப்போது நித்திரைபோனதென்று தெரியவில்லை. காலையில் கண் விழிக்கும்போது அந்த வீட்டில் ரங்குப் பெட்டி இருக்கவில்லை. என்னதான் நடந்திருக்கும்? தில்லைக்கு எதுவும் தெரிந்திருக்கவில்லை. வீட்டுக்கு வெளியே தொலைவில் தாயைத்தின்னியின் ரங்குப் பெட்டி கிடந்தது. ஓடிப்போய் திறந்து பார்த்தால், உள்ளே இருந்த ஆவணங்கள் அனைத்தும் எரிக்கப்பட்டிருந்தன. இந்தச் சம்பவத்திற்குப்பின் இன்றுவரை

அந்த உடலுக்குள் தாயத்தின்னி வந்ததே இல்லை. அவள் விடுதலை பெற்றுவிட்டாள் என்றே தில்லை நினைத்தாள். ஒரு நீண்ட பெருமூச்சைவிட்டு அமைதியாகினாள். அச்சமற்ற சுதந்திரமான ஒரு மனநிலை தில்லைக்குள் கிளைவிட்டுக்கொண்டிருந்தது. தாயத்தின்னி தனது அம்மை விழுந்த கோவில் கிணறு இருக்கும் கிராமத்திற்கு திரும்பியிருக்கலாம் என நினைத்தாள். அவள் எங்கிருந்தாலும் பிழைத்துக்கொள்வாள். தைரியசாலி மனதை ஆறுதல் படுத்திக்கொண்டாள்.

மனதிற்குள் பலமுறை கற்பனை செய்து களைத்துப்போய்விட்டாள். உள்ளே இருந்த கிணற்றைக் காணவில்லை. அந்தக் கிணற்றைச் சுற்றி குரைத்துக்கொண்டிருந்த நாயையும் காணவில்லை. பழைய நினைவுகள் அழிந்துபோயிருந்தன. அது ஒருவகை கவலையாகவும் இருந்தது தில்லைக்கு. வீட்டுக்குள் நுழைந்தாள் தில்லை. வீட்டுக்குள்ளிருந்த பல பொருட்களைக் காணவில்லை. சின்ன சப்பாத்துக்கள், சின்ன சட்டைகள், ஒரு தொகை நிக்கர்கள், விளையாட்டு பொம்மைகள், என ஒன்றையும் காணவில்லை. தாயத்தின்னியின் மறைவோடு அவளோடு தொடர்புபட்ட அனைத்தும் அந்த வீட்டிலிருந்து காணாமல் போயிருந்தது. இப்போது தில்லை, கவுன்சிலிங் செய்யும் எந்த இடங்களுக்கும் போவதிலிருந்து நின்றுவிட்டிருந்தாள். மனதில் இத்தனை பெரிய வெற்றிடம் இருக்கிறதா? நினைவுகளை சேகரிப்பதற்கும் உற்பத்தி செய்வதற்கும் முன்பு சிறியதொரு இடம்கூட இல்லாதிருந்த மனதில் மாபெரும் வெட்டவெளி. ஒரு பெரும் காலம் தில்லையை விட்டு தப்பியோடிவிட்டிருந்தது. நாளை என்ன புத்தகத்தை படிப்பதென்று யோசித்தவள், லிலித்தின் படுக்கையறையிலிருந்து அந்தப் புத்தக்தை கண்டுபிடித்து கொண்டு வந்துவிட்டாள். அந்தப் புத்தகத்தைத்தான் இப்போது நீங்களும் வாசித்துக் கொண்டிருக்கிறீர்கள்.

அந்த வீட்டில் லிலித்தும் தில்லையும் மட்டுமே வசிப்பதைப் போன்று அந்த உடலினுள்ளும் இருவரும்தான் அடிக்கடி வந்துபோகின்றனர். லிலித்தும் முன்பைபோல் கோபப்படுவதிலிருந்து விலகியிருக்கிறாள்.

“என்ன திடீர் மாற்றம்?” என ஒரு நாள் தில்லை லிலித்திடம் கேட்டாள். இந்தப் புத்தகத்தை வாசித்ததிலிருந்து நான் மாறியிருப்பதைப் போன்று உணர்கிறேன். எப்படி இது நடந்தது என்று தெரியவில்லை என்றாள்.

தேன் துளி ஒன்று தெறித்து நிலத்தில் சிதறியது. இன்னுமொரு துளி உள்ளங்கையில் விழுந்தது. அதை நக்கிக்கொண்டிருந்தாள் அவள். கனகாலமாச்சி நாளைக்கு ஒரு முறை “பணியாரம் கொஞ்சம்” சுட வேண்டும் என நினைத்துக் கொண்டு வேலைக்குக் கிளம்பினாள் தில்லை. பனிப்பொழிவின் தீற்றல்கள் குவிந்து கிடந்தன. மரங்களில் வெள்ளை போர்வை மூடியிருந்தது. அந்தப் போர்வையை துளைத்துக்கொண்டு அந்த மரத்தின் கிளை ஒன்று நீண்டு வந்து தில்லையின் தலையைத் தடவிக்கொடுத்தது. திரும்பிப் பார்க்கிறாள் அந்த மரத்திற்கு மூன்றே மூன்று கிளைகள்தான்.

தாயத்தின்னி தனது கதைகளை முழுமையாயகச் சொல்லவில்லை என்று, இதை வாசிக்கும் உங்களிடம் அந்த மரம் ரகசியமாக சொல்லிக் கொண்டிருக்கலாம்.

⊙